महाभारतातील पितृवंदना

(महाभारतातील पुरुषपात्रांची अभ्यासपूर्ण व मार्मिक समीक्षा)

गुजराती लेखक
दिनकर जोषी

अनुवाद
सुषमा शा

मेहता पब्लिशिंग हाऊस

Please contact us at **Mehta Publishing House,** Pune 411030.
✆ +91 020-24476924 / 24460313 / Mob. No. 9545000513
Email : production@mehtapublishinghouse.com
Website : www.mehtapublishinghouse.com

- *या पुस्तकातील लेखकाची मते, घटना, वर्णने ही त्या लेखकाची असून त्याच्याशी प्रकाशक सहमत असतीलच असे नाही.*

MAHABHARATAMA PITRUVANDANA by DINKAR JOSHI

Translated into Marathi Language by Sushama Shaligram

महाभारतातील पितृवंदना / अनुवादित कादंबरी

अनुवाद : सुषमा शाळिग्राम
Email : author@mehtapublishinghouse.com
मराठी अनुवादाचे व प्रकाशनाचे हक्क : मेहता पब्लिशिंग हाऊस, पुणे ३०.
प्रकाशक : सुनील अनिल मेहता, मेहता पब्लिशिंग हाऊस,
१९४१, सदाशिव पेठ, माडीवाले कॉलनी, पुणे – ४११०३०.
मुद्रक : ट्रिनिटी ॲकॅडमी फॉर कॉर्पोरेट ट्रेनिंग लिमिटेड
मुखपृष्ठ : चंद्रमोहन कुलकर्णी
प्रकाशनकाल : नोव्हेंबर, २००७ / डिसेंबर, २००८ / जुलै, २०१४ /
पुनर्मुद्रण : ऑक्टोबर, २०१७
किंमत : ₹ १७०
P Book ISBN 9788177668544
E Book ISBN 9789387319073
E Books available on : amazonkindle Apple Books Google Play Books

---

माझे
पितृतुल्य ज्येष्ठ बंधू
अरविंद सदाशिव देशपांडे
आणि
बंधुतुल्य ज्येष्ठ दीर
(कै.) डॉ. सुरेश वसंत शाळिग्राम
ह्या दोघा थोरल्यांना

औपचारिक

एक-दोन वर्षांपूर्वी महाभारतातील स्त्री-पात्रांबद्दलची एक लेखमाला 'चित्रलेखा' साप्ताहिकात लिहिली होती. त्याचाच पुढचा भाग म्हणून, त्याच पद्धतीची, महाभारतातील पुरुषपात्रांबद्दलची एक लेखमाला 'जन्मभूमी' (मुंबई) आणि 'फूलछाब' (राजकोट) मधून धारावाही स्वरूपात प्रसिद्ध झाली होती. स्त्री-पात्रांसंबंधीची लेखमाला 'महाभारतमां मातृवंदना' आणि पुरुषपात्रांसंबंधीची लेखमाला 'महाभारतमां पितृवंदना' एकाच वेळी पुस्तकरूपाने प्रकाशित होत आहेत.

लेखमाला प्रसिद्ध होत असताना प्रारंभीचा उपोद्घातवजा लेख ह्या पुस्तकातही समाविष्ट केला असल्याने ह्या औपचारिक प्रस्तावनेत आणखी काही विशेष सांगण्यासारखे नाही.

महाभारताशी मैत्री जसजशी घनिष्ठ होत जाते तसतसे अधूनमधून ह्या सर्व उत्तुंग पात्रांच्या व्यवहारा-वर्तनाबद्दल प्रश्नही निर्माण होत जातात. त्या त्या पात्रांबद्दल विचार करताना अशा प्रश्नांचे निसटते उल्लेख केलेच आहेत. तरीही बहुतांशी अनुत्तरित राहणाऱ्या ह्या प्रश्नांचीही कधीतरी सम्यक् चर्चा करावी लागेल.

हे लिखाण ग्रंथरूपाने प्रसिद्ध करण्याचे श्रेय श्री. गोपाळभाई पटेल आणि प्रवीण पुस्तक भांडार ह्यांनाच आहे. वरील पुस्तकांचे 'महाभारतातील मातृवंदना' आणि 'महाभारतातील पितृवंदना' हे मराठी अनुवाद प्रकाशित करण्याचे श्रेय 'मेहता पब्लिशिंग हाऊस'च्या श्री. अनिल मेहता आणि श्री. सुनील मेहता ह्यांना आहे.

ज्यांच्या प्रत्यक्ष भेटीचा योग कधी आला नाही परंतु पन्नास वर्षांपूर्वी ज्यांच्याद्वारे महाभारतातील ह्या पात्रांशी परिचय झाला त्या गुरुवर्य नानाभाई भट्ट ह्यांना हे पुस्तक समर्पित आहे.

■

दिनकर जोषी
१०२ 'ए' पार्क ॲव्हेन्यू,
एम. जी. रोड, डहाणूकरवाडी,
कांदिवली (पश्चिम),
मुंबई ४०००६७

मनोगत

गुर्जर लेखक दिनकर जोषी ह्यांच्या 'महाभारतमां मातृवंदना' ह्या पुस्तकाच्या 'महाभारतातील मातृवंदना' ह्या अनुवादापाठोपाठ 'महाभारतमां पितृवंदना'चा 'महाभारतातील पितृवंदना' हा अनुवाद वाचकांच्या हाती देताना मला अतिशय आनंद होत आहे.

ह्या पुस्तकांचा अनुवाद करण्यामागचा हेतू आणि तो प्रत्यक्षात साकार होण्यामागचे योग ह्याबद्दल 'मातृवंदना'मध्ये सविस्तर सांगितलेच आहे. कथा, कादंबरी, ललित लेख, समीक्षा अशा विविध रूपांत, महाभारतासंबंधी बरेच लेखन मराठीत झाले आहे. तरीही, ह्या भाषाभगिनीकडून मराठी वाचकांना काहीतरी वेगळे, नवीन आणि रोचक मिळेल अशी आशा आहे.

वाचक ह्या नात्याने महाभारतातील पात्रांशी ह्याआधी थोडाफार परिचय झाला होता. ह्या दोन पुस्तकांच्या अनुवादाच्या निमित्ताने तो किंचितसा अधिक दृढ झाला. त्यासाठी लेखक दिनकर जोषी आणि प्रकाशक सुनील मेहता ह्यांची मी आभारी आहे.

– सुषमा शाळिग्राम

अनुक्रमणिका

महाभारताचे मर्म

साहित्यनामक चीज जाणून, समजून घेण्यासाठी मर्मज्ञांनी वेळोवेळी अनेक मापदंड, वेगवेगळी वर्गीकरणे योजली आहेत. या सर्वांपैकी कोणत्याही मापदंडाने किंवा वर्गीकरणाद्वारे महाभारत नामक ग्रंथ समजून घेण्याचा प्रयत्न करणे म्हणजे शिंप्याची अथवा गवंड्याची मोजपट्टी घेऊन हिमालयाची उंची किंवा प्रशांत महासागराची खोली मापण्यासारखे हास्यास्पद काम आहे. महाभारताला इतिहास म्हणावे तर ते पुराण वाटते आणि पुराण म्हणू जावे तर ती राजघराण्याची कहाणी वाटते. एक कथा म्हणून त्याचे मूल्यांकन करायचा प्रयत्न करावा तर ते विलक्षण असामान्य काव्य वाटते आणि काव्याच्या भिंगातून त्याच्याकडे पाहू लागल्यास तो दर्शनशास्त्राचा ग्रंथ आहे असे प्रतीत होते. ह्या प्रत्येक वर्गीकरणाची यथार्थता सिद्ध करण्यासाठी पुरेसे आणि शास्त्रीय पुरावेही ह्याच ग्रंथातून उपलब्ध होऊ शकतात आणि ह्या निष्कर्षांच्या विरोधातही तेवढेच भक्कम पुरावे लगेच ह्याच ग्रंथात सापडतात. अशाप्रकारे, पहिल्या दृष्टिक्षेपात महाभारताचे शास्त्रीय रूप फसवे भासले, तरी त्याचे सौंदर्यही त्याच्या ह्या वैशिष्ट्यपूर्ण असण्यातच आहे. मानवनिर्मित कलाकृती कितीही श्रेष्ठ, अगदी उच्चतम असो, एखाद्या जाणकार मर्मज्ञाने त्या कलाकृतीचा दोनदा, चारदा विचार केला, पुन्हा पुन्हा तिचे मूल्यांकन केले की झाले, संपले. त्यानंतर ती कलाकृती त्या मर्मज्ञाच्या लेखी आणखी नव्याने त्यात दडलेले कोणतेही वेगळे गूढ, निराळा अर्थ उकलून दाखवत नाही, कसलीही नवनवी कोडी उलगडून दाखवू शकत नाही. एखाद्या कृतीची कमनीयता, तिचे सौंदर्य, स्वीकृत मापदंडानुसार अगदी उच्चतम वाटले तरी जाणकार विद्वानांना एकदा का तिच्यातील मर्माचा थांग लागला की मग त्या मर्मज्ञाच्या लेखी पुन:पुन्हा, प्रत्येक वेळी नव्याने, नवे सौंदर्य प्रगट करण्यास ती कलाकृती कमीच पडते. नैसर्गिक सौंदर्याचे असे नसते. जो सूर्योदय किंवा ज्या भरतीच्या लाटा काल पाहिल्या होत्या, परवा पाहिल्या होत्या, त्यापूर्वी अनेकदा पहिल्या होत्या त्याच उद्या, परवा, पुन्हा पुन्हा पाहताना, तोच तेवढाच आनंद जसाच्या तसा मिळत राहतो. तेवढेच नाही. तो सूर्योदय किंवा

त्या भरतीच्या लाटा प्रत्येकवेळी कोणत्या तरी वेगळ्याच प्रकारे, नव्या स्वरूपात प्रगट होत आहेत असे वाटल्यावाचून राहत नाही. तीच पूर्वदिशा, तोच सूर्य, उषेचे तेच रंग आणि ढगही तेच, असे असूनही दुसऱ्या, तिसऱ्या दिवशीचा, दर दिवशीचा सूर्योदय नित्यनूतन वाटतो. शास्त्रीय पृथःक्करण केल्यास भरतीच्या लाटांमधील पाण्यात दरवेळी तेच तेच घटक सापडतील; पण पुन्हा पुन्हा पाहताना प्रत्येकवेळी त्या लाटांचे दर्शन, सौंदर्याचा मात्र नवनवा साक्षात्कार घडवून आणेल. मानवनिर्मित रचना आणि दैवी रचना ह्यांतील फरकाचेच हे द्योतक आहे.

महाभारत नावाचा हा ग्रंथ तसे म्हटले तर महर्षी कृष्ण द्वैपायन व्यास नावाच्या एका मानवाचेच सृजन आहे, परंतु त्यांची ही निर्मिती मानवीय मर्यादांच्या पलीकडे जाऊन पोहोचली आहे. महाभारताची बरोबरी करू शकेल असा एकही ग्रंथ अखिल विश्वसाहित्यात नाही. पाश्चिमात्य साहित्यातील महाग्रंथ मानले गेलेले 'इलियड' आणि 'ओडिसी' दोन्ही एकत्र केले तरी एकट्या महाभारताचा नुसता विस्तारच त्यांच्यापेक्षा आठपट जास्त आहे. जीवनाची जी व्यापकता आणि जे सर्वांगीण दर्शन महाभारतात आहे ते तर त्या 'इलियड' आणि 'ओडिसी' मधील जीवनदर्शनाच्या आठशेपट आहे असे म्हणण्यात अतिशयोक्ति होणार नाही. मानवनिर्मित असूनही ह्या ग्रंथाचे सूर्योदय अथवा सागरभरतीसारख्या दैवी रचनांप्रमाणे जे नित्यनूतन रूप दिसते त्यामुळेच कित्येक असामान्य माणसांनी या ग्रंथाचे सखोल चिंतन केले आहे. त्या चिंतनाचा परिपाक म्हणून ह्या ग्रंथाचे आपल्यालाही वेळोवेळी दर्शन घडवले आहे. असे असून सुद्धा महाभारताबद्दल मधूनमधून सारखे लिहिले जातच आहे आणि यापुढील काळातही लिहिले जाईल. त्याचे कारण असे की प्रत्येकवेळी नव्याने वाचताना महाभारताचे प्रत्येक पात्र, प्रत्येक घटना, त्या सूर्योदयाप्रमाणे, भरतीच्या त्या लाटांप्रमाणेच नव्या रूपाचे, नव्या रंगाचे, नवे स्वच्छ, निरभ्र आकाशासारखे दर्शन घडवत मर्मज्ञांपुढे हजर होते.

महाभारत हा समग्र जीवनाला सर्वांगाने स्पर्श करणारा ग्रंथ आहे हेच त्यामागचे कारण आहे. मानवी जीवन गूढ रहस्यांनी भरलेले आहे. ही कोडी कधीच सर्वस्वी उकलली जात नाहीत. हे रहस्यमय जीवन हिमनगासारखे आहे. जीवनाचा उघडपणे दिसून येणारा फक्त नववा किंवा दहावा अंश पृष्ठभागावर असतो. बाकीचा लपलेला, दडलेला असतो. तो उर्वरित गुप्त, लपलेला भाग हाती लागण्यासाठी करायचे मंथन हेच साहित्याचे शाश्वत उद्दिष्ट आहे. महामनीषी व्यासांनी ज्या पात्रांद्वारे, ज्या घटनांद्वारे, जितकी जीवनरहस्ये उकलली तेवढेच नवे प्रश्नही उभे केले आहेत. आता, स्वतः व्यासच जेव्हा प्रश्न निर्माण करतात तेव्हा त्या प्रश्नांचे निराकरण दुसरे कुणी करणार तरी कसे? त्या समस्यांबद्दल फक्त तोंडी अनुमाने काढणे एवढेच काय ते आपल्या हाती आहे.

ह्या महाग्रंथाची रचना करण्यामागे त्याच्या रचयित्याच्या मनात कोणता उद्देश अभिप्रेत असेल तेही एक गूढच आहे. ह्या ग्रंथाच्या आरंभी ग्रंथकर्त्यांनि ह्या ग्रंथरचनेमागील आपल्या उद्देशांची मोठी यादी दिली आहे. या उद्देशांची पूर्ती करण्यासाठी कुरुवंशाच्या कथेचे निमित्त केले असावे असे वाटते, परंतु 'कुरुवंशाचे काही थोडे राजे किंवा राजघराण्यातील काही थोडे लोक ह्यांच्यात झालेल्या संघर्षाची गोष्ट' एवढीच उद्देशपूर्ती असू शकते का? राज्यासाठी लढणाऱ्या राजकुलांची इतिहासाला नवलाई नाही. अशा एकमेकांत लढणाऱ्या राजकुलांनी आपला आणि समाजाचा वेळोवेळी विनाशच ओढवून आणला आहे. ह्या लढायांच्या कहाण्याही कुणाला अपरिचित नाहीत. असल्या कहाण्या रचण्याचे काम सर्वसामान्य दर्जाचा लेखक किंवा इतिहासकारही करू शकेल. व्यासांसारखे महामानव केवळ अशा सामान्य गोष्टीसाठी एवढा मोठा पट उभा करतील? असा एवढा मोठा 'माहोल' रचतील? छे! ह्या केवळ घटना आहेत, बाह्य आवरण आहे. केवळ ही कथा एवढेच महाभारताचे मूलभूत तत्त्व असूच शकत नाही.

'यतो धर्मः ततो जयः' हे वाक्य महाभारतात पुन्हा पुन्हा येते. कधीकधी तर ह्या वाक्यामुळे अशी शंका येते की भगवान व्यासांनी ह्या उक्तीच्या समर्थनार्थ, ही उक्ती सार्थ करण्यासाठीच हा महाग्रंथ लिहिला असावा. 'जय' हा केवळ सामर्थ्याने प्राप्त होत नसतो. मूळ उद्देश आणि त्या उद्देशाची पूर्तता करण्यासाठी वापरण्यात येणारे माध्यम अधिक महत्त्वाचे असते. जेथे अधर्म असेल, जेथे अनीती असेल, अन्याय असेल तेथे वाटेल तेवढे सामर्थ्य एकवटले असले तरी त्या सामर्थ्याचा पराजय निश्चित आहे. अंतिम विजय सत्याचा, धर्माचा आणि न्यायाचाच होणार आणि हे सत्य, धर्म आणि न्याय म्हणजेच 'कृष्णत्व!' कृष्णत्व हे नुसते एक नाव नाही, सर्वोत्तमाची एक भावना, एक संकल्पना आहे. त्यामुळे 'यतो धर्मः ततो जयः'ची दुसरी ओळ लगेच आठवते - 'यतो कृष्णः ततो धर्मः!' जेथे धर्म असेल तेथेच जय असेल पण धर्माची पूर्वअटच 'कृष्णत्व' आहे. कृष्णाविना असणारा धर्म निर्जीव कागदी फुलासारखा आहे.

परंतु, ह्या अशा 'धर्मविजया'चा विचार महाभारताआधीही अनेक ग्रंथांतून अनेक महामानवांनी ढोलताशे वाजवून आपल्याला सांगितला होताच की! त्यात नवे असे काय आहे? उपनिषदांचे तत्त्वज्ञान - त्यांची संख्या अठरा असो की एकशे आठ असो - धर्म नावाच्या ह्या सर्वोपरी तत्त्वाबद्दल भरपूर चिंतन करते. जीवन आणि मृत्यू, उत्पत्ती आणि लय ह्या चक्राबद्दल मनात येणाऱ्या अगणित प्रश्नांबद्दल विचार करता करता ह्या उपनिषदांच्या उद्गात्यांनी धर्मतत्त्व आणि त्याच्या अंतिम लक्ष्यासंबंधी कितीतरी गहन गोष्टी महाभारतकाळाच्या आधीपासूनच आपल्याला सांगून ठेवल्या आहेत. वेदांमध्ये स्थूल संघर्षाच्या कथा आहेत. त्या संघर्षांचे समापन उपनिषदांमध्ये

आहे. अशा तऱ्हेने, संघर्ष आणि त्याची समाप्ती ह्याचा या ना त्या प्रकारे ह्या आधी विचार झाला आहे, त्याची चर्चा झाली आहे. वेदांची रचना आर्यत्वाच्या उगमकाळापर्यंत पोहोचते म्हणूनच आरंभीच्या काळात आर्यांनी ज्या समृद्ध आणि भरपूर जीवनाची इच्छा धरली त्याचाच पडसाद वेदांत ऐकू येतो; परंतु असे हे सर्वांगाने भरपूर समृद्ध जीवन लाभल्यानंतरही कसली तरी उणीव तर होती तशीच राहिली. त्या उणिवेचा साक्षात्कार म्हणून जे चिंतन प्रकटले तीच उपनिषदयात्रा झाली!

'धर्मविजय' एवढाच जर महाभारतकारांचा उद्देश असता तर महायुद्धाच्या अखेरीस व्यासांनी विजेत्यांना असे करुण रुदन करायला लावले नसते. पांडवांच्या विजयापाशीच महाभारतयात्रा पूर्ण झाली असती; पण तसे झालेले नाही. जे सिंहासन प्राप्त करण्याची युधिष्ठिराची इच्छा होती ते सिंहासन त्याला मिळाले, पण ते मिळण्यामागचा त्याचा आनंद हरपला होता. हजारो स्वजनांच्या मृतदेहांच्या बदल्यात मिळालेल्या आनंदापेक्षा करुण कल्पांत बरा असे त्याला वाटले आहे. सदैव पुत्रविजयाची कामना करणाऱ्या धूर्त राजा धृतराष्ट्राला बापुडवाणा बनून, पांडवांचा आश्रित होऊन राहावे लागले आणि विजयाचा अंतिम टणत्कार करणाऱ्या कौरव सेनापती अश्वत्थाम्याच्या नशिबी अमरत्वाचा शाप भोगत भयानक पडछायेसारखे जिणे आले. दारुण विलाप करणाऱ्या राजा युधिष्ठिराच्या तोंडी घातलेल्या एका श्लोकातील भाव कविश्रेष्ठ उमाशंकर जोशींनी फारच सुंदर रीतीने प्रगट केला आहे.

'जित्या तेओ युद्धमां जे हणाया'
(जिंकले ते, जे युद्धात मारले गेले)
ह्या नंतर आणखी एक ओळ आहे-
'समान पल्लां विधिनी तुलानां
जयाजयो तो मननां ज बहानां!'
(विधात्याच्या तुलेची (तराजूची) पारडी समानच (समतोल) असतात,
जय-पराजय हे तर (माणसाच्या) मनाचेच बहाणे (खेळ) असतात!)

शेवटी जय-पराजय दोन्ही म्हणजे एक मनोभूमिकाच असते. विधात्याच्या लेखी 'समतोल' महत्त्वाचा. जे युद्धात मरण पावले तेच सुखी ठरले कारण आप्तस्वकीयांच्या स्वत:च केलेल्या संहाराच्या शेवटी व्याकूळ व्यथेच्या शापातून त्यांची सुटका झाली. जे वाचले आणि जिवंत राहिले त्यांचे उर्वरित आयुष्य म्हणजे असह्य अग्निपरीक्षाच ठरली!

येथेच महाभारतातील गूढ रहस्य हळूहळू दृष्टीपुढे उमटत आहे असे वाटते. महामनीषी व्यास जणू दोन्ही हात उंचावून सांगत आहेत, 'जीवन निरर्थक आहे!' जय किंवा पराजय दोहोंना काही अर्थ नाही. भीष्मांसारखे महामानव शिखंडीमुळे धराशायी होतात आणि कृष्णासारखे लोकोत्तर पुरुषही आपल्या मुलाबाळांना कुत्र्यामांजरांसारखे

एकमेकांशी भांडताना पाहत असूनही त्यावेळी काहीच करू शकत नाहीत. शेवटी अत्यंत हताश अवस्थेत एका रानटी पारध्याच्या बाणाचे लक्ष्य होऊन त्यांना कालवश व्हावे लागते. महाकाळ हाच सर्वोपरी आहे. मानव - मग तो कितीही लोकोत्तर असो, समर्थ असो, महान असो - महाकाळापुढे तो अगदी नगण्य आहे. महाकाळ कुणालाच जुमानत नाही. जीवन ही एक अनायासे प्राप्त झालेली अवस्था आहे. शेवटी ही अवस्था व्यर्थच आहे...व्यर्थच आहे...व्यर्थच आहे!

तर मग लगेच असा प्रश्न पडतो की ह्या निरर्थकतेची ही गोष्ट व्यासांनी कशी काय सांगितली? ती फार तर भारतीय संस्कृतीत एखाद्या चार्वाकाने म्हणावी, पाश्चिमात्य संस्कृतीत एखाद्या एपिक्युरसने म्हणावी! चार्वाक व्यासांच्या आधीचा. चार्वाकाचे म्हणणे यथार्थ ठरवण्यासाठी का व्यासांनी हा एवढा मोठा खटाटोप केला? कदाचित .....चार्वाकाचे म्हणणे खरे होते पण ते चुकीच्या मार्गाने मांडले होते; आता व्यासांनी हे खरे म्हणणे खऱ्या पद्धतीने सांगायचा प्रयत्न केला असेल! अर्थातच, भोग व्यर्थ आहे, क्षणिक आहे; त्याग सार्थ आहे, चिरंतन आहे. चार्वाक ज्या भोगाबद्दल बोलतात तो व्यासांपाशी शंकेपुरताही सापडणार नाही. शेवटी, तो फक्त एक टप्पा आहे, केंद्रस्थानी जीवनाची निरर्थकता आहे.

महाभारताचा उल्लेख करताच त्यातील असंख्य पात्रे डोळ्यांसमोर येतात. कृष्ण-भीष्मांपासून ते थेट अश्वत्थामा-अभिमन्यूपर्यंत एक माळच तयार होते. ह्या पात्रांच्याठायी भव्यता आहे; पण त्यांच्या ठायी प्रश्नही काही कमी नाहीत. चांडाळ-चौकडीचा मुख्य म्हणवला गेलेला दुर्योधन महायुद्धाच्या भीषण क्षणी सात्यकीला म्हणतो, ''हे मित्रा, आपण परममित्र असूनही परस्परांचे जीवघेणे शत्रू बनलो! धिक्कार असो आपल्या क्षात्रधर्माचा! धिक्कार असो आपल्या अहंकाराचा आणि मोहाचा!'' असे म्हणून तो ह्या ठिकाणी अतिकठीण प्रामाणिकतेचेही दर्शन घडवतो. तसेच, सदासर्वदा 'धर्मराज' म्हणून नावाजला गेलेला महात्मा युधिष्ठिर 'द्यूत खेळून मी कौरवांचे राज्य हिरावून घेऊ पाहत होतो' अशी धक्कादायक कबुली देतो! एकट्या हाती ज्यांनी समग्र आर्यावर्ताच्या राजांना पराभूत केले होते ते प्रचंड पराक्रमी भीष्म 'समर्थ माणूस जे म्हणेल तोच धर्म' असे म्हणून कुलवधू द्रौपदी विवस्त्र होत असल्याचे विवश होऊन पाहत राहतात; एवढेच नव्हे तर युद्धाच्या आरंभी आशीर्वाद मागायला आलेल्या युधिष्ठिराजवळ 'आपण नपुंसक आहोत आणि दुर्योधनाचे मिंधे आहोत' (अर्थस्य पुरुषो दासः) असे अगदी दीनपणे म्हणतात, याहून अधिक कठीण, अधिक कठोर अवस्था दुसरी कोणती असेल? धर्माचे जणू उत्तुंग शिखरच असा स्वतः कृष्ण, निद्रावस्थेत असलेल्या द्रौपदीच्या पाचही पुत्रांची अश्वत्थामा कत्तल करून टाकणार आहे हे माहीत असूनही त्यांचे रक्षण करू शकला नाही ह्याचा काय अर्थ लावता येईल?

असे अनेक प्रश्न महाभारताच्या प्रत्येक प्रमुख पात्राच्या आसपास गुंफले गेले आहेत.

सतत अपार उणिवांना सोबत घेऊनच जगल्यानंतरही माझ्या आयुष्यातील परम भाग्याची गोष्ट म्हणजे, साहित्य नावाच्या घटकाशी माझा प्रथम परिचय घडवणारे दुसरे तिसरे कुणी नाही तर व्यास आणि वाल्मीकी असे अतिउत्कृष्ट गुरू होते. वयाच्या दहाव्या वर्षी माळ्यावरून कुठूनतरी खाली काढलेले 'वाल्मीकी रामायण' जवळजवळ काही न समजताच संपूर्ण वाचून काढले होते. मी सलगपणे संपूर्ण वाचलेले आयुष्यातले पहिले पुस्तक! त्यापुढील काळात अवस्थाच अशी होती की वाचनाखेरीज काहीच करता येण्यासारखे नव्हते. अशा परिस्थितीत रामायण-वाचनापाठोपाठ एका आप्तांनी श्री. नानाभाई भट्ट लिखित 'महाभारतना पात्रो' (महाभारतातील पात्रे) ही पुस्तके माझ्या हाती ठेवली. महाभारताशी झालेला हा प्रथम परिचय! हा परिचय आता जवळपास अर्धशतकाइतक्या कालांतराने पुन्हा एकदा नव्याने ताजा करताना वाटते, 'नानाभाई, तुम्ही नकळतच माझ्यावर केवढे उपकार केलेत!'

काही महिन्यांपूर्वी महाभारतातील स्त्रीपात्रांबद्दलची एक सलग लेखमाला मी 'चित्रलेखा' साप्ताहिकात लिहिली होती. महाभारतातील सुमारे बारा-तेरा पात्रांचा ह्या लेखमालेत समावेश होता. ज्या वाचकांनी ही लेखमाला वाचली त्यांनी पुन्हा पुन्हा, संधी मिळेल तेव्हा, सतत आग्रह धरला होता- 'जसे स्त्रीपात्रांबद्दल लिहिलेत तसे, त्याच भूमिकेतून, पात्र आणि घटना सामावून घेणारे एक विशुद्ध विश्लेषण पुरुषपात्रांचेही का करत नाही?' माझ्या मनातही हा विचार घोळत होताच! पण अधेमधे असे काही ना काही घडत गेले की पुरेसा वेळ आणि प्रकृतिस्वास्थ्य ह्यांचा लपंडावच सुरू झाला. हा लपंडाव अजूनही सुरूच आहे म्हणा, पण तशात माझे एक ज्येष्ठ मित्र श्री. अजितकुमार मेहता जरा चेष्टेने; पण अधिककरून गंभीरपणे म्हणाले, ''तुमची ही महाभारतातील स्त्रीपात्रे वाचल्यानंतर आता पुरुषपात्रांची वाट पाहत आहे.'' ते पुढे आणखी म्हणाले, ''मी सत्तरी गाठली आहे हे लक्षात ठेवा!'' इशारा स्पष्ट होता. मलाही वाटले, 'त्यांची सत्तर पूर्ण झालीत, मलाही साठ पूर्ण झालीतच की! आता जे करावेसे वाटते आहे ते मागे ढकलण्यात औचित्य किती?'

पितृवंदनेच्या प्रारंभीच एक खुलासा करावासा वाटतो. हे सर्व पिता केवळ महान आहेत एवढेच नाही. ते आकाशाला भिडणारे आहेत. त्यांना समजून घेण्यात आपणच कुठेतरी उणे पडण्याची शक्यता आहे; पण म्हणजे त्यांच्या वर्तनात वर म्हटल्याप्रमाणे काही प्रश्न नाहीतच अशी शहामृगी वृत्ती ज्ञानयात्रेला बाधक आहे. अशा वृत्तीचा परित्याग अपेक्षित आहे. वाचकांची लेखकांकडून एक ठरावीक अपेक्षा असते तसाच लेखकालाही वाचकांकडून काही अपेक्षा ठेवण्याचा अधिकार असतो.

लेखकाचा हा अधिकार तुम्ही मान्य करत असाल तर त्या अधिकारात सांगावेसे वाटते की या सहयात्रेत सामील होण्यापूर्वी नितांत निर्मळ चिदाकाश तुमच्या सोबत असू द्या.

महाभारताला एकदा नव्याने पुनर्जीवित करून कोट्यवधी लोकांना त्याचा पुनर्परिचय करून दिल्याबद्दल दूरदर्शनच्या पडद्याचे एका तऱ्हेने आभारच मानले पाहिजेत. मात्र या छोट्या पडद्याचे ध्येय 'लोकांपर्यंत पोहोचणे' एवढ्यापुरतेच सीमित असल्याने त्या सादरीकरणात कित्येक ठिकाणी, सत्याचा बळी देऊनही, लोकांच्या आवडीला प्राधान्य दिले गेले आहे. पडद्यावर दिसणाऱ्या ह्या कथानकालाच अंतिम सत्य मानून अथवा कुण्या कथेकऱ्याने सांगितलेल्या कथेलाच प्रमाण मानून ह्या सहयात्रेत सहभागी होण्याचा मोह सोडावा लागेल. ह्यात मांडलेली एखादी गोष्ट पाठभेदाच्या कारणामुळे दुसरीकडे कुठे ह्यापेक्षा वेगळी असण्याची शक्यता आहे. महाभारताचे विविध पाठभेद असल्याने असे होणारच. त्याला भिण्याचे कारण नाही, उलट ते स्वाभाविक म्हणून स्वीकारले पाहिजे.

■

कालो हि कुरुते भावान् सर्वलोके शुभाशुभान् ।
(समग्र सृष्टीतील शुभ-अशुभ तमाम तत्त्वांचा कर्ता काळच आहे)

महा. आदि. १/२४९ (गी.)

।। पितामह भीष्म ।।

एक

गंगा, यमुना, कावेरी, गोदावरी ह्या सगळ्या, भारतवर्षाच्या नकाशावरच्या 'काही तरी' दर्शविणाऱ्या नुसत्या रेषामात्र नव्हेत. ढोबळमानाने त्यांना 'नद्या' असे म्हटले जाते, परंतु प्रत्यक्षात त्या आहेत माता! हजारो वर्षांपासून शेकडो पिढ्यांतील कोट्यवधी माणसांच्या हृदयात त्यांची मातृस्वरूप प्रतिमा अढळ आहे. त्यातही गंगेला जनमानसात अतिशय अनोखे स्थान लाभले आहे. ह्या नद्यांना आचार्य काकासाहेब कालेलकरांनी 'लोकमाता' म्हटले आहे. ह्या लोकमातांबद्दल त्यांची वेगवेगळी निरीक्षणे आहेत. त्यांमध्ये गंगेविषयी त्यांनी असे म्हटले आहे की कुमार देवव्रताला जन्म देण्याखेरीज गंगेने दुसरे आणखी काहीही केले नसते तरी सुद्धा अवघ्या भारताची लोकमाता म्हणून तिचे स्थान सर्वोच्च राहिलेच असते. भारतवर्षाच्या सांस्कृतिक परंपरेत प्रथम पूर्वज म्हणून भीष्मांना जे स्थान आहे त्याचाच हा महिमा आहे. राम, कृष्ण, बुद्ध आणि महावीर हे चौघे भारतीय संस्कृतीचे चार मूलाधार आहेत हे मान्य, परंतु ह्या चौघांना केवळ मानव म्हणता येणार नाही. त्यांच्याभोवती दैवी अंशाचे वलय आहे त्यामुळे हे चौघे निर्भेळ मानव उरले नाहीत. काळाच्या ओघात त्यांच्यावर भरपूर देवत्व लादले गेले आहे. आकाशाएवढे उत्तुंग असूनही हजारो वर्षानंतर आजही ज्यांच्याकडे केवळ मानव म्हणूनच पाहिले जाते अशी आपल्या परंपरेने जतन करून ठेवलेली, मनात जपून ठेवलेली जी काही थोडी पात्रे आहेत त्यात देवव्रत भीष्म प्रथम स्थानी आहेत ह्यात मुळीच शंका नाही.

'महाभारताचा कथानायक कोण?' हा प्रश्न खरोखरच गोंधळून टाकणारा आहे. महाभारताचा अभ्यास करणाऱ्या वेगवेगळ्या लोकांचे ह्याबद्दल वेगवेगळे उत्तर असू शकेल. आपल्या मताच्या पुष्ट्यर्थ वेगवेगळया तऱ्हेने युक्तिवाद करून आपले म्हणणे ते मांडतील. 'ह्या ग्रंथाला कुणी नायकच नाही' असे विधान करून एखादा

विद्वान स्वत:कडे विशेष लक्ष वेधून घेईल अशीही शक्यता आहे! एखादी व्यक्ती नव्हे तर 'विचार' हाच भारताच्या नायकपदी आहे असे म्हटले तर त्यातही कदाचित तथ्य सापडेल. महाभारत, भागवत आणि हरिवंश ह्या तीन ग्रंथांत श्रीकृष्ण सर्वत्र सर्वव्यापी स्वरूपात दिसतात. किंबहुना, ह्या तीनही ग्रंथांतील घटनांमध्ये श्रीकृष्णांचेच प्रत्यक्ष अथवा परोक्ष प्रभुत्व आहे. तरी पण भागवत आणि हरिवंशाची गोष्टच वेगळी आहे. हे दोन्ही ग्रंथ कृष्णाला केंद्रस्थानी ठेवून कृष्ण-महिमा वर्णण्यासाठीच लिहिले गेले आहेत; त्यामुळे ह्या दोन्ही ग्रंथांचा कथानायक कृष्णच आहे असे निर्विवाद म्हणता येईल. महाभारताचे तसे नाही. महाभारतातील तमाम घटनांवर कृष्णाचे अद्‌भुत प्रभुत्व नक्कीच आहे; महाभारतातील अन्य सगळी पात्रे ह्या ना त्या रूपात श्रीकृष्णाचे केंद्रवर्ती स्थान स्वीकारतात हेही मान्य, परंतु तेवढ्यामुळे कृष्णाला महाभारताचा नायक ठरवता येणार नाही. महाभारताची कथा पूर्णतया आकारबद्ध झाल्यानंतर, त्यापुढील घटना म्हणजे केवळ 'पुढच्या महासंहाराची पूर्वतयारी' असल्यासारख्याच उरतात तेव्हा, थेट द्रौपदी-स्वयंवराच्या वेळी प्रथमच एक पात्र म्हणून श्रीकृष्णाचे आगमन होते. कथेचा घटनाक्रम लक्षात घेता असे वाटते की ह्या कथा-प्रवेशावेळी श्रीकृष्णाचे वय पन्नासहून कमी नसावे. शिवाय, महायुद्धाच्या अठरा दिवसांनंतर, विशेषत: उत्तरेच्या गर्भाला पुनर्जीवित केल्यानंतर कृष्णाची कथेतील भूमिका अगदीच नगण्य होऊन जाते.

भीष्मांच्या बाबतीत असे म्हणता येणार नाही. भीष्म हे महाभारतातले एकमेव पात्र आहे, जे ह्या महाकाय कथानकात सर्वाधिक प्रसंगात हजर आहे! किंबहुना, प्रारंभापासून जवळजवळ अंतापर्यंत ह्या पात्राचा व्याप पसरलेला आहे. त्याही पुढे जाऊन असे म्हणता येईल की भीष्मांची ती विख्यात प्रतिज्ञा हीच महाभारताला त्याच्या विविक्षित शेवटाकडे जायला लावणारी मध्यवर्ती घटना आहे. ह्या प्रतिज्ञेबद्दल बरेच काही म्हणता येण्यासारखे आहे. ही प्रतिज्ञा केल्यानंतरचे भीष्माचे एकूण आचरण ह्या प्रतिज्ञेच्या अनुषंगानेच झाले आहे असे जे म्हटले जाते त्यात विवादाला भरपूर वाव आहे. असे असूनही इतर सर्व पात्रांच्या तुलनेत भीष्मच महाभारतातील सर्वांत प्रमुख पात्र आहेत ह्यात शंका नाही. ह्या दृष्टीने पाहता महाभारताचा नायक म्हणून कुणाचे नाव घ्यायचेच असेल तर त्यात भीष्म वरचढ ठरतील.

हस्तिनापूरनरेश शांतनू आणि गंगा ह्यांचे आठवे आणि शेवटचे अपत्य म्हणजेच भीष्म! शांतनू आणि गंगेच्या वैवाहिक जीवनाची कथा सर्वज्ञात आहे. मानवदेह धारण करून विहार करत असलेली रूपयौवना गंगा राजाला दिसली. तिला पाहताच राजाने काममोहित होऊन तिला विवाहाची मागणी घातली. त्यावेळी गंगेने विवाहाची पूर्वअट घालत म्हटले, "राजन्, आपल्या वैवाहिक जीवनात तुम्ही माझ्या कोणत्याही वर्तनाबद्दल मला कसलाच प्रश्न करू नये. ज्याक्षणी तुम्ही माझ्या वर्तनाबद्दल मला

प्रश्न विचाराल किंवा प्रतिबंध कराल त्याक्षणी आपल्या सहजीवनाचा अंत होईल.'' मोहवश झालेल्या राजाने कसलीही शंका न घेता, एकही प्रश्न उपस्थित न करता गंगेची ही विचित्र अट तात्काळ मान्य केली. मोह आणि विचित्रपणाच्या संमिश्रणावर ह्या दांपत्यजीवनाचा प्रारंभ झाला. ह्या प्रसिद्ध कथेचा पूर्वार्ध मात्र पुरेसा प्रचलित नाही. द्यू नावाचा वसू (वसू ही मनुष्य आणि देव ह्यांच्यामधली अर्धदैवी अवस्था आहे. वसू यक्ष, किन्नर वगैरेंच्या कक्षेत येतात) आपल्या सात साथीदारांसह महर्षी वसिष्ठांच्या आश्रमातून त्यांच्या 'कामधेनू' गायीचे अपहरण करतो. त्यासंबंधी आपल्या धर्मग्रंथांमध्ये विविध रूपांत अनेक कथा आढळतात. कल्पवृक्ष आणि कामधेनू म्हणजे प्रत्यक्षात, माणसाच्या मनात उत्पन्न होणाऱ्या अपरंपार इच्छा-कामनांना मूर्त स्वरूप देण्याच्या सततच्या तीव्र उत्कंठेचेच रूप आहे. वसिष्ठांना हे चौर्यकर्म माहीत होताच त्यांनी ह्या वसूंना त्यांच्या अर्धदैवी अवस्थेवरून पदच्युत करून, मनुष्यरूपात पृथ्वीवर जन्म घेण्याचा शाप दिला. शापामुळे तेजहीन झालेल्या वसूंनी वसिष्ठांची प्रार्थना केली. वसिष्ठांचा शाप यथावत् राहिला. इतर सात वसूंनी केवळ मैत्रीखातरच द्यूला ह्या चौर्यकर्मात मदत केली असल्याने, मनुष्यरूपाने जन्मताक्षणीच त्यांना मुक्ती मिळेल आणि पुन्हा स्वर्गलोकी स्थान मिळेल असे वसिष्ठांनी आश्वासन दिले. द्यू मुख्य अपराधी होता. त्याला पृथ्वीवर राहून आजीवन यातना भोगाव्याच लागतील असे त्यांनी म्हटले. द्यूने महामुनींची पुन:पुन्हा विनवणी केली. शेवटी त्यांनी आपला कठोर शापाची धार जरा बोथट केली - 'द्यूला मनुष्यरूप धारण केल्यावर आजीवन यातना भोगव्या लागल्या तरी अपत्याच्या रूपाने त्याला मनुष्यावस्था भोगावी लागणार नाही.' अपत्य म्हणजे पित्याचाच अंश. पित्याचेच नवे रूप. त्यामुळे मानवी रूपातील द्यूला मुले झाली तर त्याच्या शापमुक्तीनंतरही एका अर्थाने तो शापविस्तारच ठरला असता. असे न व्हावे ह्यासाठी द्यू पुत्रहीन असणे आवश्यक होते. अशा प्रकारे, मनुष्यरूपाने जन्म घेणाऱ्या द्यूची अपत्यहीन अवस्था हे वास्तविक, शाप नसून वरदानच होते. राजा शांतनू आणि गंगेचा हा आठवा पुत्र केवळ शापच नव्हे तर पुत्रहीनतेचे 'वरदान' घेऊनच जन्माला आला होता. प्रत्यक्ष जन्म घेण्याआधी हे अष्टवसू आणि गंगा ह्यांनी मिळून आपल्या पृथ्वीवासासाठी जो मार्ग शोधून काढला होता त्यानुसार गंगेने शांतनूची पत्नी होऊन त्या सात वसूंना, मनुष्यरूपात जन्म घेताच मुक्ती देण्याचे कार्य, एक कर्तव्य म्हणून करायचे होते (अर्थात, एखादा तर्कशास्त्री किंवा एखादा निष्णात वकील असा प्रश्न उपस्थित करू शकेल की, समजा, आठव्या मुलाला गंगेच्या प्रवाहात सोडून द्यायला निघालेल्या आपल्या पत्नीला शांतनूने थांबवलेच नसते तर? तर वसिष्ठांचा शाप व्यर्थ ठरला असता की गंगा आपली लग्नपूर्व अट शिथिल करून, मुलाला त्याच्या पित्यापाशी सोडून निघून गेली असती? येथे एक लक्षात ठेवले पाहिजे, महाभारतात प्रश्नच प्रश्न आहेत. ह्या

तमाम प्रश्नांची उत्तरे शोधणे म्हणजे गिरनार पर्वताला दोन हातांच्या कवेत घेण्यासारखे आहे. महाभारतातले प्रश्न कायदेपुस्तकाच्या पानांसारखे नव्हे तर अनंत आकाशाच्या विस्तारासारखे अनुभवले पाहिजेत.)

भीष्मांचा जन्म हा असा झाला. गंगेशी केलेला करार शांतनू राजाने मोडला. स्वतःच्या हाताने आपल्या पहिल्या सात मुलांना गंगेच्या प्रवाहात बुडवून टाकणाऱ्या पत्नीला हा मोहांध राजा एकही प्रश्न विचारू शकला नव्हता, परंतु आठव्यावेळी मात्र विचारल्यावाचून त्याला राहवले नाही. आठव्या मुलाला पाण्यात बुडवण्यास त्याने विरोध केला आणि त्यांचे लग्नाचे नाते संपले. महाभारतकारांनी येथे एक सुंदर संकेत दिला आहे. कथेचा आरंभच मोहातून झालेला आहे. वैवाहिक जीवनाची सार्थकता पुत्रप्राप्तीत असते हा धर्मसंकेत माहीत असूनही राजा शांतनू आपल्या मोहापोटी सात-सात मुलांचे अपमृत्यू बघत राहिला. कितीही प्रबळ मोह असला तरी त्याचा कधीतरी अंत होणे अपरिहार्यच आहे. मोहांध व्यक्तीच्या मोहाचा अंत भीष्मांसारख्या महान व्यक्तिमत्त्वात परिणत होऊ शकतो. मोहातून मुक्त मात्र व्हायला हवे! परंतु, ज्याचा जन्मच मोहातून झाला आहे त्याची जीवनयात्रा सुखमय कशी होणार? चौर्यकर्म हे भीष्मांच्या जन्माचे मूळ कारण आणि मोह हे त्या अवताराचे निमित्त! दैवी अंश त्यागावा लागून मनुष्य-देहाने पृथ्वीवर यावे लागणे ही अत्यंत अवघड शिक्षा आहे हेच जणू येथे सुचवले आहे. महाभारतात ह्या नंतर घडणाऱ्या घटनांमध्येही हाच मोह सत्ता, संपत्ती, सौंदर्य अशा अनेक रूपांत एखाद्या विषारी सर्पासारखा फैलावला आहे.

आठवा पुत्र म्हणून जन्मलेले भीष्म, पूर्वयोजनेनुसार जिवंत राहिले. शांतनूला सोडून गेलेली गंगा ह्या पुत्राला आपल्याबरोबर घेऊन गेली. त्याचे संगोपन पित्याजवळ राहून झालेले नाही. भीष्म - त्यांचे मूळ नाव देवव्रत आहे - शस्त्र आणि शास्त्र दोन्हीत पारंगत झाले. त्यांनी ह्यात अतुलनीय सिद्धी प्राप्त केली. त्यांनी हे सर्व ज्ञान गुरू वसिष्ठांकडून मिळविले हे अतिशय सूचक आहे. ज्या वसिष्ठांचा अपराध केल्यामुळे नरदेह धारण करण्याची शिक्षा भोगावी लागत होती त्या मानवरूपातच हा राजकुमार त्याच महर्षींकडून विद्या संपादन करत आहे. एखादे कृत्य, मग ते अपकृत्य असो की शाप देण्यासारखे प्रचंड कृत्य असो, जीवनात त्याचे स्थान महाकाळाचा एक अंश एवढेच उरते. ते जेवढे असायचे तेवढे होऊन गेले की त्याचा आणखी विस्तार होत नसतो. चोरी, शाप किंवा जन्म हे सर्व एकदा घडून गेल्यानंतर मग वसिष्ठ आणि देवव्रत गुरू-शिष्याच्या निर्भेळ नात्याने बांधले जातात. घडायचे ते घडून गेले. त्याचे आता सुखदुःख नाही. वसिष्ठांव्यतिरिक्त परशुरामांकडूनही भीष्मांनी विद्या संपादन केली. अशा रीतीने, भीष्म परशुरामांचेही शिष्य होते.

वयाच्या हिशोबाचा स्पष्ट उल्लेख महाभारतात कोठेही येत नाही; पण माता

गंगेने देवव्रताला पिता शांतनूच्या हाती पुनश्च सोपवले तेव्हा तो साधारणत: सोळा वर्षांचा असावा असे मानायला हरकत नाही. शस्त्र-शास्त्रात प्रवीण झाल्यानंतरच देवव्रताला तिने शांतनूकडे परत पाठवले आहे. तो परत आल्यानंतर पित्याने त्याला युवराजपदी बसवले आहे म्हणजेच त्याचे वय किमान सोळा वर्षे किंवा त्याहून एखाद-दुसरे वर्ष अधिक असावे हे तर्कसंगत आहे. ह्या नंतर चार वर्षे उलटली असा उल्लेख महाभारतात आहे. ह्याचा अर्थ असा की आता कुमार देवव्रत - हस्तिनापूरचा भावी नरेश असलेला युवराज - सुमारे वीस-बावीस वर्षांचा असावा आणि पिता शांतनूच्या वयाने साठी ओलांडली असावी किंवा तो साठीच्या उंबरठ्यावर असावा.

प्रापंचिक गोष्टींचा त्याग करून वानप्रस्थ स्वीकारण्याच्या वयात राजा शांतनू पुन्हा एकदा मोहाला बळी पडला. आपल्या तरुण पुत्राशी लग्न लावून देण्यासाठी मागणी घालण्यायोग्य वयाच्या मत्स्यगंधेसाठी त्याच्या स्वत:च्या मनात हा मोह उत्पन्न झाला. ही कन्या सुद्धा त्याच्या समकक्ष परिवारातील नव्हती. मासेमारीचा व्यवसाय करणाऱ्या एका समूहाचा मुख्य अशा निषादराजाची ही मुलगी होती. पुन्हा एकदा विवेकावर मोहाने विजय मिळवला आणि राजाने ह्या तरुण कन्येची तिच्या पित्यापाशी मागणी केली. व्यवसायाने कोळी आणि मागास गणल्या जाणाऱ्या निषाद वर्गाचा असला तरी मत्स्यगंधेचा हा पिता अत्यंत व्यवहारदक्ष, मुत्सद्दी आणि निर्भय आहे. ह्या क्षणी हा राजा आपली कोणतीही अट मान्यच करेल ह्याची त्याला खात्री होतीच त्यामुळे त्याने राजाची मागणी मान्य करताना एक अट घातली. भविष्यकाळात मत्स्यगंधेच्या पुत्रालाच राज्य मिळावे, तोच हस्तिनापूरचा राजा व्हावा असे त्याने शांतनूजवळ वचन मागितले. ह्या प्रसंगातून उभे राहणारे महाभारतकालीन समाजरचनेचे चित्र खरोखरच मुग्ध करणारे आहे. राजा शांतनू समर्थ होता, चक्रवर्ती होता. त्याने मनात आणले असते तर निषादराजाला हरवून, त्याच्या मुलीचे अपहरण सहज करू शकला असता, पण त्याने तसे केले नाही. कारण मुळात तो सुसंस्कृत आहे. मत्स्यगंधेबद्दल त्याच्या मनात मोह उत्पन्न झाला हे खरे, परंतु तिला बळजबरीने पळवून नेले असता तिच्या मनात आपल्याविषयी तिरस्कार वा रोषच उत्पन्न होणार हे तो जाणून होता. तिरस्कारापोटी सहजीवन कुठले? एका बाजूला संस्कार तर दुसऱ्या बाजूला मोह, शांतनू दोहोंमध्ये पुरता अडकला आणि उद्विग्न अवस्थेत कसेबसे दिवस कंठू लागला. राज्याचा उत्तराधिकारी युवराज देवव्रतच होता. शांतनूच्या पश्चात देवव्रत सिंहासनावर अधिष्ठित होणार हे स्वाभाविकच होते. त्या पदासाठी देवव्रत सर्वार्थाने योग्य होता. मग त्याचा अधिकार कसा काय हिसकावून घेणार? राजापुढे विलक्षण पेच पडला. काळजीने त्याला पूर्णपणे ग्रासून टाकले.

आपल्या पित्याची अशी अवस्था कुमार देवव्रताच्या नजरेतून सुटली नाही. राजाच्या सारथ्याशी बोलल्यानंतर राजाच्या ह्या अवस्थेमागील रहस्य त्याला उलगडले.

'पृथ्वीपेक्षा बहुमोल केवळ माता आणि आकाशापेक्षा श्रेष्ठ केवळ पिता' - महाभारतकरांची ही उक्ती खूप नंतर युधिष्ठिराच्या तोंडी घातली जाणार आहे, कुमार देवव्रताने आत्ता ह्या क्षणीच ह्या उक्तीचा अप्रत्यक्ष स्वीकार केला आहे. पित्याची कृती योग्य की अयोग्य हे ठरवण्याचे काम पुत्राचे नाही. पित्याची इच्छा पूर्ण करणे हेच पुत्राचे कर्तव्य! ज्याच्या रोमरोमात धर्म भिनलेला आहे अशा, गंगापुत्र आणि महामनीषी वसिष्ठांच्या शिष्याला ह्या गोष्टीचा विसर कसा पडेल? मत्स्यगंधेचा पिता निषादराज ह्याकडे जाऊन त्याने स्वत: आपल्या पित्यासाठी ह्या कन्येला मागणी घातली.

भीष्मांच्या स्वत:च्या जीवनातल्या अनेक कृत्यांपैकी हे पहिले कृत्य आहे. ह्या पहिल्यावहिल्या कृत्याची भव्यता पाहा! स्वत: पूर्णतया समर्थ आहे, विवाहायोग्य वय आहे, सिंहासनावर बसण्याची वेळ अगदी जवळ आलेली आहे अशा वेळी पित्याचा मोह साकार करण्यासाठी तो उद्युक्त झाला आहे. मनात ना कोणता संभ्रम, ना समस्या, ना विचारात काही गोंधळ! फक्त, पित्याप्रती असणाऱ्या कर्तव्याचे अनुसरण! आपल्या साठीतल्या पित्यासाठी निषादराजापाशी त्याची विशीतली कन्या मागणारा बाविशीतला अती तेजस्वी कुमार आणि त्याचा हा निर्लेपपणा! आपल्या स्वत:च्या डोळ्यांपुढे हे चित्र उभे करू शकणाऱ्याला देवव्रताची ही विलक्षण अनासक्ती थक्क करून सोडणारी आहे.

निषादराजा चतुर, किंबहुना अतिचतुर आहे! राजाच्या वतीने मागणी घालण्यासाठी आलेल्या कुमाराला पाहताक्षणीच आपल्या भावी नातवाचा मार्ग सुगम होत असल्याची त्याची पक्की खात्री झाली असणार. राजाला घातली तीच अट त्याने निर्भयपणे कुमारापुढे मांडली. कुमाराला निषादराजाची अट शांतनूच्या सारथ्याकडून ह्या आधीच कळली होती. त्यामुळे ह्या अटीला तोंड देण्याची त्याची मानसिक तयारी झालेलीच असणार. क्षणभराचाही विलंब न करता त्याने अत्यंत निर्लेपपणे म्हटले -

एवमेतत् करिष्यामि यथा त्वमनुभाषसे ।
योस्यां जनिष्यते पुत्रः स नो राजा भविष्यति ॥

'तुम्ही जे म्हणत आहात तसेच होईल. ह्या सत्यवतीच्या उदरी जो जन्म घेईल तोच हस्तिनापूरनरेश होईल.'

परंतु निषादराज साधासुधा नाही. अनेक पावसाळे पाहिलेला आणि अतिदूरगामी परिणामांची चाहूल घेऊ शकणारा चतुर मुत्सद्दी आहे. देवव्रत सिंहासनाचा त्याग भले करो, पण त्याच्या मुलांचा काय भरवसा! त्याचे पुत्र सत्यवतीच्या पुत्राकडून राज्य हिसकावून घेतील ही शक्यता होतीच. देवव्रत सत्यप्रतिज्ञ आहे ह्या बद्दल निषादराजाला लवमात्र शंका नाही; पण भविष्याकाळात जन्मणाऱ्या देवव्रताच्या मुलांवर ह्या प्रतिज्ञेचे बंधन नसणार. अशा परिस्थितीत आपल्या नातवाचे हित कसे जपायचे? राजा मोहाने अंध झाला आहे आणि कुमार नखशिखान्त पुत्रधर्माचे

आचरण करणारा आहे ह्याची साक्ष पटताच त्याने आपल्या अटीचा आणखी थोडा विस्तार केला. "कुमार, तुमच्या सत्यवादीपणाची कुणीच शंका घेणार नाही. पण तुमच्या पुत्रांचे काय? समजा तुमची प्रतिज्ञा त्यांनी स्वीकारली नाही तर माझ्या नातवाच्या कल्याणासाठी केलेला हा सगळा खटाटोप व्यर्थच ठरेल! तुमच्या सामर्थ्यापुढे त्याचा काय निभाव लागणार?"

इथे भीष्मांच्या आयुष्यातला भव्यतम क्षण आला आहे. आधी सगळे व्यवहारी हिशोब करून नंतर धर्माचे अनुसरण होत नसते. धर्माचरणासाठी तत्काळ शिर उतरवून देण्याचे सामर्थ्य आणि तत्परता दोन्ही गोष्टी असाव्या लागतात. आपला जो धर्म पाळण्यासाठी कुमार निषादराजाकडे आला होता त्या धर्मकर्तव्याचे उद्दिष्ट लक्षात घेऊन, दुसरा कसलाही विचार न करता, एका क्षणाचाही विलंब न करता चहुदिशांतून जणू प्रतिध्वनी येत असावा अशा धीरगंभीर स्वरात त्याने म्हटले, "ह्या क्षणी येथे उपस्थित असणाऱ्या सर्व ऋषिगणांच्या, देवगणांच्या आणि अंतरिक्षातील प्राणिमात्रांच्या उपस्थितीत मी प्रतिज्ञा करतो की, मी आजीवन ब्रह्मचर्याचे पालन करेन. मी अ-पुत्र अवस्थेतच जीवन समाप्त करेन आणि नैष्ठिक ब्रह्मचर्याचे पालन करेन. हे निषादराज, आता तुम्ही आपली कन्या राजाला द्यावी!"

दशदिशा स्तब्ध व्हाव्यात आणि महाकाळानेही क्षणभर थबकावे अशी ही प्रतिज्ञा, असे धर्मपालन! ह्याक्षणी कुमार देवव्रत 'भीष्म' (म्हणजेच प्रचंड) बनले.

दोन

माता सत्यवती आणि राजा शांतनू ह्यांच्या वैवाहिक कालावधीबद्दल अचूक माहिती महाभारतात मिळत नाही; पण तो कालावधी दीर्घकाळाचा नसावा असे वाटते. त्या दोघांच्या सहजीवनाचे फलस्वरूप म्हणजे चित्रांगद आणि विचित्रवीर्य हे दोन कुमार! भीष्मांच्या देखरेखीखाली त्यांच्या अध्ययन आदींची व्यवस्था झाली त्याअर्थी त्यावेळी राजा शांतनू कालवश झालेले असावेत. दोघे कुमार वयात येण्याआधी, यौवनसंपन्न होण्याआधीच चित्रांगदाचा मृत्यू झाला. आता कुमार विचित्रवीर्य एकटाच उरला. काशीनरेशाने आपल्या तीन कन्यांचे स्वयंवर मांडले होते. भीष्मांनी विचित्रवीर्याच्या लग्नासाठी हीच संधी निवडली. भीष्म ह्या स्वयंवरास हजर राहण्यासाठी गेले त्यावेळी त्यांचे स्वत:चे लग्नाचे वय नक्कीच उलटून गेलेले असावे. स्वयंवरासाठी त्यांना आलेले पाहून, तेथे हजर असलेल्या अन्य राजांनी आपापसांत भीष्मांच्या उपस्थितीचा उपहास करत म्हटले, "अरे, हा म्हातारा स्वत:ला धर्मात्मा म्हणवत होता ना! मग आता आपली प्रतिज्ञा विसरून ह्या वयात येथे स्वयंवरमंडपात का आला आहे? पिकल्या केसांच्या आणि सुरकुतल्या चेहऱ्याच्या ह्या राजाला आपण

व्यर्थच ब्रह्मचारी मानत होतो!''

ह्या सर्वांच्या डोळ्यांदेखत भीष्मांनी त्या उपवर राजकुमारींचे बळपूर्वक हरण केले. ह्या घटनेने हबकून गेलेल्या राजांना त्यांनी आव्हानपूर्वक म्हटले, ''अन्य सर्व राजांना पराजित करून ज्या कन्येचे अपहरण केले जाते त्या कन्येला क्षत्रियधर्मानुसार, न्यायाने प्राप्त केले असेच म्हणतात. हे राजांनो, तुम्ही सगळेच्या सगळे माझ्याशी युद्ध करा आणि एक तर मला पराजित करा किंवा आपला पराजय स्वीकारा!'' जे धारले होते तेच घडले. स्वयंवरासाठी काशीनगरीत जमलेले एकूण एक राजे एकत्रितपणेही, एकट्या भीष्मांसमोर टिकाव धरू शकले नाहीत.

ह्या कन्यांच्या अपहरणाचे कृत्य न्यायोचित म्हणता येईल की नाही, हा वादाचा मुद्दा होऊ शकेल. काशीनगरीत स्वयंवर आयोजित केले होते. हे अपहरण स्वयंवराच्या रूढ झालेल्या नियमांच्या विरुद्ध होते असे वाटते. अशाप्रकारे अपहरण करून केलेल्या लग्नांची इतर उदाहरणे महाभारतात आहेत, परंतु त्यात विवाह करणाऱ्या राजाने स्वत: वधूचे अपहरण केले आहे. तिची पूर्वसंमती मिळवून नंतरच तिला पळवून नेले आहे. ह्या ठिकाणी ज्याच्यासाठी ह्या मुली पळवून नेल्या जात होत्या त्या विचित्रवीर्यापाशी तेवढा तेजस्वीपणाही नाही किंवा त्या वधूंच्या पसंतीस उतरण्याइतकी क्षमताही नाही. 'एका व्यक्तीसाठी दुसराच कुणी तरी अपहरण करतो' असे दुसरे उदाहरण सापडत नाही.

ह्या तीन अपहृता वधूंपैकी ज्येष्ठ असलेल्या अंबेने 'आपण मनाने शाल्वराजाला वरले आहे' असे म्हटले होते. ''जी मनाने दुसऱ्याची झाली आहे तिचा स्वीकार करणे धर्माच्या विरूद्ध आहे'' असे म्हणून भीष्मांनी तिला शाल्वाकडे जाण्याची मोकळीक दिली आणि अंबिका व अंबालिका ह्या दोघींचा विचित्रवीर्याशी विवाह लावून दिला. भीष्मांनी जिला मुक्त केले ती अंबाच शेवटी भीष्मांच्या मृत्यूस निमित्त ठरली हे लक्षणीय आहे. अंबेने ज्याला मनाने वरले त्या शाल्वराजाने तिला स्वीकारले नाही. 'दुसऱ्या कुणी तरी पळवून नेलेल्या स्त्रीचा, क्षत्रियवीर स्वीकार करेलच कसा', असे म्हणून शाल्वराजाने तिला परत पाठवले. पदरी निराशा पडलेली हताश अंबा जमदग्निपुत्र परशुरामांकडे गेली. भीष्मांमुळेच आपली अशी असहाय अवस्था झाल्याचे सांगून, भीष्मांना दंड देण्याची विनंती तिने परशुरामांना केली. परशुरामांनी तिला तसे वचन दिले. आपला शिष्य भीष्म आपली अवज्ञा करणार नाही अशा विश्वासाने त्यांनी हस्तिनापूरला जाऊन भीष्मांना अंबेशी विवाह करण्याची सूचना केली. प्रतिज्ञाबद्ध भीष्मांनी गुरूची ही एक आज्ञा मान्य न करणे स्वाभाविकच होते. परिणामी, संतप्त ब्राह्मण परशुराम आणि भीष्म ह्यांच्यात तुमुल युद्ध झाले. कित्येक दिवस चाललेले हे युद्ध एका अर्थी, अनिर्णित राहिले असेच म्हणावे लागेल कारण भीष्मांचे सामर्थ्य पाहून परशुरामांनी युद्धच आवरते घेतले.

परशुरामांनीही निराश केल्यानंतर अंबेने उग्र तपश्चर्या करून शेवटी भगवान शंकरांकडून भीष्मांचा वध करण्यासाठी वरदान मागितले. शंकरांनी तसे वरदान दिले, पण त्यासाठी अंबेने पुनर्जन्म घेऊन पुढील जन्मात भीष्मांच्या वधाचे निमित्त व्हायचे होते. अंबेने तत्क्षणी चितेवर चढून स्वत:ला जाळून घेतले आणि महाराज द्रुपदाच्या पोटी शिखंडीच्या रूपात पुनर्जन्म घेतला.

राजा विचित्रवीर्याचे वैवाहिक जीवन प्रारंभी सुखाचे होते तरी ते फार काळ टिकले नाही. दोन पत्नींसह अतिशय भोगविलासात रमलेला हा राजा लवकरच रोगिष्ट बनला आणि कालवश झाला. मरतेसमयी तो निपुत्रिक होता. त्याच्या मृत्यूने अजमीढ कुळाचा आणि राजा कुरूच्या वंशाचा अंत झाला. हस्तिनापूरचे सिंहासन राजाविना रिते झाले. हस्तिनापूरच्या सिंहासनाला वारस लाभण्यासाठी आणि कुरुकुलाचा वंश टिकून राहण्यासाठी आता केवळ एकच पर्याय उरला होता - भीष्मांनी आजीवन ब्रह्मचर्याची आपली प्रतिज्ञा मोडून लग्न करावे! माता सत्यवतीने भीष्मांना बोलावून म्हटले, ''वत्सा, तू सिंहासनाभिषेक करवून घे. धर्मानुसार विवाह कर आणि आपल्या पितृकुळाला नरकवासातून उद्धरून घे!''

ज्या सत्यवतीसाठी कुमार भीष्माने ही अतिदुष्कर प्रतिज्ञा केली होती, तीच सत्यवती त्यांना आपद्धर्म म्हणून त्या प्रतिज्ञेतून मुक्त करत होती. येथे प्रश्न असा निर्माण होती की, भीष्मांनी मातेच्या ह्या आज्ञेचे म्हणा की इच्छेचे म्हणा, पालन केले असते आणि स्वत: सिंहासनावर आरूढ होऊन लग्न केले असते तर तो प्रतिज्ञाभंग ठरला असता का? प्रतिज्ञा एका निश्चित कारणासाठी होती. तो हेतू आता सर्वस्वी निरर्थक झाला होता. माता स्वत: आग्रह करत होती. लक्षणार्थाऐवजी वाच्यार्थाने, प्रतिज्ञेला शब्दश: चिकटून राहण्याचे जे परिणाम आता संभवत होते ते आधिकच कठीण आणि अनिष्ट होते. हे सर्व जाणत असूनही केवळ वाच्यार्थालाच धरून बसण्यात विशेषत्वाने धर्माचे अनुसरण झाले असे म्हणता येईल का?

एकीकडे मातेची इच्छा, कुळाचे सातत्य आणि राज्याच्या भवितव्याचा प्रश्न आहे आणि दुसरीकडे प्रतिज्ञेचे केवळ शब्द आहेत त्यामागची भावना आता निरर्थक होऊन चुकली आहे. अशा परिस्थितीत, महाभारतात पुढे जे वारंवार म्हटले आहे, –मोठ्या धर्मापालनासाठी लहान धर्माचा त्याग करावा, समष्टीच्या हितासाठी व्यक्तीचे हित सोडून द्यावे, वैयक्तिक हिताचा बळी देणे हाच मोठा धर्म आहे– त्या कथनाचे ह्या प्रसंगी विस्मरण झालेले दिसते. ह्यावेळी भीष्म जर त्या कथनानुसार वागले असते तर समग्र आर्यावर्त कुरुक्षेत्रावरील महासंहारातून बचावले असते. हीच प्रतिज्ञा पुढे करून, भीष्मांनी परशुरामांसारख्या महान गुरूच्या आज्ञेचेही उल्लंघन केले होते हेही लक्षात घेतले पाहिजे.

भीष्मांनी लग्नाला आणि राज्य करण्याला नकार दिल्यावर माता सत्यवतीने

त्यांना आणखी एक नाजूक पर्याय सुचवला. केवळ वंशसातत्यासाठीच, पुत्रप्राप्तीच्या इच्छेखातर जर एखाद्या विधवेने आपल्या कुळातील कुणा योग्य पुरुषाशी संबंध केला तर तो धर्म्य आहे आणि अशा पुत्राला शास्त्रात अनुमोदन मिळाले आहे असे मातेने भीष्मांना सांगितले आणि अंबिका व अंबालिका ह्या विचित्रवीर्याच्या विधवांच्या उदरी अपत्यसंभव करण्यासही सांगितले. हा प्रस्तावसुद्धा भीष्म तर्कशुद्धपणे नाकारतात कारण असे करण्यानेही नैष्ठिक ब्रह्मचर्याच्या त्या प्रतिज्ञेचा भंग तर होतोच! शेवटी नाइलाजाने, अशा परिस्थितीत धर्माने सांगितलेल्या इतर मार्गांचा अवलंब करण्यात आला. हा मार्ग म्हणजे, एखाद्या तेजस्वी आणि संयमी ब्राह्मणास विचित्रवीर्याच्या राण्यांच्या उदरी गर्भसंभव व्हावा म्हणून आमंत्रित करावे आणि त्या ब्राह्मणाने कामभावना त्यागून केवळ एक धर्मपूर्ण कर्तव्य म्हणून एकदा ह्या स्त्रीशी संग करावा. लक्षात घ्या, ह्या ठिकाणी तो केवळ एक तेजस्वी ब्राह्मण असावा एवढेच पुरेसे नाही. हा ब्राह्मण संयमी तर असायलाच हवा, शिवाय त्याने हे कृत्य कामप्रेरित होऊन नव्हे तर धर्मप्रेरित होऊन करायचे आहे. ह्यावेळी सत्यवतीने आपल्याला कौमार्यावस्थेत झालेला पराशरमुनींचा पुत्र व्यास ह्याच्याबद्दल भीष्मांना सांगितले आणि शेवटी महर्षी व्यासांना ह्या प्रजोत्पत्तीसाठी बोलावण्यात आले. व्यासांनी आपल्या मातेची आज्ञा मानली. दोन्ही राण्यांच्या मनाची तयारी होण्यासाठी त्यांनी एक वर्षाची मुदत मागितली, परंतु माता उतावीळ झाली होती. तिने पुत्राला तत्काळ त्याच रात्री हा विधी पूर्ण करण्यास सांगितले.

त्यानंतरचा कथाभाग सर्वश्रुत आहे. व्यासांच्या प्रचंड स्वरूपामुळे घाबरलेल्या अंबिकेने गर्भस्थापनेच्या ऐनक्षणी डोळे बंद केले आणि तिला पुत्र झाला तो अंध धृतराष्ट्र! सिंहासनावर बसणारा राजा अंध असून चालणार नसल्याने व्यासांना पुन्हा बोलावण्यात आले. ह्यावेळी दुसरी राणी अंबालिका प्रसन्नचित्ताने शयनगृहात गेली; पण व्यासांच्या नुसत्या असाधारण दर्शनानेच तिच्या चेहऱ्यावरचा रंग उडाला. ती पांढरीफटक पडली. परिणामी तिचा पुत्र पंडुरोगी निपजला. दोन्ही पुत्र असे निपजलेले पाहून माता सत्यवतीने श्रेष्ठ पुत्राच्या इच्छेने व्यासांना पुन्हा एकवार विनवले. पुन्हा एकदा अंबिकेला शयनगृहात पाठवले पण आधीच्या अनुभवाने भयभीत झालेल्या अंबिकेने ह्यावेळी सत्यवतीला न सांगता, आपल्या शयनगृहात एका विश्वासू दासीलाच पाठवून दिले. ह्या दासीने मोठ्या आनंदाने व्यासांचे स्वागत केले आणि त्या प्रसन्नतेचा परिपाक म्हणून सर्वगुणसंपन्न आणि धर्मनिष्ठ पुत्र विदुर त्या दासीला प्राप्त झाला.

अपत्यनिर्मितीच्या ह्या घटनेचा अर्थ समजून घेतला पाहिजे. केवळ वासनेपोटी नव्हे तर उभयतांचे अत्यंत प्रसन्नचित्ताने मीलन घडलेले असते असे पतिपत्नी आपल्याला नेहमीच्या व्यवहारात किती प्रमाणात आढळतात? धर्मशील आणि

असामान्य अपत्याच्या प्राप्तीसाठी पतिपत्नींनी एकमेकांत तादात्म्य पावण्याच्याक्षणी अशी तद्रूपता अनिवार्य असते परंतु असे क्वचितच घडलेले दिसते. त्यामुळे बहुतांशी, सामान्य किंवा सामान्यापेक्षाही उतरत्या दर्जाच्या अपत्यांचे म्हणजेच माणसांचे पृथ्वीवर उधाण आलेले दिसते. स्त्री-पुरुषातील शरीरसंबंध म्हणजे एक अनिवार्य मानवी भूक असली तरी प्रसन्नतेने, आनंदाने केलेले अतिसामान्य भोजन आणि कुठल्याही प्रकारच्या तृप्तीशिवायचे, किंबहुना एक प्रकारच्या असंतोषाने किंवा नावडीने केलेले पंचक्वान्नांचे भोजन ह्यांमध्ये पक्वान्नांच्या भोजनामुळे भूक एक वेळ भागत असेलही, परंतु देहाच्या कोशाची वृद्धी त्या पक्वान्नांमुळे नव्हे तर त्या साध्यासुध्या भोजनातील प्रसन्नतेमुळे, आनंदामुळे होते! आपले व्यवहार केवळ 'भूक भागवण्याचे' आहेत की प्रसन्नतेचे धर्म्य व्यवहार आहेत हे आपल्या अपत्यांकडे पाहून समजते. प्रसन्नतेचा असा धर्म्य व्यवहार पतिपत्नींमध्येच असेल असे नाही. ही स्त्री आणि पुरुष ह्यांच्यातील मीलनाची प्रक्रिया आहे. ह्या मिलनाला सामाजिक संदर्भात आपण 'पतिपत्नी-संबंध' अशी मर्यादा घातली आहे. स्वतः व्यास, विदुर, कर्ण ही पुरेशी उदाहरणे आहेत. सामाजिक स्थैर्यासाठी संबंधांना नाव कोणतेही दिले तरी मिलनासाठी केवळ 'शारीरिक सज्जतेचा' नव्हे तर 'मानसिक सायुज्या'चा क्षण हाच श्रेष्ठ क्षण असतो हे ह्या उदाहरणांवरून दिसून येईल. आपल्या व्यवहारात रूढ झाल्या असतील किंवा आपल्याला अनुकूल असतील तेवढ्याच गोष्टींचे संकेत महाभारत देत नाही. महाभारतात अखिल मानव-व्यवहारांचे आरपार दर्शन घडते.

आणखी एक गोष्ट.

धृतराष्ट्र आणि पांडूच्या जन्माने अजमींढ कुळाची ही कहाणी पुढे जात असेलही परंतु बारकाईने पाहिल्यास धृतराष्ट्र किंवा पांडू ह्यांना आता कुरुवंशीय म्हणताच येणार नाही. हस्तिनापूरच्या सिंहासनाची अधिकारी फक्त सत्यवतीचीच मुले असतील अशी प्रचंड प्रतिज्ञा भीष्मांनी केली होती. धृतराष्ट्र किंवा पांडूला सत्यवतीची मुले म्हणता येणार नाही. हे दोघे आईकडून काशीनरेशाचा वंश आहेत आणि वडिलांकडून पराशर ऋषींचा वंश आहेत. ह्यात शांतनू किंवा सत्यवती कुठेही, लेशमात्रही नाहीत. अंबिका, अंबालिका काशीनरेशाच्या मुली आहेत तर व्यास पराशर ऋषींचे बीज आहे. अशा प्रकारे, खरे तर विचित्रवीर्याच्या मृत्यूबरोबरच कुरुवंशाची इतिश्री झाली असेच म्हणावे लागेल. त्यानंतरची सर्व कथा धार्तराष्ट्रांची आणि पांडवांची आहे. धार्तराष्ट्रांना म्हणजेच धृतराष्ट्राच्या पुत्रांना कौरव म्हणजे कुरुवंशीय म्हणण्यात औचित्य नाही. धार्तराष्ट्र जर कौरव म्हणजेच कुरुवंशीय म्हटले जात असतील तर पांडवही अर्थातच कुरुवंशीय म्हणजेच कौरव म्हटले गेले असते, परंतु असे झाले नाही याबद्दलच्या कारणांची चर्चा पुढे योग्य तेथे करूच!

धृतराष्ट्र, पांडू आणि विदुर ही तिन्ही मुले विवाहायोग्य वयाची झाल्यावर भीष्मांनी फक्त विदुराशी विचारविनिमय केला हे फार सूचक आहे. तिघा भावांत विदुर सर्वांत धाकटा आहे; त्याचा जन्मही राणीच्या पोटी झालेला नाही. तरीसुद्धा दोघा थोरल्या भावांच्या लग्नाबद्दल भीष्म विदुराशी चर्चा करतात. धृतराष्ट्र आणि पांडू दोघांपेक्षा विदुर धर्माचे बारकावे अधिक जाणत होता आणि भीष्मांना हा फरक मान्य होता. विदुराशी विचारविमर्श करून मग भीष्मांनी धृतराष्ट्राचे लग्न गांधारीशी आणि पांडूचे लग्न कुंतीशी करून दिले होते. ह्या दोन्ही कन्या पसंत करण्यामागे भीष्मांचे जे धोरण होते त्यात ह्या दोघींना त्यांच्या कौमार्यावस्थेत पुत्रप्राप्तीबद्दलचे वरदान मिळालेले होते ह्या गोष्टीला महत्त्व आहे. गांधारीच्या पोटी शंभर पुत्र जन्माला येतील आणि कुंतीलाही पराक्रमी पुत्र प्राप्त होतील ह्या वरदानांची भीष्मांना पूर्वकल्पना होती. विचित्रवीर्याच्या अकाली मृत्यूनंतर जी परिस्थिती उद्‌भवली त्यामुळे भीष्मांनी हे निकष स्वीकारले असण्याची शक्यता आहे. विदुराशी केलेल्या मसलतीत भीष्मांनी ह्या गोष्टीचा उल्लेखही केला आहे.

पांडूचा दुसरा विवाह माद्रीशी झाला. धृतराष्ट्राचे दुसरे लग्न न करता एकट्या पांडूच्या दुसऱ्या लग्नाचा विचार भीष्मांनी का केला असावा ह्याबद्दल स्पष्टीकरण कुठेच मिळत नाही. ह्या लग्नासाठी भीष्म मद्रदेशच्या राजाकडे जाऊन त्याच्या कन्येला मागणी घालतात आणि मद्रदेशचा राजाही त्या मागणीचा स्वीकार करतो. हा स्वीकार सशर्त आहे. 'आमच्या कुळात कन्याविक्रयाची परंपरा आहे. ही प्रथा कदाचित अयोग्य असेलही परंतु कुलपरंपरा तोडणे धर्म्य नाही त्यामुळे हा विवाह करायचा असेल तर भीष्मांना वधूच्या बदल्यात धन द्यावे लागेल' असे तो म्हणतो. अशा रीतीने, भीष्मांनी पांडूसाठी माद्रीला एका अर्थी विकतच घेतली! खूपसे धन देऊन भीष्म ह्या कन्येस तत्काळ आपल्या सोबत घेऊन आले आणि हस्तिनापुरास येऊन त्यांनी पांडूशी तिचे लग्न लावून दिले.

तीन मुलींशी ह्या दोघा भावांची लग्ने लावल्यानंतर भीष्मांनी विदुराच्या विवाहाचा प्रश्न हाती घेतला. विदुरासाठी त्यांनी कुणा राजकन्येची नव्हे तर देवक राज्याच्या कुळात राहणाऱ्या, शूद्र माता आणि ब्राह्मण पित्याच्या एका मुलीची निवड केली आणि त्याचे लग्न लावून दिले.

दोन वधूंशी लग्न झाल्यावर विचित्रवीर्याचा असाध्य रोगामुळे निपुत्रिक अवस्थेत मृत्यू झाला. विचित्रवीर्याचा क्षेत्रज मुलगा पांडू ह्यानेही पित्याप्रमाणे दोघींशी विवाह केला. त्यानंतर त्याने राजवैभवाचा उपभोग घेतला, तो राजनगर हस्तिनापुरात राहून नव्हे! दोन्ही पत्नींसह त्याने अरण्यवास स्वीकारला. ह्यामागे तपश्चर्या करणे किंवा असेच एखादे आध्यात्मिक कारण नव्हते. वनात राहून त्याने सर्व राजसी उपभोग भोगले आहेत. तो मृगया करतो, तरुण पत्नींसह संसारसुख भोगतो आणि ह्या

मृगयेपायीच ‘स्त्रीसंगाला असमर्थ ठरण्याचा’ शापही त्याला भोगावा लागतो. मृगरूपधारी ऋषीची त्याने शिकार केली तेव्हा प्राणत्याग करतेवेळी ऋषी त्याला शाप देतात. ह्यापुढे केव्हाही, स्त्रीसंग म्हणजे मृत्यूला अनिवार्य आमंत्रण! हा शाप मिळाल्याने त्याने अरण्यवासात साधुजीवनाचा अंगीकार केला.

निपुत्रिक अवस्थेत मृत्यू हाच अशा परिस्थितीचा स्वाभाविक अंत होता. अद्यापि हस्तिनापुरात गांधारीला पुत्रप्राप्ती झाली नव्हती आणि अरण्यात पांडूला पितृत्व मिळू शकेल अशी परिस्थिती उरली नव्हती. अशावेळी कुंतीने पांडूच्या सूचनेवरून, आपल्या कौमार्यावस्थेत मिळालेल्या वरांनुसार मंत्रप्राप्तीने तीन पुत्रांना जन्म दिला. अशा मंत्रांमुळे पुत्रजन्म होतो की नाही हा वेगळ्या चर्चेचा मुद्दा आहे. पण ही तिन्ही मुले पांडूची नाहीत हे स्वयंसिद्ध सत्य आहे. पांडूच्या धमन्यांतून वाहणाऱ्या, व्यास आणि अंबालिकेकडून आलेल्या उरल्यासुरल्या रक्ताचाही युधिष्ठिरादींच्या नव्या पिढीमध्ये सर्वस्वी अभाव आहे. ही कुंतीची मुले आहेत, पांडूची नव्हेत हे सत्य नाकारता येणार नाही. पुढचे दोन्ही पुत्रही कुंतीनेच त्या मंत्रविधानाने देवांना बोलावून माद्रीच्या उदरी जन्माला घातले आहेत. असे केल्याने कुंतीला मिळालेले ‘पाच पुत्रांची माता होण्याचे’ वरदानही काही अंशी असत्य ठरते हा मुद्दाही विसरण्यासारखा नाही. वरदान हे कुंतीला मातृत्व मिळण्याबद्दल होते. अशा प्रकारे ते ‘हस्तांतरणीय’ कसे काय होऊ शकते असा प्रश्न उपस्थित करता येईल; पण महाभारत म्हणजे विराटव्यापी अरण्य आहे. त्यात अपार सौंदर्यस्थळे असली तरी अगम्य आणि गूढ गोष्टींचीही कमतरता नाही.

तृतीय पुत्र अर्जुन चौदा वर्षांचा झाला असताना एक करुण घटना घडली. (आदिपर्व १२४/१). (एव्हाना हस्तिनापुरात गांधारीच्या शंभर पुत्रांचा जन्म होऊन चुकला होता.) शापित अवस्थेत पांडू किमान वीसएक वर्षे जगला असावा. त्यानंतर एका दुबळ्या क्षणी तो मोहाला बळी पडला आणि माद्रीशी संग केल्याने तो मृत्युमुखी पडला. कुंती आणि किशोरावस्थेतील - युधिष्ठिर त्यावेळी साधारणतः अठरा वर्षांचा असावा - कुमारांना अरण्यवासी ऋषींनी हस्तिनापुरात येऊन भीष्मांच्या हाती सोपवून दिले. अरण्यातील ऋषिजनांनी स्वतः हस्तिनापुरात येण्यामागील कारण अगदी उघड आहे. पुत्रोत्पत्तीस पांडू असमर्थ ठरला होता हे सत्य सर्वश्रुत होते. त्यामुळे कुंतीच्या चारित्र्याला कलंक लागू नये ह्यासाठी आणि ‘भीष्मांनी ह्या कुमारांचा स्वीकार केला नाही तर’ ह्या कुशंकेपोटी ऋषींनी हे पाऊल उचलले असावे. युधिष्ठिरादी कुमार ऋषींचे लाडके होते, तेजस्वी आणि धर्मिष्ठ होते आणि गांधारीच्या ज्येष्ठपुत्र दुर्योधनापेक्षा युधिष्ठिर थोरला होता ह्या सर्व कारणांमुळे तोच राजा व्हावा अशी ऋषींची इच्छा असण्याची शक्यता आहे.

दुर्योधनादी पुत्रांची लक्षणे भीष्मांना कळून चुकली आहेत आणि युधिष्ठिरादी

पांडुपुत्राबद्दल त्यांना कल्पना आली आहे. धृतराष्ट्रपुत्र कसेही असले तरी धृतराष्ट्राचे वंशज आहेत आणि त्यांच्यात माता सत्यवतीचे रक्त - व्यासांच्या द्वारे असले तरी - खेळत आहे. पांडुपुत्र कितीही धर्मिष्ठ आणि तेजस्वी असले तरी त्यांच्यात सत्यवतीचे अथवा कुरुवंशाचे रक्त आता उरलेलेलच नाही ह्या परम आणि निखळ सत्यासह आता भीष्मांना धर्माचे पालन करायचे होते, त्या सत्यासकट जगायचे होते.

तीन

पांडुपुत्र आणि धृतराष्ट्रकुमार प्रथम कृपाचार्यांकडे आणि नंतर द्रोणाचार्यांकडून विद्या संपादन करत असतानाच त्यांच्यातील वैमनस्याची चाहूल भीष्मांना लागली असली पाहिजे. हा संघर्ष भीष्मांच्या विचक्षण नजरेतून सुटणे अशक्यच होते. तरीसुद्धा उरलीसुरली शंकाही समूळ नष्ट व्हावी अशी एक घटना घडली, ती म्हणजे द्रोणाचार्यांनी ह्या शिष्यांची रंगमंचावर घेतलेली शस्त्रपरीक्षा! शस्त्रास्त्रपरीक्षेत अर्जुन सर्वश्रेष्ठ ठरला आणि त्याचवेळी अपरिचित अशा एका तरुणाने - कर्णाने- सभामंडपात प्रवेश करून अर्जुनाला आव्हान दिले. अर्जुनाने त्याचे आव्हान स्वीकारलेच नाही; एवढेच नव्हे तर 'कर्ण तर सूतपुत्र आहे' असे म्हणून भीमाने त्याला धिक्कारले त्यावेळी दुर्योधनाचा कळसाला पोचलेला पांडवद्वेष प्रथमच जाहीरपणे प्रगट झाला. दुर्योधनाने कर्णाला तत्काळ, तेथल्या तेथे अंगदेशचा राजा करून स्वत:च्या आश्रयाखाली घेतले. एवढे करून न थांबता, 'कर्णाला सूतपुत्र म्हणणाऱ्या पांडवांचा जन्म कसा झाला आहे हे कोणाला माहीत नाही' असे म्हणून तो भर सभेत कुंती आणि माद्रीच्या चारित्र्यावर शिंतोडे उडवतो. हे सर्व घडत असताना भीष्म हजर होते. तरीही ते एक शब्दही उच्चारत नाहीत. 'हस्तिनापूरच्या साम्राज्याचा एक भाग असलेला अंगदेश कर्णाला देऊन टाकण्याचा दुर्योधनाला काय अधिकार आहे' असा प्रश्नही ना भीष्म विचारतात ना धृतराष्ट्र! दुर्योधनाला तर युवराजपदाचाही अधिकार नाही. युवराजपदी त्यानंतर युधिष्ठिराची नियुक्ती झाली. असे असताना, दुर्योधनाचा हा धगधगता द्वेष, कर्णाला अंगदेशचा राजा करण्याचे त्याने उचललेले पाऊल, हे सर्व भीष्म उघड्या डोळ्यांनी, नि:शब्दपणे फक्त बघत कसे राहिले हे न उलगडलेले कोडे आहे. पुढे द्यूतसभेत भीष्म जे अनाकलनीय वर्तन करणार होते त्या घटिताची चुणूकच आपल्याला ह्या प्रसंगात दिसते. भीष्मांच्या प्रगल्भ होत गेलेल्या व्यक्तित्वाचे जे सातत्य आजवर, इतकी वर्षेपर्यंत दिसून येत होते त्याला जणू काही या ठिकाणी अचानक वेगळे वळण लागते. ह्या मौनाचा भीष्मांच्या व्यक्तित्वाशी सहजासहजी मेळ बसत नाही.

ह्या नंतर चटकन् डोळ्यांत भरणारी घटना वारणावताच्या लाक्षागृहाची! ही

घटना घडली त्या आधीच युधिष्ठिर युवराजपदी अभिषिक्त झाला आहे. दुर्योधनाने कारस्थान रचून पांडवांसाठी लाक्षागृह निर्माण करून घेतले होते. पांडव तेथे जाऊन राहतील आणि त्यांच्या तेथील वास्तव्याच्या काळात लाक्षागृह पेटून पांडव त्यात जळून मृत्यू पावतील अशी सर्व योजना त्याने करून ठेवली होती. विदुरांनी ह्या षड्यंत्राची आगाऊच माहिती मिळवली आणि पांडवांना सावध केले आणि लाक्षागृहातून निसटण्यासाठी प्रतियोजनाही गुप्तपणे करवून घेतली. एवढे सगळे होऊनही भीष्मांना मात्र ह्या सगळ्या घटनांचा अजिबात थांगपत्ता लागला नव्हता. ह्यातून असाही निष्कर्ष निघू शकतो की एखादा माणूस कितीही समर्थ असो, कालांतराने तो आपल्याच कुटुंबपरिवारात उपेक्षित आणि असहाय ठरू लागतो. अशा परिस्थितीचा अंदाज आल्यावर वेळीच तेथून अंग काढून न घेतल्यास पुढील काळात त्याला अधिकच कठीण परिस्थितीला तोंड द्यावे लागते. (येथे लक्षात घेतले पाहिजे की भविष्यात असा कठीण काळ येणार हे ओळखून माता सत्यवतीने ह्याच दिवसांत हस्तिनापूर सोडून अरण्यवास स्वीकारला होता.) भीष्मांपुढे असाच 'कठीण समय' आता येऊ घातला होता.

एकदा जे ठरवले ते दुर्योधनाने करूनच दाखवले. आपल्या मातेसह पांडवांचे जळलेले मृतदेहही सापडले. हे मृतदेह पांडवांचे आणि कुंतीचेच आहेत असे मानून हस्तिनापुरात त्यांच्यावर अंतिम संस्कार करण्यात आले. विदुर मात्र सत्यपरिस्थिती जाणत होते. अंतिम संस्काराच्यावेळी भीष्मांनी मृतात्म्यांना पिंडदान करण्यासाठी हातात पाणी घेतले तेव्हा विदुरांनी भीष्मांना रोखले आणि त्यांना सत्यपरिस्थितीची कल्पना दिली. दुर्योधनाच्या ह्या कुटिल कारस्थानाची कहाणी ऐकल्यानंतरही भीष्म कोणतेही ठाम पाऊल उचलत नाहीत, पांडवांचा शोध घेण्याचा प्रयत्न करत नाहीत की दुर्योधनावर कोणतेही कडक नियंत्रण ठेवत नाहीत. कर्णाचा राज्याभिषेक आणि लाक्षागृहाची दुर्घटना ह्या दोन्ही प्रसंगी भीष्मांनी बाळगलेल्या मौनामुळेच कदाचित, दुर्योधन आपल्या लक्ष्यपूर्तीसाठी कसल्याही तऱ्हेच्या कुटिल नीतीचा अवलंब करण्यास धजावला असावा. धृतराष्ट्र पुत्रमोहाने अंधच होते आणि द्रोणाचार्य तर बोलून चालून राज्याश्रित ब्राह्मण होते; त्यामुळे ह्या दोघांबद्दल त्याला फारशी चिंता वाटत नसेल, परंतु मनोमन त्याला पितामहांचे भय वाटत असलेच पाहिजे. पितामहांच्या ह्या असल्या मौनामुळे दुर्योधनाचे धैर्य दुणावले असण्याची शक्यता आहे. कौटुंबिक जीवनात वडीलमाणसांच्या भूमिकेबद्दलही ह्यात संकेत आहे. ह्या प्रसंगात भीष्मांनी अधिक कणखर, अधिक परिणामकारक आणि सक्रिय भूमिका बजावली असती तर पुढील कित्येक दुर्घटना टाळता आल्या असत्या.

लाक्षागृहातून वाचलेले पांडव द्रौपदीस्वयंवरात प्रगट झाले. द्रौपदीसह ते हस्तिनापुरास परतले तेव्हा त्यांच्या पक्षात आता द्रुपद आणि कृष्ण ह्या दोघांची भर

पडली होती. कृष्णाचे आणि द्रुपदाचे संरक्षण लाभलेल्या पांडवांची उपेक्षा करणे सोपे नव्हते. ह्यावेळी भीष्म हस्तिनापूरच्या राज्याचे विभाजन करण्याचा धृतराष्ट्राला सल्ला देतात. भीष्मांनी मनात आणले असते तर युधिष्ठिराला हस्तिनापूरचे अखंड राज्यही मिळाले असते कारण युधिष्ठिर ह्याआधी हस्तिनापूरच्या युवराजपदी अभिषिक्त झालेलाच होता. म्हणजे सिंहासनावरील त्याचा अधिकारही स्वीकृत झालेला होता; पण आता अधिकारापेक्षाही मुख्य प्रश्न कुटुंबामध्ये शांतता नांदण्यासाठी काहीतरी मार्ग काढण्याचा होता. शांती प्राप्त करण्यासाठी जर कधीकाळी सत्याचा किंवा न्यायाचा बळी द्यावा लागला तरी तो द्यावा असा ध्वनी यातून उमटतो. अर्थात, सत्याचा आणि न्यायाचा बळी देऊन खरीदलेली अशी शांतता फार काळ टिकवून ठेवणे शक्य होत नाही ही गोष्ट महाभारतकाळापासून ते आजपर्यंत प्रत्यक्षात पाहायला मिळते.

ह्याठिकाणी मात्र भीष्मांनी निर्णायक भूमिका घेतली आहे. पितामहांचा सल्ला धृतराष्ट्राने मानला. त्यानुसार पांडवांना खांडववनाचा प्रदेश देण्यात आला. खांडववनात जाऊन पांडवांनी इंद्रप्रस्थ वसवले आणि संपूर्ण आर्यावर्तात आपले सर्वश्रेष्ठत्व सिद्ध करण्याकरिता राजसूय यज्ञ करण्याचे योजले. 'राजसूय यज्ञात प्रथम अर्घ्य कुणाला द्यावे' असा प्रश्न युधिष्ठिराने पितामहांना विचारला. उत्तरादाखल भीष्मांनी कृष्णाच्या नावाचा नि:शंकपणे प्रस्ताव ठेवला. राजसूय यज्ञाच्या वेळी सर्व कामांची वाटणी करण्यात आली त्यावेळी भीष्मांनी संयोजकाची भूमिका पार पाडली आहे. ज्यांना ज्यांना जे जे काम सोपवून दिले गेले ते ते त्यांनी कितपत पूर्ण केले की अपूर्ण राहिले ह्या सर्वावर देखरेख करण्याचे काम भीष्मांकडे आले होते. सर्वप्रथम अर्घ्य देण्यास, कृष्ण हाच कसा सर्वाधिक आदरणीय आहे त्याचा विस्तृत वृत्तांत भीष्मांनी दिला आहे. त्यातून भीष्मांचा कृष्णाविषयीचा गाढ सद्‌भाव प्रथमच प्रगट झाला आहे. पूज्यभाव वाटण्याची जी कारणे भीष्मांनी सांगितली आहेत ती कोणत्याही काळात कोणत्याही व्यक्तीच्या मूल्यमापनाचे मानदंड ठरू शकतील अशीच आहेत.

भीष्मांच्या जीवनातला सर्वाधिक विवादास्पद प्रसंग म्हणजे द्यूतसभा आणि द्रौपदीवस्त्रहरण! राजसूय यज्ञाच्या शेवटी द्वेषाने पेटलेला, व्यथित झालेला दुर्योधन पांडवांचे वैभव बळकावण्याच्या हेतूने द्यूताचे आयोजन करतो आणि युधिष्ठिराला द्यूत खेळण्यासाठी धृतराष्ट्राकरवी निमंत्रण देतो. द्यूतसभेची रचना झाली; पांडवांना निमंत्रण गेले; धृतराष्ट्र आणि विदुर ह्यांच्यात या द्यूताच्या औचित्याबद्दल चर्चाही झाली. पांडव आले आणि द्यूताला आरंभ करण्यापूर्वी पितामहांना प्रणाम करण्यासाठी त्यांच्याकडे जाऊन पोहोचले. एवढ्या सगळ्या भरगच्च घटनांमध्ये भीष्म कुठेही सक्रिय नाहीत. 'खिन्न वदनाने ते बघत राहिले' एवढाच उल्लेख आहे. ना त्यांनी कुणाला विरोध केला, ना त्यांची कुणी दखल घेतली. एकामागून एक डाव

हरणाऱ्या युधिष्ठिराने आपले सर्वस्व गमावले. शेवटी त्याने द्रौपदीलाही पणाला लावले आणि तो तिलाही गमावून बसला. केवळ एक मूक प्रेक्षक होऊन भीष्म हे पाहतात आणि केव्हाच कुठेच कसलीच भूमिका घेत नाहीत हे सुद्धा एक न उलगडलेले कोडे आहे. एक गूढ आहे. एकवस्त्रा रजःस्वला कुलवधूला दुःशासन भरसभेत खेचून घेऊन आला. दुर्योधन-कर्णादिकांनी ह्या कुलवधूचा मर्यादाभंग केला; दुःशासनाने तिच्या वस्त्रांनाही हात घातला आणि तरी भरसभेमध्ये पितामह वेदनाभरल्या चेहऱ्याने केवळ बघत राहिले! भीष्मांचे हे मौन अत्यंत गोंधळात टाकणारे आहे आणि त्या मौनाचा त्यांनी जो त्याग केला तो तर त्याहीपेक्षा अधिक अगम्य, अनाकलनीय आहे! विलाप करणाऱ्या द्रौपदीने सर्वप्रथम, कुरुवंशातील ह्या सर्वांत ज्येष्ठाला ह्या कृत्याच्या औचित्याबद्दल प्रश्न केला आहे. 'मी जिंकले गेले आहे असे खरोखरच धर्म म्हणतो का, दुःशासनाचे हे वर्तन धर्म्य आहे का' असे प्रश्न विचारून ती म्हणते, ''पितामह, आपण धर्मज्ञ आहात. धर्माला अनुसरून आपण जे काही सांगाल त्याचे मी अनुसरण करेन.'' ह्या अतिनाजूक क्षणी भीष्मांचे वर्तन कमालीचे अनाकलनीय आहे. द्रौपदीच्या प्रश्नांना उत्तर देताना ते अतिशय थोडक्यात सांगून टाकतात, ''पांचाली, धर्मतत्त्व गहन असते आणि या जगात तर बलशाली माणूस ज्या कशाला धर्म म्हणतो त्याचाच निर्बलाला धर्म म्हणून स्वीकार करावा लागतो.''

पितामहांनी असे का म्हटले असेल?

'बलवान माणूस आपल्या बळाच्या जोरावर जे काही प्रस्थापित करतो त्यालाच धर्म म्हटले जाते' ह्या सुराशी पितामहांच्या एकूण जीवनाची संगती लागत नाही. बळ हीच जर धर्मामागची संचालक शक्ती असती तर मग त्यावेळी समग्र कुरुसभेत भीष्म सर्वाधिक बलिष्ठ होते हे कुणीच नाकारले नसते. स्वतःच निश्चित केलेल्या ह्या व्याख्येप्रमाणे, स्वतःच्या सामर्थ्याच्या आधारे ते धर्माचा तत्कालीन मापदंड ठरवू शकले असते. 'पुरुष हा अर्थाचा दास असतो' असे वाक्य ह्याक्षणी भीष्म बोलले होते असे आपल्याला कथेकऱ्यांनी वारंवार सांगितले आहे परंतु ते सत्यकथन नव्हे. अशा तऱ्हेचे काहीही भीष्म या घडीला बोलले नव्हते. महाभारतात त्याचा उल्लेख नाही.

एक अशीही शंका मनात डोकावून जाते की धृतराष्ट्रपुत्रांमध्ये सूक्ष्मातिसूक्ष्म का होईना; पण कुरुवंशांचा अंश आहे, पांडुपुत्रांमध्ये तो अंशही अजिबात नाही अशी काहीशी भावना भीष्मांच्या मनात असावी. ह्या दृष्टीने पाहिले असता पितामह अतिशय कठीण अशा मनोमंथनात, अतिशय व्यथित होऊन, धर्म - अधर्म दोन्हीही चांगले जाणत असूनही धर्मसंकटात सापडले होते असेच म्हणावे लागेल. धर्माने पांडुपुत्र आणि द्रौपदीची साथ दिली आहे; पण स्वतःच्या प्रतिज्ञेनुसार हस्तिनापूरचे सिंहासन सत्यवतीच्या अपत्यांसाठी राखायचे आहे. अशा कोणत्यातरी हिशोबाने प्रतिज्ञा आणि धर्म दोन्ही सांभाळले जावे म्हणून दुर्योधनास हस्तिनापूर आणि

युधिष्ठिरास इंद्रप्रस्थ अशी व्यवस्था त्यांनी केली असावी असेही म्हणता येईल. भीष्मांच्या अन्यथा अनाकलनीय वर्तनाकडे, महाभारत अभ्यासणाऱ्या विद्वानांनी ह्या परिप्रेक्ष्यातून पाहण्याचा, समजून घेण्याचा प्रयत्न केला पाहिजे.

द्यूतातील अटीनुसार पांडव वनात गेले. बारा वर्षांच्या वनवासानंतरचे तेरावे वर्ष अज्ञातवासाचे! हा अज्ञातवास पांडवांनी विराट नगरीत घालवला. ह्या शेवटच्या वर्षात त्यांना शोधून काढण्यासाठी दुर्योधनाने अविरत प्रयत्न केले. एवढे प्रयत्न करूनही ज्याअर्थी पांडव सापडले नाहीत त्याअर्थी ते मृत्यू पावले असावेत असा विचार त्याच्या मनात येऊन गेला, परंतु तेवढ्यातच विराटनरेशाचा मेहुणा कीचक ह्याचा वध कुण्या अज्ञात बल्लवाने केला हे समजताच त्याच्या मनात शंका उत्पन्न झाली. कीचक मल्लयुद्धात प्रवीण होता. त्याला पराजित करणारा तर अतुल बलशाली असला पाहिजे. असा समर्थ मल्ल जर कुणी असलाच तर तो आपणास आतापर्यंत ज्ञात व्हायला हवा. एका अज्ञात आचाऱ्याच्या हातून कीचकाचा वध झाला हे ऐकताच हा आचारी म्हणजे भीमच असला पाहिजे अशी शक्यता त्याला वाटली. ह्या शंकेचे निरसन करून घेण्याचा एकमेव मार्ग म्हणचे विराटनगरीवर आक्रमण करणे! पांडव विराटनगरीत लपले असतील तर या आक्रमणप्रसंगी ते युद्धात उतरल्याशिवाय राहणार नाहीत आणि ते जर युद्ध करायला आले तर नक्कीच ओळखले जातील असा विचार करून दुर्योधनाने विराटनगरीच्या सीमेवरून गायी पळवून नेण्याचे निमित्त केले. क्षत्रियधर्मानुसार शत्रूला युद्धास भाग पाडण्यासाठी गायींचे हरण करणे हे काही आव्हान ठरू शकत नाही; पण दुर्योधनापुढे ह्या घडीला पांडवांना शोधून काढणे हीच अतिशय तातडीची आणि महत्त्वाची गोष्ट होती त्यामुळे त्याने हे निमित्त शोधून काढले. नवलाची गोष्ट म्हणजे त्याच्या अशा हीन निमित्ताला भीष्मादी वडीलमाणसांनीही मान्यता दिली. भीष्म, द्रोण, कर्ण, अश्वत्थामा, दुर्योधन, शकुनी.... कौरवांकडील आघाडीचे सर्व योद्धे विराटनगरीच्या दाराशी एकट्या अर्जुनाच्या हातून पराजित झाले ही घटना, भीष्मांनी ह्या धर्महीन कृत्यात सामील होण्याच्या बरोबरीने समजून घेण्यासारखी आहे.

गायी पळवून नेणे हे वीर क्षत्रियांचे राजवंशी कृत्य नव्हे. ही तर लुटारू वृत्ती आहे. भीष्मांच्या हे लक्षात आले नसेल हे संभवतच नाही. तरीही त्यांनी दुर्योधनाच्या ह्या योजनेला संमती दिली, त्यात स्वत: सहभागी झाले. धर्माचे गूढातिगूढ मर्म भीष्म उत्तम तऱ्हेने जाणतात. युद्धात शक्तीचा नव्हे तर धर्माचा विजय होत असतो आणि युद्ध कोणत्या हेतूने लढले जात आहे ह्यावर धर्म अवलंबून असतो. गोहरण हा अधर्म आहे. अशा अधर्मात कितीही मोठी शक्ती सामील झाली तरी केवळ धर्मासाठी लढणाऱ्या एकट्या योद्ध्यापुढे ही शक्ती असहाय ठरेल अशी भीष्मांची खात्री असावी. जर असे झाले— ते खरोखरच तसे झाले— तर पुढे जाता

दुर्योधनाला कदाचित अधर्माच्या मार्गावरून परतवता येईल, दुर्योधनाच्या मनात वसणाऱ्या भीष्म, द्रोण, कर्ण आदींच्या मदतीबद्दलच्या अहंकाराला धक्का लावता येईल, शक्ती नव्हे तर धर्म हाच सर्वोपरी असतो हे एकदा प्रतिपादित करता आले तर अज्ञातवासाच्या वर्षानंतर पांडव प्रगट झाल्यावर संभवणारे युद्ध टाळता येईल असा विचारही भीष्मांनी केला असावा. भीष्मांनी अधर्माला दिलेले हे वरवरचे अनुमोदन म्हणजे एका मोठ्या अधर्मातून सगळ्यांना वाचविण्यासाठी केलेले वैचारिक कृत्य असण्याची शक्यता पडताळून पाहण्याजोगी आहे.

विराटाच्या युद्धात अर्जुन प्रगट झाला. द्यूताच्या अटीप्रमाणे, तेरावे वर्ष संपण्याआधीच आपण पांडवांना शोधून काढले आहे आणि त्यानुसार त्यांनी पुन्हा वनवासाला गेले पाहिजे अशी तर्कसंगत मागणी दुर्योधनाने केली. पितामहांचा पहिल्यापासूनच पांडवांकडे ओढा होता. त्यामुळे त्यांनी दुर्योधनाच्या तर्कसंगत मागणीपुढे त्यापेक्षाही अधिक तर्कशुद्ध गणना मांडली. चांद्रवर्ष आणि सौरवर्षाचा हिशोब करून त्यांनी सिद्ध केले की द्यूताच्या अटीप्रमाणेच तेरावे वर्ष पूर्ण आहे असे म्हणता येईल. भीष्मांचे म्हणणे दुर्योधनाला मान्य करावे लागले.

आता एक अतिनाजूक परिस्थिती उद्‌भवली आहे. द्यूताच्या अटीप्रमाणे पराजित पक्षाला तेरा वर्षे वनवासात काढायची होती. तेराव्या, अज्ञातवासाच्या वर्षाअखेरीस पराजित पक्ष पुनश्च आपले राज्य प्राप्त करू शकेल, हे राज्य पणाला लावतानाच गृहीत धरले गेले होते. त्याप्रमाणे, प्रगट झालेल्या पांडवांनी आपले गमावलेले राज्य परत मिळण्याचा आग्रह धरणे आणि त्यावर अधिकार मिळवणे हे स्वाभाविक होते. तर्काला धरून असो की नसो, राज्य परत करण्याची दुर्योधनाची मुळीच इच्छा नव्हती. राज्य परत करण्यास त्याने अपेक्षेप्रमाणेच साफ नकार दिला. प्रथम द्रुपदाचा राजपुरोहित, नंतर संजय आणि शेवटी स्वत: कृष्ण ह्या सगळ्यांमार्फत समेटाचे प्रयत्न झाले पण सगळे निष्फळ ठरले! "इंद्रप्रस्थाचे राज्य जाऊ दे, केवळ पाच गावांचे आधिपत्य मिळाले तरी मी संतुष्ट आहे" ह्या युधिष्ठिराच्या म्हणण्याच्या उत्तरादाखल 'सुईच्या अग्राएवढी जमीन' देण्यासही दुर्योधनाने नकार दिला. समेटाच्या प्रत्येक टप्प्यावर भीष्मांची भूमिका अगदी स्पष्ट आहे. इंद्रप्रस्थाचे राज्य पांडवांना परत मिळालेच पाहिजे ह्यासाठी त्यांनी प्रारंभी समजावून, नंतर आवेशाने आणि शेवटी रागानेही सांगून पाहिले. पांडवांचे साहाय्य लाभले तर धार्तराष्ट्रही कसे समर्थ ठरतील याची लालूचही दाखवली. तसे न केल्यास अर्जुनाच्या आक्रमणापुढे विराटनगरीत सर्व कौरव पराजित झाले तसे कुरुक्षेत्रातही हरतील अशी भीतीही घातली. विराटनगरीत अर्जुनाने सगळ्यांना केवळ बेशुद्ध करून सोडून दिले; पण यापुढील युद्धात समस्त कुरुकुळाचा नाशच होईल अशी धोक्याची सूचनाही केली. भीष्मांनी साम-दाम-दंड तीनही आयुधांचा वापर केला, परंतु त्यांना यश आले नाही.

(भेदाचे चौथे हत्यार त्यांनी महायुद्धाच्या आरंभी वापरले आहे त्याचा नंतर विचार करू.) आपण स्वत: एकट्या हाती, एक महिन्याच्या आत सर्व पांडव सैन्याचा नाश करण्यास समर्थ आहोत असे सांगून भीष्म पुढे म्हणतात - ‘‘परंतु माझ्यालेखी धृतराष्ट्र आणि पांडू दोघांचेही पुत्र एकसमान आहेत, आणि मी पांडुपुत्रांचा वध कधीच करणार नाही.’’

शिष्टाईसाठी आलेल्या कृष्णाला कैद करण्याची दुर्योधनाची हीन योजना निष्फळ झाली. त्यावेळी भीष्मांनी व्यक्त केलेला आपला कृष्णाबद्दलचा पूज्यभाव म्हणजे राजसूय यज्ञाच्यावेळी त्यांनी कृष्णाबद्दल व्यक्त केलेल्या सद्भावनेचाच विस्तार आहे. युद्ध टाळण्याचे एकूण एक प्रयास व्यर्थ ठरले. युद्धनिश्चिती झाली. दुर्योधनाने भीष्मांना कौरवसेनेचा सेनापती होण्याची विनंती केली. ह्या विनंतीच्या क्षणीसुद्धा भीष्म युद्ध टाळण्यासाठी मुत्सद्देगिरीचा एक डाव खेळतात. साम-दाम-दंड तर व्यर्थ ठरलेच होते त्यामुळे आता भीष्म भेदनीतीचा डाव टाकतात. दुर्योधन भीष्म किंवा द्रोणांचे सामर्थ्य कितीही मानत असला तरी त्या दोघा ज्येष्ठांचा ओढा पांडवांकडे असल्याने, ज्या द्वेषाने किंवा त्वेषाने युद्धात स्वत:ला झोकून देण्याची आवश्यकता होती त्याचा ह्या दोघांच्या ठायी अभाव आहे ह्याची दुर्योधनाला पूर्ण कल्पना होती. असे संपूर्णतया झोकून देऊन युद्ध कर्णानेच केले असते. कर्ण सामर्थ्यवान होता. आत्तापर्यंत घडलेल्या गोष्टी कर्णाला त्वेष आणायला पुरेशा होत्या. दुर्योधनाचा कर्णावर जेवढा भरवसा होता तेवढा भीष्मांवर नसणार हे स्वाभाविकच होते. कर्ण हीच दुर्योधनाची आंतरिक शक्ती आहे हे भीष्म पूर्णपणे जाणून होते. कर्णाला दुर्योधनापासून दूर करता आले तर दुर्योधन युद्धाच्या आपल्या मोहिमेचा पुनर्विचार करेल असी शक्यता होती आणि भीष्मांना येनकेन प्रकारेण युद्ध टाळायचेच होते!

चार

महायुद्धाच्या आदल्या संध्याकाळी दोन्ही सैन्यांच्या बलाबलाचा अंदाज घेण्यासाठी दुर्योधन भीष्मांना म्हणतो, ‘‘पितामह, आपल्या आणि शत्रुपक्षातल्या योद्ध्यांचा आपण परिचय करून द्या.’’ उत्तर देताना, भीष्म कौरवपक्षातील योद्ध्यांची, रथी, महारथी, अतिरथी अशी त्यांच्या दर्जानुसार विभागणी करून त्यांच्या सामर्थ्याची दुर्योधनाला कल्पना देतात. यावेळी कर्णाचा उल्लेख करताना भीष्म म्हणतात, ‘‘कर्णाला रथीसुद्धा म्हणता येणार नाही. तो तर सारथिपुत्र - फार तर त्याला अर्धरथी म्हणू! त्याने केवळ गमजा माराव्या! युद्ध करण्याची त्याची कुवतच नाही.’’

युद्धभूमीवर हजर असलेल्या सर्व योद्ध्यांसमोर भीष्मांनी घातलेल्या अशा

शब्दांचा घाव अर्थातच कर्णाच्या वर्मी बसावा असाच आहे. दुखावलेल्या, चिडलेल्या कर्णाने भीष्मांना उत्तर देत प्रतिज्ञापूर्वक म्हटले की, ''भीष्म जर मला अर्धरथी मानत असतील तर मला त्यांच्या हाताखाली युद्धच करायचे नाही, ज्यावेळी भीष्म हरतील त्यावेळी दुर्योधनादीं कौरवांचे रक्षण करून मी दाखवून देईन की मी अर्धरथी नव्हे तर महारथी, अतिरथी आहे!'' भीष्मांना हेच हवे होते. भीष्मांनीही सेनापतिपद स्वीकारताना दुर्योधनाला तीच अट घातली की, ''माझ्या सैन्यात कर्ण जर लढत नसेल तरच मी सेनापतिपद स्वीकारेन!''

अशी, भीष्मांच्या मुत्सद्देगिरीची खेळी यशस्वी झाली. तात्पुरते तरी भीष्म कर्णाला युद्धभूमीपासून दूर ठेवू शकले. आता युद्ध मात्र रोखणे शक्य नव्हते! भीष्मांच्या ह्या डावपेचांमागे पांडवपक्षाचा फायदा करून देण्याचा हिशोब असावा. भीष्मांना कर्णाचे शौर्य आणि सामर्थ्य ह्याची पूर्ण कल्पना होती. कर्णाने युद्धभूमीकडे पाठ फिरवली तर त्यांच्या सैन्याची क्षमता उणावेल हेही भीष्मांना ठाऊक होते. युद्धाच्या दहाव्या दिवशी भीष्मांचे रणभूमीवर पतन झाल्यावर रात्री उशिरा, शरशय्येवर पडलेल्या पितामहांजवळ येऊन कर्ण त्यांना वंदन करतो. प्रसन्नपणे हसून पितामह उत्तरतात, ''पुत्रा, तू राधेय नाहीस, कौन्तेय आहेस. हा वैराग्नी आता तू विझवू शकत असलास तर अवश्य विझव. तू अर्धरथी नाहीस, अतिरथी आहेस, तुझ्या अंगी असलेल्या वैरभावनेचा आणि अहंकाराचा तू त्याग करू शकलास तर तू युद्धभूमीवर असलास काय किंवा नसलास काय तुला सदैव उत्तम गतीच मिळेल.''

युद्धाचे पहिले दहा दिवस भीष्म सेनापती होते. दहाव्या दिवशी भीष्म पडले. पडले म्हणण्यापेक्षा त्यांनी आपले पतन घडवून आणले असे म्हणणे अधिक यथार्थ ठरेल. ह्या दहा दिवसांत भीष्मांचा कृष्णाविषयीचा पूज्यभाव पूर्णतया प्रगट होण्याच्या दोन घटना घडल्या. युद्धाच्या तिसऱ्या दिवशी आणि नवव्या दिवशी असे दोनदा भीष्मांनी पांडवपक्षाचा असा काही विनाश मांडला की प्रत्यक्ष कृष्णही युद्धात हाती शस्त्र न धरण्याची स्वत:ची प्रतिज्ञा विसरून म्हणा किंवा क्षणभर दूर ठेवून म्हणा, पांडवपक्षाच्या विजयासाठी भीष्मांना मारण्यास निघाला होता. या दोन्ही वेळी कृष्ण जेव्हा भीष्मांवर चालून जातो तेव्हा भीष्म आपली शस्त्रे खाली ठेवून कृष्णाचे स्वागत करतात, त्याची स्तुती करतात. त्याच्या हातून आपला वध व्हावा अशीच त्यांची इच्छा आहे.

भीष्म आपल्या प्रतिज्ञेत कधीच कसलीच धरसोड करत नाहीत. लक्षणार्थापेक्षाही वाच्यार्थाला चिकटून राहतात. विचित्रवीर्य निपुत्रिकावस्थेत मृत्यू पावल्यानंतर माता सत्यवती भीष्मांना त्यांच्या प्रतिज्ञेतून मुक्त करून, विवाह करून घेण्यास सांगते. कुरुकुळाचे सातत्य विशुद्ध ठेवण्याची ही अंतिम संधी सुद्धा भीष्मांनी आपल्या प्रतिज्ञापालनासाठीच नाकारली आहे. कुळापेक्षाही भीष्मांना आपल्या प्रतिज्ञेच्या शब्दांचे,

वैयक्तिक भावनेचे महत्त्व अधिक वाटते ही गोष्ट लक्षणीय आहे. असाच दुसरा प्रसंग! भीष्मार्जुनांच्या अंतिम युद्धात, 'स्त्रीवर प्रहार करू नये' असा क्षत्रियधर्म सांगणाऱ्या शब्दांना चिकटून राहून भीष्म शिखंडीसमोर आपली शस्त्रे म्यान करतात आणि एका अर्थाने आत्महत्याच करून घेतात. ह्यातही भीष्मांची धर्माबद्दलची वैयक्तिक निष्ठाच आहे. पक्षाचे, कुळाचे किंवा राज्याचे बलिदान देऊनसुद्धा त्यांनी व्यक्तिगत मत, वैयक्तिक विश्वास, व्यक्तींचा धर्म इत्यादींना प्राधान्य दिले आहे. कृष्णाने आपल्या प्रतिज्ञेचे बलिदान देऊन, स्वत: ज्या पक्षात होता त्या पक्षाला वाचवण्याचा प्रयत्न केला आहे. शेवटी समष्टी, पक्ष अथवा समाज हे श्रेष्ठ आहेत - एखादी व्यक्ती किंवा तिची भावना कितीही महान असली तरी समष्टीपुढे तिचे स्थान गौण असते हे कृष्णाच्या वागण्याने दाखवून दिले आहे. भीष्मांचा व्यवहार दुसऱ्या टोकावर आहे. धर्माच्या ह्या दोन टोकांच्या भिन्न व्यवहारांपैकी कोणता खरा हा चर्चेचा विषय होऊ शकेल.

दहाव्या दिवशी सकाळी, युद्ध आरंभ होण्यापूर्वी भीष्म आणि दुर्योधन ह्यांच्यात एक संवाद घडतो - इतके नऊ दिवस भीष्म सेनापतिपदी असूनही युद्ध निर्णायक टप्प्यापर्यंत पोचत नाही हे पाहून अतिशय अधीर झालेल्या दुर्योधनाला धीर देत असताना भीष्मांच्या व्यक्तित्वाबद्दल प्रश्नचिन्ह उभे करेल असे अनाकलनीय शब्द भीष्म बोलतात. पितामह म्हणतात, "दुर्योधना, माझ्यावर तुझ्या अन्नाचे ऋण आहे." दुर्योधनाच्या कोणत्या अन्नाचे ऋण पितामहांवर असू शकते हा न कळणारा प्रश्न आहे. दुर्योधन तर राजा नव्हता. धृतराष्ट्र राजा होता आणि दुर्योधन राजा असता तरी हस्तिनापूरच्या राज्याच्या अन्नासारख्या क्षुल्लक ऋणाचा भीष्म कसा काय उल्लेख करू शकतात? असे शब्द द्रोण किंवा कृपाचार्यांनी उच्चारले तर त्यात निदान सत्यांश तरी आहे. भीष्मांच्या ह्या कथनात सत्यापेक्षाही हताशपणाचा आणि अगतिकतेचाच प्रतिध्वनी अधिक उमटताना दिसतो.

भीष्मांची निराशा प्रतिदिनी वाढतच आहे यात शंका नाही. या निराशेने मनात घर केल्यापासून तिच्या जोडीला त्यांची मानसिक अकर्मण्यताही वाढते आहे. द्यूतसभेत द्रौपदीवस्त्रहरणाच्या वेळीच ह्याचा आरंभ झाला असे म्हणता येईल. पांडवांना इंद्रप्रस्थाचे राज्य देतेवेळी, नंतर राजसूय-यज्ञात कृष्णाला अग्रपूजेचा मान देताना, भीष्म अतिशय आग्रही राहिले आहेत. त्यानंतर मात्र भोवती घडणाऱ्या घटनांबद्दल एक प्रकारचा तिटकारा, कसली तरी शिसारी, एक वैराग्य आणि अकर्मण्यता त्यांच्या मनात घर करत आहे असे दिसते. त्यानंतर त्यांनी सकारात्मक प्रभाव पाडण्याचा प्रयत्न करण्याचेही सोडून दिलेले दिसते. वाढते वय, आणि घडणारे प्रसंग ह्यामुळे जणू काही त्यांच्या अंतरात खोलवर कुठेतरी मानसिक अलिप्तता वाढीस लागलेली दिसते. त्या अलिप्ततेही जे जे आणि जेव्हा जेव्हा

आवश्यक होते ते ते आणि तेव्हा तेव्हा (द्यूतसभेचा एकमात्र अपवाद वगळता) त्यांनी संपूर्ण तर्कशुद्धपणे आपला स्पष्ट अभिप्राय व्यक्त केला आहे. वाढत जाणाऱ्या मानसिक निराशेनेच त्यांना 'दुर्योधना, माझ्यावर तुझ्या अन्नाचे ऋण आहे', असे म्हणायला उद्युक्त केले असावे.

हे सर्व घडत असताना भीष्म कोठेच निष्क्रिय झालेले नाहीत. वाट्याला आलेले प्रत्येक काम त्यांनी सर्वशक्तिनिशी आणि सामर्थ्यानिशी - कधी कधी तर लोकोत्तरपणे पार पाडले आहे. कौरवपक्षाचे सेनापतिपद हे या तऱ्हेचेच त्यांच्यासमोर उभे ठाकलेले कर्तव्य होते आणि कर्तव्याचा म्हणजेच 'धर्मा'चा त्यांनी सदैव तत्परतेने स्वीकार केला आहे. कर्तव्याकडे पाठ फिरवण्याचा कधी प्रश्नच उद्‌भवत नाही. आपला पक्ष विजयी होण्यासाठी सर्वतोपरी प्रयत्न करणे हा सेनापतिपदाचा धर्मच होता. येथे मात्र भीष्मांची मानसिक अलिप्तता, हताशपणा दृष्टीस पडतो. कोणत्याही कुटुंबात, कुपुत्रांच्या सान्निध्यात जगावे लागणाऱ्या वडीलमाणसांची व्यथा जशी शेवटी निराशेत परिणत होते तसेच काहीसे येथे झाले आहे.

महायुद्धाच्या वेळी भीष्मांचे वय १७५ वर्षांचे असावे असा हिशोब विद्वानांनी गणिती काटेकोरपणाने मांडला आहे. युद्धभूमीवरीलच नव्हे, त्याकाळी पूर्ण आर्यावर्तातील सर्व हयात व्यक्तींमध्ये भीष्म तेव्हा ज्येष्ठ होते यात शंका नाही. (व्यास किंवा वसुदेव कदाचित त्यांचे समवयस्क असू शकतील. त्या दोघांचे वय भीष्मांइतके किंबहुना भीष्मांपेक्षा कमी असण्याची शक्यता अधिक आहे.) आपल्या जीवनकाळात भीष्मांनी आपल्यापेक्षा मोठ्या अनेकांना आणि आपल्यापेक्षा लहान असलेल्याही अनेकांना मृत्युमुखी पडताना पाहिले आहे. प्राचीन ऋषींनी वेदात ईश्वराची प्रार्थना करताना म्हटले आहे की, "हे प्रभू, माझ्यानंतर जन्मलेले माझ्या आधी न जावोत असा वर द्या!" आपल्यानंतर जन्मलेल्यांचे आपल्या आधी जाणे ह्या ऋषींच्या मते माणसाचे परम दुर्भाग्य आहे. ह्या दृष्टीने पाहता भीष्म अभागीच ठरतील. महायुद्ध संपल्यावरही ते अठ्ठावन्न दिवस जिवंत राहिले आणि आपल्या स्वतःच्या डोळ्यांसमोर आपल्या संपूर्ण कुळाचा विनाश झालेला त्यांनी पाहिला. मुले, नातवंडे, पतवंडे, जावई — साऱ्यांचे करुण मृत्यू त्यांना असहायपणे उघड्या डोळ्यांनी बघावे लागले.

युद्धाच्या दहाव्या दिवशी सकाळी भीष्म निर्णायक युद्ध करण्याच्या निश्चयानेच आले आहेत आणि नेमक्या त्याच दिवशी युद्धाला आरंभ होण्यापूर्वीच त्यांना पराजित करण्यासाठी काय करावे, असे युधिष्ठिर पितामहांनाच विचारतो. भीष्म अवध्य आहेत, इच्छामरणाचे वरदान त्यांना लाभले आहे त्यामुळे युद्धात त्यांना मारणे पांडवपक्षातील कुणालाही शक्य नव्हते. युधिष्ठिराच्या प्रश्नाचे उत्तर देताना भीष्म जे म्हणतात ते अतिशय सूचक आहे. ते स्वतः कोणत्या तऱ्हेच्या निराश मनस्थितीत लढत होते त्याची ह्यावरून कल्पना येते. अर्जुनाने स्वतःच्या रथाच्या

तोंडाशी शिखंडीला उभे करावे म्हणजे तो आपल्यावर एकतर्फी प्रहार करू शकेल असे भीष्म सुचवतात. शिखंडी म्हणजे आधीची स्त्रीच आहे. विजातीय असलेले पुरुषत्व मिळवल्यामुळे जन्मदत्त जात (स्त्रीजात) बदलत नसते. शिखंडी आपल्यालेखी स्त्रीच आहे त्यामुळे आपण शिखंडीवर उलट प्रहार करणार नाही असे ते सांगतात. त्याचवेळी ते पुढे म्हणतात, "युधिष्ठिरा, माझा वध करून तू आता माझे प्रिय कर!" त्यांना स्वत:चा मृत्यू आता प्रिय वाटत होता आणि स्वत:च्या मृत्यूमुळे होणारा पांडवांचा विजयही त्यांना तितकाच प्रिय होता असा संकेत येथे अगदी स्पष्टपणे मिळतो. आत्महत्येस उद्युक्त झालेल्या माणसाच्या मनोदशेचेच चित्रण ह्याठिकाणी दिसून येते.

दहाव्या दिवशी भीष्म पडले असले तरी तेव्हा ते मृत्यू पावलेले नाहीत. दहाव्या दिवशी सूर्य दक्षिणायनात होता आणि अठ्ठावन्न दिवसांनी तो उत्तरायणात येणार होता. भीष्मांसारखा प्रतापी पुरुष दक्षिणायनात प्राणत्याग करणार नाही, म्हणजे उत्तरायणाची वाट पाहणे भाग आहे. भीष्मांनी आयुष्यभर व्यथा वागवली आहे; जीवनभर सतत वेदना सहन केल्या आहेत परंतु त्या सर्वांत, अत्यंत कठीण — जवळ जवळ अमानुष म्हणावा असा शेवटच्या ह्या अठ्ठावन्न दिवसांचा कालखंड आहे. अठ्ठावन्न दिवस भीष्म जिवंत राहिले; शरशय्येवर पडून राहून सर्वनाश बघत राहिले. ज्यांना अंगाखांद्यावर खेळवले, शिक्षण दिले, ज्यांचे संसार मांडून दिले ते सगळे डोळ्यांदेखत एकामागून एक जगातून नाहीसे होताना भीष्मांना पाहावे लागले. पित्याने दिलेले इच्छामरणाचे वरदान ह्या अठ्ठावन्न दिवसांपुरते तरी, एक अभिशाप बनले.

युद्ध संपले. महाराज युधिष्ठिर सिंहासनावर आरूढ झाले. सर्व मृतात्म्यांचे यथोचित तर्पणविधी उरकले. एवढे झाल्यानंतर शरशय्येवर पडून अजून जिवंत राहिलेल्या भीष्मांना श्रीकृष्ण म्हणतो, "पितामह, आपल्या ह्या उरल्यासुरल्या पुत्र-पौत्रांना तुमच्या अक्षय, परम ज्ञानामृताचे किंचितसे तरी पान आता करवा." भीष्म उत्तरादाखल हसून म्हणतात, "जनार्दना, तू स्वत: हजर असताना मी काय सांगावे? जे काही सांगण्यासारखे आहे ते तूच अधिक चांगल्याप्रकारे सांगू शकशील."

कल्पना करा —

ज्याचा पूर्णत: विनाश झाला आहे, हा विनाश अजून अगदी ताजा आहे, वेदनेची जणू पराकाष्ठा अशा शरशय्येवर पहुडल्या अवस्थेत ज्याने देहाला धरून ठेवले आहे, केवळ काही दिवसांसाठी मृत्यूला ज्याने थोपवून धरले आहे, ज्याचे भूत, भविष्य आणि वर्तमान असे तीनही काळ लोप पावले आहेत तो हा महापुरुष ह्या स्थितीतही संपूर्ण स्वस्थचित्ताने आणि धैर्याने, मानवजातीचे परम ज्ञान सावकाश, शांतपणे आपल्या पुत्रांना उलगडून दाखवू लागला आहे. कसलेही दु:ख नाही, आक्रोश नाही, शंकेचा लवलेश नाही. ज्ञानाची परम धारा हेच अखिल मानवजातीचे

कल्याण ह्या संपूर्ण श्रद्धेने भीष्मांनी हे भाषण केले आहे. स्त्री-पुरुष या दोघांपैकी मैथुनाचा उत्कट आनंद कोण घेऊ शकतो, अशा प्रश्नापासून ते राजनीती, धर्म, कौटुंबिक जीवन, स्वर्ग, मोक्ष अशा जीवनातील आणि जीवनापलीकडीलही एकूण एक क्षेत्रांत भीष्मांची ही ज्ञाननौका मुक्त मनाने विहार करते. कुरुक्षेत्रावर कृष्णाने अर्जुनाला केलेला उपदेश भगवद्गीता नावाने विख्यात झाला; पण हा उपदेश एकांगी आहे — अर्जुनाला युद्धास उद्युक्त करण्याच्या विशिष्ट ध्येयापोटी केलेला आहे. भीष्मांनी पुत्रांना- पुत्रवधूंना दिलेला बोध 'भीष्मगीता' ह्या नावाने ओळखला जात असला तरी भगवद्गीतेइतके त्याचे महत्त्व प्रस्थापित झालेले नाही. तरीही, भीष्मगीतेतील हा उपदेश सर्वांगी आहे, भगवद्गीतेसारखा एकांगी नाही.

अठ्ठावनाव्या दिवशी सूर्याने उत्तरायणात प्रवेश केला त्यावेळी प्रात:काळी, भीष्मांनी पित्याने दिलेले इच्छामरणाचे वरदान प्रत्यक्षात आणले. प्राणत्याग करण्याआधीच्या क्षणी ते सर्वांचा निरोप घेतात, श्रीकृष्णाला प्रणाम करतात आणि स्वेच्छेने, जवळजवळ पावणे दोनशे वर्षांपासून विहरणाऱ्या विशाल चेतना क्रमाक्रमाने अंगोपांगातून आवरत घेऊन मस्तकाच्या ब्रह्मरन्ध्रावर एकवटतात. हात, पाय असे करत, एकेका अवयवातून निष्प्राण होत जातात आणि अखेरीस ब्रह्मरन्ध्रबिंदू भेदून त्यांचे चेतनतत्त्व अवकाशात विलीन होऊन जाते. हे तेजोवलय ब्रह्मांडात विलीन होत असताना सर्व जण पाहत राहतात. वसिष्ठ मुनींच्या कामधेनूच्या अनुचित चेष्टेबद्दलची झालेली कठोर शिक्षा येथे संपली. द्यू नावाचा वसू पुनश्च स्वर्गलोकी जाऊन पोहोचला.

भीष्मांची माता गंगा भीष्मांच्या जन्मानंतर फारच थोड्या वेळा स्वत: पुत्राकडे आली आहे. भीष्मांचा जन्म होताच गंगा त्यांना घेऊन गेली त्यानंतर थेट कुमारावस्थेतील मुलाला शांतनूच्या हाती सोपवण्यासाठी आली तेव्हा एकदा तिचे आपल्याला दर्शन घडते. त्यानंतर परशुराम आणि भीष्म ह्यांच्यातील युद्धाच्यावेळी ती मुलाकडे आली आहे. भीष्मांचा मृत्यू व्हावा ह्या आकांक्षेने अंबा जेव्हा तपश्चर्या करते तेव्हा ती अंबेला समजावताना दिसते. ह्याखेरीज भीष्मांच्या मृत्यूपर्यंत ती कुठेच प्रकट झाली नाही; परंतु भीष्मांनी प्राणत्याग केला तेव्हा मात्र एखाद्या सर्वसामान्य जन्मदात्री मातेप्रमाणेच विलाप करताना दिसते. आपल्या सात पुत्रांना स्वहस्ते नदीच्या पात्रात बुडवताना जिची पापणीही ढळली नव्हती ती आता ह्या आठव्या पुत्राच्या मृत्युसमयी विलाप करते, अश्रुपात करते. कृष्ण तिचे सांत्वन करतो तेव्हा ती कृष्णाला म्हणते, "कृष्णा, मी भीष्मांच्या मृत्यूचा शोक करत नाही, हा मृत्यू ज्या तऱ्हेने झाला त्यासाठी रडते आहे. समग्र आर्यावर्तातील राजांना एकट्या हाती पराजित करणारा, साक्षात जमदग्निपुत्र परशुरामाचाही विजय ज्याने होऊ दिला नाही तो पुत्र शिखंडीमुळे मृत्यू पावला हे मला सहन होत नाही."

महाकाव्याची गहन रीती ती हीच! भीष्म शिखंडीमुळे मृत्यू पावावेत... पारध्याच्या

हातून कृष्णाचा देहत्याग व्हावा... वसुदेवाने श्वास रोखून प्राण सोडावेत, राम शरयूत विलीन व्हावेत अथवा दंडित लक्ष्मणाने आपणहून मृत्युमुखी शिरावे ....

पन्नास, साठ, सत्तर वर्षे जगता जगता थकून जावे असे आपले मानवी आयुष्य! अशा मानवी जीवनयात्रेत पावणेदोनशे वर्षांचा काळ कंठणे ही सोपी गोष्ट नव्हे! भीष्मांनी हे असामान्य कार्य पार पाडले. भीष्मांच्या हातून एवढे एकच असामान्य कार्य घडले असे नाही. महाभारतात कृष्णाखालोखाल जर कुणाचे उदात्त जीवन असेल तर ते भीष्मांचे! एवढेच नव्हे, कृष्णाच्या आयुष्यातली अपरंपार विसंगती जशी उठून दिसते तसेच भीष्मांबद्दलही म्हणता येईल. कृष्ण आणि भीष्म! महाभारतातील ह्या दोन व्यक्तिरेखा इतक्या उत्तुंग, भव्यदिव्य आहेत. की महामनीषी व्यासांखेरीज अन्य कुणीही सृजनकार त्यांना शब्दबद्ध करूच शकणार नाही.

■

।। आचार्य द्रोण ।।

समग्र कुरुकुलात पितामह भीष्मांच्या खालोखाल कुणाला आदरणीय स्थान प्राप्त झाले असेल तर ते आचार्य द्रोणांना! द्रोण कुरुवंशीय नाहीत. ते क्षत्रिय सुद्धा नाहीत. कुरुवंशाचे आचार्य तर कृपाचार्य आहेत. सिंहासनावर राजा धृतराष्ट्र आरूढ आहे. मंत्रिपदी विदुर आहे, तर युवराजपदी युधिष्ठिर अथवा दुर्योधन आहेत. तरीही पितामह भीष्मानंतरचे सर्वोच्च स्थान आचार्य द्रोणांचेच आहे.

महाभारतातील एकूणच पात्रसृष्टीचे नजरेत भरणारे वेगळेपण म्हणजे ह्यातील बहुतांश पात्रांचा जन्म स्त्री-पुरुषांच्या वैवाहिक जीवनातून, त्यांच्या स्वाभाविक मिलनातून झालेला नाही. ह्या सगळ्यांच्या जन्मामागे कुठली ना कुठली तरी कथा आहे एवढेच नव्हे तर त्यात एक अस्वाभाविक प्रक्रिया सामावलेली आहे. द्रोणांचा जन्म ही अशीच एक 'असहज' घटना आहे. धृताची नावाच्या अप्सरेला गंगाकिनारी ओलेत्या अवस्थेत पाहून भारद्वाज ऋषी स्खलित झाले. आपले स्खलित वीर्य त्यांनी आपल्या जवळच्या कलशात भरून घेतले आणि या वीर्याच्या प्रतापाने कलशातून जन्मले ते द्रोण! म्हणून द्रोणांना 'अयोनिजन्मा' म्हटले जाते. या कथेच्या शक्याशक्यतेची चर्चा न केली तरीसुद्धा ह्यात कामवासनेच्या प्रबलतेकडे असलेला संकेत लक्षवेधक आहे. महर्षी पराशर असो वा भारद्वाज, राजा शांतनू असो की पांडू... कामवासनेची प्रबलता भल्याभलांना अतिसामान्य करून टाकते. पित्याकडून शिक्षण घेतल्यानंतर द्रोण प्रथम अग्निवेशांचे शिष्य झाले. द्रोण ब्राह्मण पित्याचे पुत्र असले तरी त्यांच्या स्वभावधर्मात ब्रह्मत्व नाही. शास्त्रे आणि शस्त्रास्त्रे दोन्हीतही ते पारंगत आहेत; पण आयुष्याच्या आरंभी त्यांच्यात दिसून येणारी धनलालसा ह्या ज्ञानाच्या आणि विद्येच्या विपरीत आहे. महर्षी शरद्वानाची कन्या आणि हस्तिनापूरच्या कुलगुरू कृपाचार्यांची बहीण कृपी हिच्याशी त्यांचा विवाह झाला आहे. आपल्याकडून अपेक्षित असलेल्या 'आश्रममंडित' गृहजीवनात स्वतः द्रोण संतुष्ट नव्हते. आश्रममंडित जीवन म्हणजे केवळ गरिबी असे नाही, त्यात सरल, साधे, नैसर्गिक जीवन अध्याहृत आहे. त्यात राजेशाही डामडौल अपेक्षित नसणारच. एका कथेत म्हटले आहे की द्रोण ह्या दरिद्री

जीवनाला विटले होते. धन मिळवण्यासाठी ते परशुरामांकडे गेले. त्यावेळी परशुरामांनी नुकताच एक यज्ञ केला होता. यज्ञाच्या निमित्ताने ते आपली सर्व संपत्ती देऊन टाकून रिक्त झाले होते. याचक द्रोणांना परशुराम म्हणाले, "आता माझ्याजवळ काहीच धन शिल्लक नाही. माझ्याजवळ आता एकच गोष्ट उरली आहे. ती म्हणजे माझी विद्या!" त्यावर द्रोण म्हणाले, "मी रिकाम्या हाताने परत जाणार नाही. हे जामदग्नेया, तुम्ही तुमची विद्याच मला द्या." अशा रीतीने द्रोण परशुरामांचे शिष्य बनले. येथे एक आनुषंगिक गोष्ट लक्षात ठेवण्यासारखी आहे. महाभारतातील तीन मुख्य पात्रे - भीष्म, द्रोण आणि कर्ण तिघेही परशुरामाचे शिष्य आहेत त्यामुळे ते गुरुबंधू ठरतात.

ब्राह्मण धर्मात अपेक्षित असलेली अयाचक वृत्ती सोडून द्रोण आणखी एकदा द्रुपद राजापुढे हात पसरून उभे राहिले आहेत. पुत्र अश्वत्थाम्याने दुधासाठी हट्ट करावा आणि भारद्वाज-पुत्र व परशुराम-शिष्य असलेल्या द्रोणांकडे आपल्या मुलाचा इतका साधा हट्ट पुरवण्याची सोय नसावी हे सामाजिक विषमतेचे, असंतुलनाचे चिन्ह आहे. एखादी गाय मिळावी म्हणून बरेच प्रयत्न करूनही द्रोणांना गाय मिळू शकली नाही. जो समाज द्रोणांसारख्या शस्त्र-शास्त्र दोन्हीत प्रवीण असणाऱ्या ब्राह्मणाला — येथे ब्राह्मण हा जातिसूचक नव्हे तर अध्यापन करणारा असा अर्थ अभिप्रेत आहे— आणि त्याच्या कुटुंबाला सुखसमाधानाने उदरनिर्वाह करण्यापुरतेही धन उपलब्ध करून देऊ शकत नसेल तर तो समाज कर्म आणि धर्म दोन्ही प्रकारे उच्च अपेक्षा ठेवू शकत नाही. द्रोणांचे पुत्रप्रेम मानवसुलभ आहे. एक गाय मिळवण्याच्या इच्छेने ते द्रुपदाकडे गेले. ह्यावेळी ते एकटे गेले नव्हते. पत्नी आणि मुलासह गेले होते. ह्याप्रसंगी द्रोण आपल्या ज्ञानाच्या मानाने उतरत्या स्तरावर आल्याचे दिसते. एकदा द्रोण आपल्या निर्धन अवस्थेचा धिक्कारही करतात. ह्या काळात द्रोणांच्या व्यक्तित्वाचा एक वेगळा पैलूही दिसून येतो. द्रोण आपल्या काही शिष्यांकडून विद्याभ्यास करवून घेत. त्यांचा पुत्र अश्वत्थामा ह्या शिष्यांसोबतच शिकत असे. शिष्यांना द्रोण पाणी आणायला नदीवर पाठवत त्यावेळी अश्वत्थाम्याला इतरांपेक्षा जास्त रुंद तोंडाचा घडा देत त्यामुळे तो आपले काम आटोपून इतरांपेक्षा लवकरत परत येई. आपल्या पुत्राला विशेष प्रकारची विद्या शिकवण्यासाठी द्रोण ह्या संधीचा उपयोग करत.

द्रुपदाने द्रोणांचा अपमान केला. विद्यार्थिदशेतील मैत्री मान्य करायला त्याने नकार दिलाच; शिवाय, 'समान दर्जाच्या लोकांचीच मैत्री शोभून दिसते. राजाची आणि रंकाची नाही', असे त्यांना हिणवले. ह्या अपमानाचा बदला घेण्यासाठी द्रोण हस्तिनापुरास आले. कृपाचार्यांचे पाहुणे म्हणून तेथे राहिले. त्यावेळी मैदानात खेळत असलेल्या कुरुकुलातील राजकुमारांना शस्त्रास्त्रविद्येतील कौशल्य दाखवून दिले. परिणामी, भीष्मांनी त्यांचा सन्मान केला. या राजकुमारांना शस्त्रास्त्रविद्येत पारंगत

करू शकेल अशा गुरूच्या शोधात भीष्म होतेच. द्रोण त्या कुमारांचे गुरू झाले. अध्यापनाचे मानधन म्हणून म्हणा की गुरुदक्षिणा म्हणून म्हणा, शिकवणीच्या प्रारंभीच भीष्मांना त्यांनी आपली मागणी सांगून टाकली, "द्रुपदाला पराजित करण्याच्या हेतूनेच मी हे काम स्वीकारत आहे!"

आता असा प्रश्न निर्माण होतो की द्रोण स्वतःच प्रकांड धनुर्धारी आणि अजोड योद्धा होते. द्रुपदाला हरवण्यासाठी त्यांनी ह्या 'गुरुदक्षिणे'पर्यंत वाट का पाहिली असेल? त्यांनी स्वतःच द्रुपदाशी 'हिशोब वळता' करून का घेतला नसेल? काय असेल ते असो; पण द्रोणांनी अशा गुरुदक्षिणेपर्यंत वाट पाहिली हे खरे! कुमारांना शिकवतेवेळचे त्यांचे वर्तनही विशेष गौरवास्पद नाही. आपला पुत्र अश्वत्थामा आणि प्रिय शिष्य अर्जुन ह्या दोघांना ते इतरांपेक्षा वेगळी, खास प्रकारची विद्या देतात. सूतपुत्र कर्णाला आपला शिष्य म्हणून स्वीकारतात; पण निषादजातीच्या एकलव्याला मात्र नाकारतात. आपला शिष्य म्हणून एकलव्याचा स्वीकार केला नसला तरी त्याच एकलव्याची अद्भुत धनुर्विद्या पाहून, आपल्या आवडत्या शिष्याला प्रतिस्पर्धी उरू नये म्हणून त्याच्या उजव्या हाताच्या अंगठ्यासारखी कठोर गुरुदक्षिणा मागताना हे आचार्य मागेपुढे पाहत नाहीत. आपण निश्चित केलेल्या ध्येयसिद्धीसाठी हीन साधनांचा उपयोग करण्यासारखेच हे कृत्य आहे.

कुरु-कुमारांचे शिक्षण पूर्ण झाले. आधीच निर्धारित केलेली 'गुरुदक्षिणा' देऊन झाली. अर्जुनाच्या हातून द्रुपद पराजित झाला. बंदिवान द्रुपदापुढे द्रोणाने मोठ्या गर्वाने म्हटले, "द्रुपदा, तुझे हे संपूर्ण राज्य आता माझे झाले. त्यांपैकी राज्याचा उत्तरेकडील अर्धा भाग स्वतःकडे ठेवून उरलेला दक्षिणेचा अर्धा प्रदेश मी तुला परत करतो आहे. तूच म्हणाला होतास त्याप्रमाणे आता आपण समान दर्जाचे झालो." नतमस्तक होऊन द्रोणांचे कठोर शब्द निमूटपणे ऐकून घेण्याखेरीज दुसरा कोणताच पर्याय द्रुपदाकडे उरला नव्हता. द्रुपदाने द्रोणांचा उदारपणा आणि मैत्री दोन्हींचा स्वीकार केला. द्रोणांनी द्रुपदाच्या राज्याचा अर्धा भाग स्वतःकडे ठेवला असला तरी ह्या प्रदेशावर त्यांनी कधी राज्य केल्याचा किंवा दुसऱ्या कुणाला तो सांभाळायला दिल्याचा उल्लेख मिळत नाही. द्रुपदाचा सूड घेण्याची इच्छा पूर्ण केल्यावर द्रोण तेथून परतले. तसे पाहता आता त्यांचे हस्तिनापुरात काही स्थान उरले असण्याचे कारण नव्हते. राजकुमारांचे शिक्षण पूर्ण झाले होते. तरीसुद्धा द्रोण हस्तिनापुरातच येऊन राहतात. आपल्या जन्मदत्त ब्राह्मणधर्माकडे ते पुन्हा वळत नाहीत. हस्तिनापुरात लाभणारा सन्मान, समृद्धी, सत्ता हे सारे पूर्वीच्या त्या आश्रमजीवनापेक्षा त्यांना अधिक अनुकूल, अधिक आपले वाटते. येथे द्रोणांच्या बाजूने एका गोष्टीची नोंद घेतली पाहिजे. धृतराष्ट्र आणि पांडूच्या मुलांमधील वाढते वैमनस्य त्यांना समजले आहे. त्यांच्या हेही लक्षात आले असले पाहिजे की लवकरच केव्हातरी या दोन्ही

पक्षांत लढाई होण्याची दाट शक्यता आहे. अशा लढाईत आपण दुर्योधनाच्या पक्षात असू असा जणू आधीच संकेत मिळाल्यासारखे विधान त्यांनी अर्जुनासमोर केले आहे. द्रुपदावर विजय मिळवल्यानंतर ते अर्जुनाकडे एक विशेष गुरुदक्षिणा मागतात. ते म्हणतात, ''वत्सा, गरज पडल्यास तू माझ्याशीही युद्ध कर.'' द्रोणांना अशा आगामी घटनांची काही चिन्हे दिसली नव्हती असे मानले तरी त्यांच्या ह्या वाणीला आर्षवाणीच म्हटले पाहजे.

महाभारतकथा ही एका तऱ्हेने सूडभावनेचीच एक शृंखला आहे. भीष्मांवर सूड उगवण्यासाठी राजकन्या अंबा शिखंडी बनून द्रुपदाची कन्या म्हणून जन्मली. द्रुपदाचा सूड घेण्यासाठी द्रोणांनी त्याचा पराभव करवला. द्रोणांचा प्रतिशोध घेण्यासाठी यज्ञदेवतेकडून द्रुपदाने धृष्टद्युम्न हा 'द्रोणांचा वध करू शकेल असा' समर्थ पुत्र मिळवला. कर्णार्जुनांमधील वैर, द्रौपदीच्या अवहेलनेचा सूड, अशा अनेक व्यक्तिगत सूडा-वैराचीच ही कथा आहे असेही म्हणता येईल. द्रोणांकडून पराजित झालेला द्रुपद स्वत: एकटा त्यांच्यावर सूड उगवू शकत नव्हती. त्यासाठी त्याने द्रोणांच्या वधाच्या अपेक्षेने यज्ञदेवतेकडून धृष्टद्युम्न नावाचा पुत्र मिळवला. द्रुपदाच्या ह्या भावनेला जणू अधिक पुष्टी देण्याजोगी एक कन्याही यज्ञदेवतेने त्याला दिली. ती म्हणजेच द्रौपदी! द्रोणांच्या वधाच्या दिशेने घेऊन जाणारी जी परिस्थिती पुढे जाता उद्भवली, तीत द्रौपदीचा सिंहाचा वाटा आहे! धृष्टद्युम्न आणि द्रौपदी ही दोन्ही समर्थ व्यक्तिमत्त्वे असली तरी दोघांचीही निर्मिती नकारात्मक मूल्ये जोपासण्यातूनच झाली आहे हे आपण मान्य केले पाहिजे.

ह्या ठिकाणी द्रोणांच्या आयुष्यातील सर्वाधिक गूढ पैलू महाभारतकथेत प्रकट होतो. धृष्टद्युम्नाची उत्पत्ती द्रोणांच्या वधासाठीच झाली होती ही गोष्ट कोणापासूनच लपलेली नव्हती. द्रुपदाने उघडपणे केलेल्या भल्यामोठ्या यज्ञाद्वारे हे साध्य झाले होते. ते जणू एक उघड गुपितच होते. असे असूनही द्रोणांनी आपणहून द्रुपदाकडे जाऊन त्याचा हा पुत्र आपला शिष्य म्हणून मागून घेतला. धृष्टद्युम्न प्रकांड योद्धा झाला. शस्त्रास्त्रातील अजोड वीर बनला हे सर्व त्याने द्रोणांचा शिष्य बनून त्यांच्या घरी राहून केले आहे. 'माझ्या मुलाला शिक्षण द्या' अशी द्रुपदाने द्रोणांना विनंती केली नव्हती. स्वत: धृष्टद्युम्नही एकलव्य अथवा कर्णाप्रमाणे त्यांना विनवायला गेला नव्हता. द्रोणांनी आपणहून धृष्टद्युम्नाची मागणी केली आहे आणि विशेष म्हणजे ज्याच्या वधासाठी हा पुत्र मिळवला त्याच्याच हाती द्रुपदाने निश्चिंतपणे, आनंदाने ह्या पुत्राला सुपूर्द केले. आपल्या शत्रूच्या हाती आपला पुत्र आनंदाने सोपविणारा राजा द्रुपद आणि स्वत:च्या वधासाठीच ज्याचा जन्म झाला आहे त्याला आपला शिष्य करून, संपूर्ण शस्त्रविद्या शिकवून पाठवणारे आचार्य द्रोण! कोणाला अधिक नावाजायचे?

कुरुक्षेत्रावरील युद्धाच्या प्रारंभी भगवद्गीतेच्या पहिल्याच अध्यायात दुर्योधन द्रोणांना म्हणतो, ''आचार्य, आपला शिष्य धृष्टद्युम्न ह्याने रक्षिलेले हे पांडवसैन्य पाहा-'' निर्माण होऊन चुकलेल्या क्षणाचाच हा संकेत आहे. आपल्याविरुद्ध सर्वशक्तिनिशी लढण्याची गुरुदक्षिणा द्रोणांनी अर्जुनाकडे कित्येक वर्षांपूर्वीच मागून ठेवली आहे आणि ज्याच्या हातून आपला वध निश्चित आहे, ह्या महानिर्माणात बदल करण्यासाठीच ज्याला स्वत: शस्त्रविद्या शिकवली तो धृष्टद्युम्न शत्रुपक्षाचा सेनापती आहे!

द्यूतसभेत द्रौपदीवस्त्रहरणप्रसंगी द्रोणांच्या भूमिकेबद्दलही थोडासा विचार केला पाहिजे. मुळात आधी द्यूतालाच द्रोणांची संमती नव्हती. असे असूनही, द्यूत प्रत्यक्ष खेळले गेले तेव्हा मूक प्रेक्षक बनून द्रोण ते बघत राहिले आहेत. युधिष्ठिराने पणास लावलेली द्रौपदी शकुनीने जिंकून घेतली आणि नंतर ह्या कुलवधूचा ज्या पद्धतीने मर्यादाभंग झाला त्यावेळी द्रोण गप्पच राहिले. अत्यंत विवश अवस्थेत द्रौपदीने जो आक्रोश केला तेव्हा केवळ भीष्मांनाच नव्हे तर द्रोण, कृपाचार्य, धृतराष्ट्र तसेच विदुर ह्या सर्वांना उद्देशून तिने प्रश्न विचारला आहे. त्या प्रश्नाचे उत्तर फक्त भीष्मांनी दिले, तेही अत्यंत दीनवाणेपणे! भीष्मांनी असे का केले, ते काही अंशी तरी समजण्यासारखे आहे; पण द्रोणाचार्यांचे संपूर्ण मौन समजणे कठीण आहे. द्रोण हे हस्तिनापूरच्या राज्याचे केवळ 'पगारी शिक्षक' होते म्हणून 'ह्या राजवंशाच्या मामल्यात आपण हस्तक्षेप करणे योग्य नव्हे' असे मानून त्यांनी स्वत:ला मर्यादा घालून घेतली असेल हा तर्कही पचनी पडण्यासारखा नाही. ह्या आधीच त्यांनी द्यूताला विरोध केला आहे, शिष्टाईच्या वेळी त्यांनी स्पष्टवक्तेपणाने दुर्योधनाला युद्धापासून दूर राहण्यास बजावले आहे. एवढेच नव्हे तर पांडवांचे राज्य त्यांना परत करण्याचा सल्लाही दिला आहे.

पांडव जेव्हा अज्ञातवासाच्या तेराव्या वर्षी विराटनगरीत राहिले तेव्हा विराटनगरावर स्वारी करून त्याच्या गायी पळवून आणण्यासारखे हीन, लुटारू-कृत्य करण्याची दुर्योधन योजना आखतो. विराटनगरीत पांडव लपले असले तर त्यांना ह्या निमित्ताने शोधून काढावे असाच दुर्योधनाचा त्यामागे हेतू होता; परंतु गायी पळवणे हे कृत्य राजघराण्याला साजेसे नव्हते. ह्यावेळी पांडवांना शोधून काढण्यासाठी योग्य उपाय करण्याची सूचना सर्वप्रथम द्रोणच दुर्योधनाला करतात. त्यानंतर भीष्म इत्यादींबरोबर गायी पळवण्यातही सामील होतात. पांडवांना शोधण्यासाठी केलेल्या ह्या कृत्यात द्रोणांनी आपली स्वामिभक्ती, राजभक्ती दाखवली आहे, पण तसे करत असतानाही पांडवांविषयीची त्यांची भावना आणि सहानुभूतीही उघड केली आहे.

महायुद्धाच्या अकराव्या दिवशी द्रोण कौरवसैन्याचे सेनापती झाले. युद्धाचा आरंभ होण्यापूर्वी युधिष्ठिराने आचार्यांना प्रणाम केला त्यावेळी आशीर्वाद देताना ते म्हणाले, ''युधिष्ठिरा, मी युद्ध दुर्योधनातर्फे करेन, परंतु विजय तुझा व्हावा हीच

माझी इच्छा असेल.'' ह्यातून त्यांचा पांडवांबद्दलचा सद्‌भाव प्रकट होतो. धर्म आणि न्याय पांडवांच्या बाजूला आहे हे समजून उमजूनही आपली शक्ती विपक्षासाठी खर्च करणे ह्यामागे कोणता विचार असेल हा प्रश्न साहजिकच पडतो; शिवाय निष्ठा आणि प्रामाणिकपणासारख्या मूल्यांनाही हानी पोहोचते.

कौरवसैन्याचे सेनापती ह्या नात्याने द्रोण पाच दिवस लढले. ह्या लढाईदरम्यान त्यांच्या निष्ठेविषयी शंका घेता येणार नाही. ''दुर्योधनाचा पक्ष हा धर्मपक्ष नाही'' हे त्यांनी युद्धाच्या सुरुवातीसच स्पष्टपणे सांगून टाकले होते तेच युद्ध सुरू असतानाही सांगायला ते मागेपुढे पाहत नाहीत. युद्धातील विजय हाती लागत नाही हे पाहून हताश झालेला दुर्योधन जेव्हा द्रोणांना कटू शब्द बोलतो त्यावेळी द्रोण त्याला स्पष्ट सुनावतात, ''दुर्योधना, द्यूतसभेत विजय मिळवणे ही वेगळी गोष्ट आहे. तो विजय खरा नसतो. युद्धातील विजय हा वेगळाच असतो.''

चक्रव्यूहाचे आयोजन ही द्रोणांच्या व्यक्तिमत्त्वाबद्दल आणखी एक प्रश्नचिन्ह निर्माण करणारी गोष्ट आहे. एकटा अर्जुनच चक्रव्यूह भेदू शकत होता. त्याला युद्धभूमीवरून युक्तिपूर्वक दूर नेऊन आता शत्रुपक्षातील कुणालाही ज्याचा भेद करणे माहीत नाही असा व्यूह रचणे हे युद्धात क्षम्य आहे असे मानले तरी अभिमन्यूवधाच्या वेळी द्रोणांची भूमिका आचार्यांना न साजेशी आहे. द्रोणांनी रचलेल्या चक्रव्यूहात प्रवेश करण्यात अभिमन्यू यशस्वी झाला. चक्रव्यूहाच्या प्रत्येक संरक्षक भिंतीपाशी उभ्या असलेल्या सेनानींना त्याने पराजित केले. त्यानंतर द्रोण, शल्य, कर्ण, अश्वत्थामा ह्या सर्वांनी मिळून त्या एकाकी योद्ध्याचा वध करावा हे दृश्य आणि हा विजय सेनापती म्हणून द्रोणांना शोभून दिसणारा नाही. युद्धात विजयी होणे एवढीच सर्वांत महत्त्वाची गोष्ट आहे असे मानले तर मग ह्यात फारसे काही वावगे नाही, परंतु युद्धाला नियम आहेत– महाभारत युद्धाचे तर खास स्वत:चे असे नियम होते— हे एकदा मान्य केले तर मग द्रोणांसारख्या समर्थ सेनानींकडूनच ह्या नियमांचे उल्लंघन झाले तर ते नक्कीच अधर्म ठरते. दुर्योधन, दु:शासन, शकुनी ह्यांनी जर असे काही केले तर त्याचे फारसे सुख-दु:ख वाटत नाही.

युद्धाच्या चौदाव्या दिवशी रात्री निराश दुर्योधनाच्या तोंडची कटू भाषा ऐकून, दुसऱ्या दिवशी कसेही करून पांडवसैन्यावर विजय मिळवण्याचे आश्वासन द्रोणांनी त्याला दिले. दुसऱ्या दिवशी त्यांनी स्वत:सुद्धा सारासार विवेकबुद्धीला न शोभण्यासारख्या पद्धतीने पांडवसैन्यावर ब्रह्मास्त्राचा प्रयोग आरंभला. आजपर्यंत द्रोणांनी ह्या अस्त्राचा धर्मानुसार वापर करण्याचे नियम आपल्या शिष्यांना शिकवले होते. ते सगळे नियम धाब्यावर बसवून त्यांनी हा प्रयोग आरंभला ह्यातून त्यांच्या व्यथा आणि निराशा दोन्ही व्यक्त होतात. मुळात त्यांना युद्ध नको आहे. पांडवांच्या विजयाचीही मनोमन इच्छा आहे आणि स्वत:मात्र त्याउलट कौरवांच्या पक्षातून नाइलाजाने लढत आहेत ह्या

सर्वामुळे जो मानसिक ताण ते सहन करत होते त्याचाच जणू काही हा पडसाद आहे. उत्कट क्षणी समतोल ढळण्याचे प्रसंग द्रोणांच्या जीवनात मधूनमधून घडले आहेत. मुलाला दूध प्यायला मिळावे म्हणून याचक होऊन ते द्रुपदाकडे गेले. द्रुपदाने अपमान केला तेव्हा सूडभावनेच्या प्रभावामुळे हस्तिनापूरचे आचार्य झाले, हे असेच प्रसंग आहेत. युद्धात त्यांनी ब्रह्मास्त्र सोडण्यासाठी बाणाचा नेम धरला तेव्हा पिता भारद्वाजांसह अन्य ऋषींनी अंतरिक्षात प्रकट होऊन त्यांना थांबवले आहे. सर्वांनी जणू एकमुखाने म्हटले, ''द्रोणा, आता हे युद्ध तुमच्यासाठी नाही. तुम्ही निवृत्त व्हा! हे आता तुमच्यायोग्य उरलेच नाही.'' द्रोणांनी ब्रह्मास्त्र म्यान तर केले पण त्याक्षणीच युद्धातील त्यांचे स्वारस्यही संपले.

ह्यावेळी भीमाने आचार्यांना जो टोमणा मारला आहे तोही आठवण्याजोगा आहे. भीम आचार्यांना म्हणतो, ''आचार्य, तुम्ही पुत्रप्रेमाने प्रेरित होऊन ब्राह्मणधर्माला मुकलात. तुमच्या ह्या स्खलनामुळेच आज हा महासंहार घडून आला आहे!'' साऱ्या घटनाक्रमांची पुन्हा एकदा उजळणी केली तर भीमाच्या ह्या म्हणण्यात दडलेले सत्य चटकन् लक्षात येते.

युद्धाच्या आधी समेटाचे जे प्रयास झाले त्या प्रत्येक वेळी द्रोणांनी दुर्योधनाला ह्या दुःसाहसापासून परावृत्त करण्याचा प्रयत्न केलाच आहे. युद्ध झालेच तर आपण दुर्योधनाच्या पक्षातच असू हे म्हणताना, त्याचवेळी त्यांनी असेही उघडपणे म्हटले आहे की, ''तरीही भीमार्जुनांच्या हल्ल्यापुढे कुणीच टिकाव धरू शकणार नाही. शिवाय, ज्या पक्षात कृष्ण असेल त्या पक्षाचा प्रतिकार करणे शक्यच नाही.''

द्रोणाचार्यांचा अंत हे पांडवपक्षाकडून झालेले महाभारतातील एक मोठे अधर्माचरण आहे. 'धर्म-धर्म' म्हणत सदैव धर्माचा जप करणाऱ्या दोन्ही पक्षांच्या सगळ्या सेनानींनी वेळप्रसंगी धर्माला आपल्या सोयीनुसार वळवून अधर्माचे आचरण करताना मागेपुढे पाहिलेले नाही. काही काही प्रसंगी अशा 'अधर्मा'ची खोलवर उलटसुलट चर्चा करून थोडे तरी समर्थन करण्यास जागा आहे. द्रोणवधाच्या अधर्माचे मात्र काहीही समर्थन करता येण्याजोगे नाही. कृष्णाला द्रोणांचा पुत्रमोह ठाऊक होता. त्याने भीमाकरवी अश्वत्थामा नावाच्या हत्तीची हत्या करवली आणि द्रोणांच्या कानी पडेल असा विजयघोष करवला - 'अश्वत्थामा हतः!' ते ऐकून द्रोण गोंधळून गेले, व्याकूळ झाले. साक्षात युधिष्ठिराच्या तोंडूनही जेव्हा त्यांनी हेच शब्द ऐकले तेव्हा मात्र तो मोहच सर्वव्यापी झाला आणि शस्त्रत्याग करून ते समाधिस्थ झाले. हे युद्ध काही द्रोणाचार्य अश्वत्थाम्यासाठी लढत नव्हते. दुर्योधनासाठी लढत होते. अखिल कौरवसैन्याचे ते सेनापती होते आणि कौरवसैन्याचा अजून पराभव झाला नव्हता. सैन्य अजूनही लढत होते, तरीसुद्धा पुत्राच्या मृत्यूची नुसती बातमी ऐकूनच त्यांना आपल्या पक्षाचा विसर पडला! सेनापती म्हणून द्रोण येथे कमी पडले आहेत.

शस्त्रसंन्यास आणि समाधिस्थ अवस्था घेतल्यावर प्राणतत्त्व ब्रह्मरन्ध्राच्या दिशेने प्रयाण करून चुकले होते; त्याचवेळी पांडवसेनापती धृष्टद्युम्नाने आचार्यांच्या रथात उडी घेतली आणि आपले 'जीवितकर्म' तडीस नेले. समाधिस्थ आचार्यांचे केस मुठीत पकडून त्याने आचार्यांचे मस्तक धडावेगळे केले. आचार्यांचा हा असा शेवट अर्जुनाला असह्य होतो. धृष्टद्युम्नावर धावून जात तो ओरडतो, ''नाही, नाही सेनापती, आचार्यांचा असा घात करणे योग्य नव्हे!''

द्रोणांच्या जीवनाचे विविध पैलू आहेत. त्यातील उदात्तपणा काही ठिकाणी उठून दिसतो तर काही प्रसंगी त्यांचे हीनत्वही प्रकट होते. हस्तिनापूरलाच आपली कर्मभूमी बनवणाऱ्या ह्या ब्राह्मणाने क्षत्रियधर्माचा अंगीकार केला होता त्याचवेळी आपल्या निवासस्थानी आणि रथावरील ध्वजावर वेद आणि कमंडलू ही प्रतीके स्वीकारली होती. वेद हे ज्ञान आणि कमंडलू त्याग सूचित करतात. त्यांच्या अंगणी शस्त्रपूजा होत असे तर बाहेर ज्ञानाचा आणि त्यागाचा ध्वज फडकत असे. आचार्य द्रोणांचे व्यक्तित्व महान म्हटले जाईलच, तरीही त्याला 'संमिश्र व्यक्तित्व' म्हणावे लागेल. ज्ञान, त्याग आणि शक्ती तिन्ही त्यांनी स्वीकारले होते. ज्ञान आणि शक्ती भरपूर मिळवलीही होती परंतु त्यागाचा अर्थ मात्र त्यांच्या आयुष्यात प्रतीकापुरताच सापडतो!

■

।। राजा धृतराष्ट्र ।।

एक

महाभारतातील सर्वच पात्रे, त्यांचा चांगुलपणा वा वाईटपणा, कोणत्याही पैलूचा विचार करता, सामान्यजनांपेक्षा वीतभर उंच आहेत ह्यात शंका नाही. ह्या सर्व पात्रांचे दुर्दैव म्हणा की अडचण म्हणा, ती सत्ता आणि समृद्धीच्या शिखरावर आहेत असे वाटते तरी प्रत्येकाच्या अंतर्यामी एक व्यथा, एक बैचेनी आहे; अंतरात अखंड अस्वस्थता भरून राहिली आहे. माणूस सुखदु:खाचा अनुभव आपल्या पंचेंद्रियांद्वारे घेत असतो. स्वाद, स्पर्श किंवा सुगंध ह्यांतून मिळणारी सुखदु:खे सोडली तर बहुधा, सुखाचा किंवा दु:खाचा अनुभव काहीतरी प्रिय किंवा अप्रिय ऐकण्याने अथवा पाहण्याने होत असतो. एखाद्या प्रियजनाच्या मृत्यूची बातमी कानांनी ऐकण्यापेक्षा त्याचा अपमृत्यू डोळ्यांनी बघावा लागणे हे जास्त क्लेशकारक आहे. महाभारतकथेतही सुखापेक्षा दु:खाचेच अधिक दर्शन घडते आणि जीवनाविषयी कविजन म्हणतात त्याप्रमाणे 'दु:ख हेच मुख्य, सुख अल्प' ही भावना महाभारताला शंभर टक्के लागू पडते. ह्या सगळ्या पात्रांमध्ये धृतराष्ट्र एका अर्थाने सुदैवी आणि सुखीच म्हणायचा! जन्मांध असल्याने त्याला कुठलेही अप्रिय दर्शन घडतच नाही. कुरुक्षेत्रावरील महासंहार असो की द्रौपदी वस्त्रहरण असो, कुठलीच भयानक घटना पाहण्याची त्याच्यावर पाळी येत नाही. हे त्याचे एक तऱ्हेचे सुदैवच म्हणायचे! अशा रीतीने धृतराष्ट्राचा आंधळेपणा हे त्याचे एक प्रकारचे सद्‌भाग्य आहे तर दुसरीकडे त्याचा हा आंधळेपणा महाभारताच्या महाविनाशाचे मूळ कारण आहे. माता अंबिका धृतराष्ट्राच्या आंधळेपणाला कारणीभूत आहे. गर्भधारणेच्या वेळी भयभीत होऊन तिने डोळे मिटून घेतले नसते तर धृतराष्ट्र 'पूर्ण' राजकुमार ठरला असता. तो बलवान होता, वीर होता, ज्ञानी होता आणि व्यवहारपटुही होता. इतर सर्व गुणांनी संपन्न असूनही, युवराज असूनही, त्याला राज्याभिषेक झाला नाही ह्यामागे त्याचे

अंधत्व एवढेच एकमेव दुर्भाग्य आहे. तो आंधळा नसता तर तोच राजा झाला असता आणि तो राजा झाला असता तर दुर्योधनाने जी अढी जन्मभर बाळगली, व्यक्त केली तिला वावच राहिला नसता. धृतराष्ट्राऐवजी पांडू राजा झाला असला तरी राज्याची धुरा धृतराष्ट्रानेच सांभाळली आहे. पांडू मुळात राजा झाला नसता तर सिंहासनावर युधिष्ठिराचा दावाच होऊ शकला नसता आणि मग हस्तिनापूरच्या कुरुवंशाची ही कथा अशी शोकांतिका झालीच नसती. सिंहासनावर बसूनदेखील सिंहासनाधीशाच्या त्या पदापासून आयुष्यभर वंचित राहण्याची जी शिक्षा धृतराष्ट्राने भोगली त्यात त्याचा दोष असा काहीच नव्हता.

शारीरिक व्यंग असणारा राजकुमार राजा होऊ शकत नसल्याने भीष्मांनी धर्मानुसार पांडूला युवराजपदाचा अभिषेक केला. राजा झाल्यावरही पांडूने मिळविलेले विजय आणि राज्यात आणलेली समृद्धी हे सर्व ज्येष्ठ बंधू धृतराष्ट्र आणि पितामह भीष्म ह्यांनाच अर्पण केले आहे. त्यानंतरचे आयुष्य त्याने हस्तिनापुरात नव्हे तर वनात कंठले आहे. ऋषींच्या शापामुळे स्वीकाराव्या लागलेल्या विरक्त दांपत्यजीवनाआधीही अनेक वर्षे तो वनातच राहिला आहे. अर्थात, हा वनवास म्हणजे 'ऋषिजीवन' नव्हते. वनातही तो सगळी सुखे उपभोगत होता. ह्याकाळात हस्तिनापूरचा राज्यकारभार पितामहांच्या देखरेखीखाली धृतराष्ट्रानेच सांभाळला आहे.

एका दृष्टीने पाहता गांधारीशी झालेले धृतराष्ट्राचे लग्न म्हणजे एक प्रश्नचिन्हच आहे. शंभर पुत्रांची माता बनण्याचा वर गांधारीला तिच्या कौमार्यावस्थेतच महर्षी व्यांसाकडून मिळाला होता. विचित्रवीर्य निपुत्रिकच मृत्यू पावल्यामुळे राज्याला वारस मिळण्यासाठी जसे प्रश्न निर्माण झाले होते तसे पुन्हा घडू नये ह्यासाठी जागरूक राहण्यास भीष्मांनी विदुराला सांगितले होते. आपण सध्या ज्याला अफगाणिस्तान म्हणतो त्याला त्याकाळी 'गांधार' म्हणत असावेत. हा प्रदेश पर्वतांच्या पलीकडे आहे. हे पर्वत आणि जरा आग्नेयेस वाहणारी सिंधू नदी ह्या दरम्यानचा प्रदेश बहुतकरून यावनी प्रदेश असला पाहिजे, कारण भागवतात ज्या कालयवनाचा उल्लेख आहे तो सिंधूच्या पलीकडच्या भागात रहिवासी आहे, असे संकेत सापडतात. (जयद्रथही सिंधुदेशाचा होता असे सिद्ध झाले आहे.) ह्याचाच अर्थ असा की हस्तिनापूरचे साम्राज्य सिंधूच्या दक्षिणेला होते. पर्वतरांगांच्या पलीकडे वसलेल्या गांधार साम्राज्याला आर्यावर्तामध्ये आपला राजकीय प्रभाव वाढवायला हस्तिनापूरची साथ फार लाभदायक ठरली असती. राजा सुबलापाशी भीष्मांनी जेव्हा राजकन्या गांधारीला मागणी घातली त्यावेळी राजकुमार धृतराष्ट्र अंध असल्याचे वास्तव त्याला ठाऊक नव्हते असे नाही. तरीही त्याने आपल्या मुलीचा ह्या अंध राजपुत्राशी विवाह करण्याला संमती दिली आहे! आता प्रश्न असा उद्‌भवतो की केवळ राजकीय महत्त्वाकांक्षेपोटीच जर त्याने प्यादे म्हणून आपल्या मुलीचा वापर केला

असेल तर प्रत्यक्ष लग्न झाल्यानंतर त्याने ह्या महत्त्वाकांक्षेसाठी काहीच केलेले कसे दिसत नाही? राजकुमार शकुनी तेवढा बहिणीच्या लग्नानंतर हस्तिनापुरात कायम राहिला आहे. सुबलाच्या ह्या गांधार देशाचे पुढे काय झाले ह्याबद्दल निश्चित संदर्भ कुठेच मिळत नाही. आपला होणारा पती अंध आहे हे कळल्याक्षणीच 'पतीपेक्षा अधिक सुख भोगू नये' ह्या तत्त्वासाठी स्वत: राजकुमारी गांधारीने स्वेच्छेने अंधत्व स्वीकारले आहे.

पत्नी गांधारीला ती कुमारी असतानाच मिळालेल्या वरानुसार धृतराष्ट्राला शंभर पुत्र प्राप्त झाले. गांधारी गर्भवती असताना तिच्या सेवेसाठी एक दासी नेमण्यात आली होती. तिच्याबद्दल महाभारतात 'वेश्या' असा शब्द वापरला आहे. ह्याचा अर्थ असा होतो की राजा किंवा राजकुमार ह्यांच्या जशा उपपत्नी अथवा दुसऱ्या पत्नी असत तशा प्रकारे ही दासी धृतराष्ट्राबरोबर राहत नव्हती. ती एक वेश्या असेल तर धृतराष्ट्राखेरीज अन्य पुरुषांशीही तिचा संपर्क असणार. गांधारीच्या जागी अशी एक सामान्य वेश्या धृतराष्ट्रायोग्य कशी काय ठरवली असेल ते समजत नाही. काय सांगावे, धृतराष्ट्रालाच ती आवडत असेल! जे काय असेल ते असो, पण तत्कालीन समाजरचनेच्या प्रस्थापित मूल्यानुसार ही व्यवस्था टीकापात्र किंवा निंद्य मानली गेली नाही, सहज स्वीकारली गेली, एवढे खरे! या दासीपासून धृतराष्ट्राला जो पुत्र झाला त्यालाही हस्तिनापूरच्या दरबारात उचित स्थान मिळाले आहे. हा पुत्र म्हणजेच युयुत्सू! कौरवांच्या दुष्कृत्यांचा ह्या युयुत्सूने यथाशक्ती विरोधच केला आणि ऐन आणीबाणीच्या वेळी, महायुद्धाच्या आरंभी, पांडवापक्षाकडून लढण्याचे त्याने ठरवले. ह्याबद्दल दुर्योधनाने त्याला धिक्कारले आहे. धृतराष्ट्राच्या व्यक्तिमत्त्वाची प्रारंभीच्या काळातील एक बाजू पाहिली तर असे दिसते की धाकट्या पांडूबद्दल त्याच्या मनात प्रेमाखेरीज अन्य कुठलाच भाव नाही. पांडूच्या मृत्यूची बातमी ऐकून धृतराष्ट्राने जो शोक केला आहे ते ढोंग होते असे मानणे म्हणजे धृतराष्ट्रावर अन्याय करण्यासारखे आहे. पांडुपुत्रांना घेऊन कुंती आणि इतर ऋषी हस्तिनापुरात येतात, तेव्हाही स्वच्छ मनाने त्याने पांडुपुत्रांचा स्वीकार केल्याचे दिसते. तो कसल्याही शंकाकुशंका काढत नाही. उलट, युधिष्ठिराचा जन्म झाल्याचे कळताच गांधारीच्याच मनात ईर्षा आणि निराशा उत्पन्न झाली होती हे लक्षात घेतले पाहिजे. पांडव हस्तिनापुरात आल्यानंतर धृतराष्ट्राने आपल्या मुलांच्या सोबतच त्यांच्याही शिक्षणाची योग्य व्यवस्था केली आहे. युधिष्ठिर ज्येष्ठ पांडुपुत्र असल्याने किंचितही अस्वस्थ न होता धृतराष्ट्राने त्याला यौवराज्याभिषेकही केला. दुर्योधनाला युवराजपदी बसवण्याचा त्याच्या मनात विचार असता तर त्याने युधिष्ठिराचा अभिषेक टाळला जरी नसता तरी निदान लांबणीवर नक्कीच टाकला असता. एकत्र शिक्षण घेत असल्या वेळेपासूनच, धृतराष्ट्रपुत्रांच्या मनात पांडुपुत्रांबद्दल द्वेष आणि असूया आहे. असूया असणेही

स्वाभाविक आहे. दुर्योधन युधिष्ठिराला आपला प्रतिस्पर्धी मानतो कारण युधिष्ठिर युवराजपदी असेल तर दुर्योधन कधीच राजा होऊ शकणार नाही! पांडूला सिंहासन मिळाले आणि त्यामुळेच नंतर युधिष्ठिरालाही राज्य मिळावे ही गोष्ट दुर्योधनाला कधीच पटली नाही, अशा प्रकारे दुर्योधनाची असूया त्याच्या दृष्टीने तर्कशुद्ध आहे. त्यात सुरुवातीला तरी धृतराष्ट्राचा वाटा अजिबात नाही.

अध्ययनाच्या अखेरीस रंगमंचावर कर्णाने अर्जुनाला आव्हान दिले आणि दुर्योधनाने कर्णाची बाजू घेतली. ज्यावेळी धृतराष्ट्राने सावध होऊन दुर्योधनाला रोखण्याची गरज होती अशी ही पहिलीच घटना होती. ह्याक्षणी धृतराष्ट्र गप्प राहिला. दुर्योधनाचा जन्म झाला त्याचवेळी 'हा पुत्र कुळाचा सर्वनाश करेल' असे ज्योतिषांनी भाकित केले होते तेव्हा अनेक अपशकुनी दुश्चिन्हे घडली होती. कुरुकुलाला वाचविण्यासाठी, अशा सर्वनाश करू शकणाऱ्या पुत्राचा त्याग करण्याचा सल्ला मंत्री विदुराने धृतराष्ट्राला दिला होता. त्यावेळी धृतराष्ट्राने अगतिकपणे म्हटले होते, "सर्वनाश झाला तर भले होवो; पण माझ्या प्राणाचा अंश असलेल्या माझ्या पुत्राचा मी कधीच त्याग करणार नाही." पुत्रमोह त्याच्या ठायी सुरुवातीपासूनच दिसतो. सर्वनाशाचे मोल देऊन सुद्धा त्याला पुत्रमोहच जपायचा आहे!

विद्याभ्यास पूर्ण केल्यावर पांडुपुत्रांनी द्रुपदावर विजय मिळवला, दुर्योधनाला किंवा कर्णाला हे जमले नाही. द्रुपदाने त्यांचा पराभव केला. अर्जुनच हा विजय मिळवू शकला. त्यानंतर त्याने आणखी अनेक विजय मिळवून कीर्ती संपादन केली, आर्यावर्तावर हस्तिनापूरचा ध्वज फडकत ठेवला. लोकप्रियता मिळवली. ह्याच्या तुलनेत दुर्योधनादि कौरवांना काहीच विशेष मिळवता आले नाही. ह्याठिकाणी धृतराष्ट्र प्रथमच चिंतित झालेला दिसतो. पहिल्यांदाच त्याच्या मनात पांडुपुत्रांबद्दल ईर्षा प्रकट होते. आपल्या मुलांपेक्षा पांडव अधिक सक्षम आणि प्रजाप्रिय होताना पाहून त्याचे मन अस्वस्थ होते. 'मामका:' आणि 'पांडवा:' असे शब्द त्याने खूप नंतर — थेट कुरुक्षेत्रावरील महायुद्धाच्या पूर्वसंध्येला उच्चारले आहेत; पण हा भाव त्याच्या मनात येथे यावेळीच उत्पन्न झालेला दिसतो.

एक अतिशय मजेशीर, नोंद घेण्याजोगी गोष्ट अशी आहे की, अशा चिंतित आणि विमनस्क अवस्थेत, आता काय करावे ह्याबद्दल मार्गदर्शन घेण्यासाठी तो कणिक नावाच्या आपल्या एका ब्राह्मण मंत्र्याला आपल्याकडे बोलावतो. एरव्ही त्याने नेहमी विदुराचाच सल्ला घेतला आहे आणि हा कणिक सुद्धा एकदाच राजाला सल्ला देऊन झाल्यानंतर पूर्ण महाभारतभर पुन्हा कुठेच दृष्टीस पडत नाही. पुढील काळातही धृतराष्ट्राला विदुरच मार्गदर्शन घेण्यायोग्य वाटला आहे. एवढ्या एका वेळीच मात्र त्याने विदुराऐवजी कणिकाची निवड केली आहे. हा कणिक राजाला जे काही सांगतो ते वाचताना कैकेयीला सल्ला देणाऱ्या मंथरेचेच स्मरण होते.

कणिकापाशी आपले मन मोकळे करत राजा विचारतो, ''माझ्या पुत्रांच्या दृष्टीने, पांडवांचे वाढते शक्ति -सामर्थ्य मला भीतिदायक वाटते. अशा परिस्थितीत काय करणे उचित होईल?'' उत्तरादाखल कणिक राजाला कूटनीती शिकवतो; 'ज्याला आपण आपला संभावित शत्रू मानत असू त्याची शक्ती वाढण्याच्या आधी साम दाम-दंड-भेद वाटेल त्या रीतीने त्याला नष्ट केले पाहिजे', असे तो राजाला आग्रहपूर्वक सांगतो. तऱ्हेतऱ्हेची उदाहरणे देऊन तो सिद्ध करतो की, 'शत्रूचा नाश करण्यासाठी कोणतेही पाऊल उचलणे अनुचित ठरत नाही. प्रतिकूल समयी मनातले भाव प्रकट न होऊ देता, चेहऱ्यावरील भाव आणि आपली वाणी ह्या दोन्हींद्वारे इतरांना फसवणे हे एखाद्या राजाचे उत्कृष्ट वैशिष्ट्य ठरते.' पांडवांशी अशा प्रकारचे वर्तन करून आपला मार्ग निष्कंटक करण्याचा तो धृतराष्ट्राला सल्ला देतो. 'सदाचार, नीती, धर्म ह्या सगळ्या गोष्टी केवळ आपला हेतू साध्य करण्यासाठी निमित्तमात्र आहेत. कितीही जवळचा मित्र अथवा आप्त असला तरी, आपला हेतू तडीस नेण्यासाठी त्याचा वधच केला पाहिजे' अशी भयंकर शिकवण हा कणिकनामक मंत्री धृतराष्ट्राला देतो. पुढील काळात ज्या घटना घडतात त्यातून स्पष्टच दिसून येते की, राजाने ही शिकवण पूर्णपणे आत्मसात केली आहे. त्याच्या मनातले भाव आणि त्याचे बोलणे ह्या दोन अगदी वेगळ्या गोष्टी आहेत. त्यात एकवाक्यता नाही हे नंतरच्या अनेक प्रसंगांत अगदी स्वच्छपणे जाणवते. येथूनच धृतराष्ट्राच्या दुटप्पीपणाला सुरुवात होते. पांडवांविषयी त्याच्या मनात आत्तापर्यंत विशुद्ध प्रेमभावच होता. आता त्यात भय मिसळते आणि त्यामुळे प्रेम उणावते. प्रेम संपूर्णपणे लयाला गेले आहे असेही म्हणता येत नसले तरी पुत्रमोह बलवत्तर ठरतो आहे आणि पांडवांच्या भयाने त्याच्या चित्ताचा थरकाप होत आहे.

ह्या पार्श्वभूमीवर पहिलीच घटना लाक्षागृहाची आहे. दुर्योधनाने लाक्षागृहात पांडवांना जाळून टाकण्याची योजना आखली आहे. पांडव वारणावताला जायला तयार झाले तरच ही योजना यशस्वी होणार ! त्यासाठी धृतराष्ट्राने पांडवांना तिकडे जाण्याची आज्ञा करायला हवी. लाक्षागृहाचे कारस्थान राजाच्या कानी न पडू देता, त्याबद्दल राजाला अंधारात ठेवून, पांडवांना केवळ वारणावताला पाठवण्याची दुर्योधनाने राजाला विनंती केली. राजाने हा प्रस्ताव लगेच मान्य केला नाही उलट, दुर्योधनाच्या ह्या प्रस्तावाचा विरोधच केला. परंतु, पुन्हा एकदा पुत्रमोह बलवत्तर ठरला आणि दुर्योधनाचे म्हणणे कबूल करून, पांडवांना हस्तिनापुरापासून दूर ठेवण्याच्या उद्देशाने, विहारासाठी, 'आमोद-प्रमोदा' साठी पांडवांनी वारणावताला जावे असे धृतराष्ट्राने सुचवले. अशा रीतीने पांडवांच्या अनुपस्थितीत दुर्योधनाचा मार्ग निष्कंटक होऊन तो आपला प्रभाव वाढवू शकेल असा काहीसा विचार धृतराष्ट्राच्या मनात असावा. दुर्योधन आपले कुटिल कारस्थान आपल्या पित्याला

कळू देत नाही त्यामुळेच वारणावतात लाक्षागृहाची घटना घडल्याबरोबर इकडे धृतराष्ट्र खूप शोक करतो. भीष्मही विलाप करतात आणि सर्व पांडुपुत्रांचे श्राद्ध, तर्पण आदि अंतिम संस्कारही करायला लागतात. एकटा विदुर सत्य काय ते जाणत असतो आणि फक्त भीष्मांना तो सत्याची कल्पना देतो. धृतराष्ट्र तर पांडव मरण पावले हेच सत्य मानून चालतो.

द्रौपदीस्वयंवरात पांडव प्रकट झाले एवढेच नव्हे तर द्रौपदी प्राप्त करून, अधिकच समर्थ होऊन प्रकटले. ही बातमी विदुराने राजा धृतराष्ट्राला दिली. द्रौपदी मिळविण्याच्या इच्छेने दुर्योधनही स्वयंवरास गेला होता. 'द्रौपदी कुरुकुलाची वधू होऊन येत आहे', असे विदुराने सांगताच राजा हर्षभरित झाला. स्वयंवरात विजयी होऊन दुर्योधनाने द्रौपदी जिंकली आहे अशी त्याने आनंदाच्या भरात समजूत करून घेतली. अत्यानंदाच्या आवेगात तो आपल्या स्नुषेसाठी - म्हणजे त्याच्या मते दुर्योधनाने जिंकलेल्या द्रौपदीसाठी - बहुमूल्य उपहार आणायला सांगतो त्यावेळी विदुर हळूच फोड करून त्याला सांगतो "राजा, पांडुपुत्रांनी वरलेली द्रौपदी ही सुद्धा कुरुकुलाचीच वधू म्हणायची! ती तुमचीही स्नुषाच आहे!"

धृतराष्ट्राला ही बातमी अगदी अकल्पित होती. पांडवांचा मृत्यू झाला आहे, आता दुर्योधनाचा मार्ग अगदी मोकळा झाला आहे असेच तो धरून चालत होता. ज्या पद्धतीने द्रौपदी जिंकून पांडव प्रकट झाले त्यामुळे त्याच्यावर आघात तर निश्चितच झाला आहे. कणिकाने दिलेला सल्ला ह्याठिकाणी प्रथमच अतिशय प्रभावीपणे आत्मसात करुन शुद्ध दांभिकपणे तो उद्‌गारतो, "अहो भाग्य! अहो भाग्य! पांडव जिवंत आहेत आणि द्रौपदी कुरुकुलवधू झाली आहे ही अतिशय आनंदाची गोष्ट आहे. ह्या सगळ्या बहुमूल्य भेटी द्रौपदीसाठीच आहेत. खरेच, पांडुपुत्रांची पत्नी ती माझी स्नुषाच!" अत्यंत आपलेपणाच्या ह्या भावनेत कणिकप्रेरित ढोंगाचेच दर्शन घडते.

पांडव आता अधिकच बलशाली झाले आहेत. आता त्यांची उपेक्षा करून चालण्यासारखे नाही. हस्तिनापुरावर त्यांच्या पित्याचाच अधिकार होता. त्यामुळे त्यांनी समग्र हस्तिनापूर राज्याचीच मागणी केली असती तरी नाकारता आली नसती. अशावेळी कलह कायमचाच नष्ट करून कुळाला वाचवण्यासाठी भीष्मांनी राज्याच्या विभाजनाचा प्रस्ताव मांडला आणि धृतराष्ट्राने तो तात्काळ मान्य केला. पांडुपुत्रांनी हे विभाजन मान्य करावे आणि हस्तिनापूरचे संपूर्ण राज्य मागू नये म्हणून युधिष्ठिरासमोर आपल्या मुलाची निंदा करायलाही तो मागेपुढे पाहात नाही. एखाद्या लहान बालकाला फूस लावून त्याची समजूत घालावी तसे तो युधिष्ठिराला म्हणतो, "माझा पुत्र दुष्ट आहे, अहंकारी आहे; पण तू समजूतदार आणि धर्मात्मा आहेस; बाळा, माझे ऐक आणि तू इंद्रप्रस्थ प्रदेशाचे राज्य घे. दुर्योधनाला येथे राहू दे. असे केल्याने आपल्या

कुळाचे रक्षण होईल.''

जणू काही, कुळाच्या रक्षणाची जबाबदारी एकट्या पांडुपुत्रांचीच होती! इंद्रप्रस्थाचा प्रदेश किती पवित्र आहे, ह्या प्रदेशावर पुरुरवा, नहुष, ययातीसारख्या प्रतापी राजांनी राज्य केले आहे, असल्या फसव्या गोष्टी सांगायला धृतराष्ट्र बिचकत नाही. पांडवांनी आपल्या चुलत्याची आज्ञा मानली आणि ते खांडवप्रस्थास जाण्यास निघाले.

दोन

दुर्योधनाने केलेल्या द्यूतसभेच्या प्रस्तावाला धृतराष्ट्र आरंभी संमती देत नाही. राजसूय यज्ञाच्या प्रसंगी इंद्रप्रस्थाचे वैभव पाहून अस्वस्थ झालेल्या दुर्योधनाला राजाने रोखले आहे. ''इंद्रप्रस्थाइतकेच वैभव आणि समृद्धी हस्तिनापुरात आहे. समजा त्यात काही उणीव असली तरी ती भरून काढता येईल. पांडव आपल्या प्रारब्धाने मिळालेले आणि कर्मांनी मिळवलेले जे काही उपभोगत आहेत त्याबद्दल चिंता करून दुःखी होणे व्यर्थ आहे'' असे धृतराष्ट्र त्याला समजावतो. ह्यानंतर मात्र धृतराष्ट्राच्या मनातील खऱ्या भावनेला खतपाणी मिळण्याचे कारण घडले. ''द्यूत खेळण्याच्या कलेत आपण अतिशय निपुण आहोत, युद्धासारखे प्रयत्न करूनही जे काम साध्य होऊ शकणार नाही ते आपण द्यूत खेळून चुटकीसरसे मिळवून दाखवू'' असे आश्वासन शकुनीने दिले. शकुनीचे बोलणे ऐकून धृतराष्ट्राच्या अंतरीची मूळ दुष्ट भावना बळावली. इंद्रप्रस्थाचे वैभव युद्ध करून जिंकण्यासारखे नाही हे धृतराष्ट्राला पक्के ठाऊक होते. त्यामुळेच दोन्ही पक्षांचा हितैषी असल्याचे ढोंग करून तो धर्माचरणाच्या गप्पा करत होता. आता पूर्ण पिकलेले फळ आयते तोंडात टपकण्याची संधी आली असता जांभई देण्याच्या निमित्ताने तोंड उघडायला काय हरकत होती? उघडपणे कसलाही त्रास न देता, शकुनी सहजासहजी जर पांडवांना सत्ता आणि संपत्तीविहीन करून टाकू शकत असेल तर तशी खेळी खेळायला काय हरकत आहे? कणिक मंत्र्याचा हा शिष्य आता असा काही हिशोब न करता तरच नवल! त्याने द्यूतसभेचे आयोजन करण्यास लगेच संमती देऊन टाकली.

द्यूतसभेमध्ये दुर्योधन एकामागून एक डाव जिंकत असताना धृतराष्ट्राच्या मनात दडलेले भाव मनाचे बांध फोडून धो धो बाहेर पडतात. आजपावेतो पांघरलेली तटस्थपणाची झूल फेकून देऊन, अगदी खूष होऊन तो संजयाला वारंवार विचारत राहतो, ''काय झाले? आपण जिंकलो?'' ह्याठिकाणी उघडपणे 'आपण' शब्द उच्चारून तो आपले खरे स्वरूपच उघड करून दाखवतो. कौरव जर हरत असते तर त्याने हा 'आपण' शब्द नक्कीच वापरला नसता. पराजित पांडवांची पत्नी द्रौपदी हिला भर राजसभेत फरफटत ओढून आणण्याला फक्त विदुर आणि

विकर्णाने विरोध केला आहे; धृतराष्ट्राने मौन पाळून मूक संमतीच दिली आहे. भीष्म-द्रोणांचे मौन एक वेगळा विवादाचा मुद्दा ठरतो तसे धृतराष्ट्राबद्दल म्हणता येणार नाही. धृतराष्ट्र दोहोंपैकी एका पक्षात सामील झाला आहे. भीष्म किंवा द्रोणांनी कोणत्याच पक्षाची बाजू घेतलेली नाही. पांडवांच्या सामर्थ्याला आणि क्रोधाला धृतराष्ट्र घाबरत होता हे खरे, पण आता पांडव दास बनले आहेत. सगळे वैभव हरल्याने रस्त्यावरच्या भिकाऱ्यासारखी त्यांची दशा झाली आहे, तेव्हा आता त्यांना घाबरण्याचे काही कारण नाही अशा भ्रमामुळेच द्रौपदीला राजसभेत ओढून आणण्याला राजाने विरोध केला नसावा. दुर्योधनाच्या मनासारखे होते आहे ना, होवो तर, आता पांडवांना कशाला भ्यायचे, असे मानून त्याने संमती दिली असावी हे तर्कसंगत वाटते.

द्रौपदीवस्त्रहरण झाले आणि भीमाच्या त्या भयानक प्रतिज्ञेचे पडसाद उमटले तसा धृतराष्ट्र पुन्हा भयभीत झाला. 'आपल्याला आणि आपल्या पुत्रांना आता कसलेच भय नाही' असे तो धरून चालला होता. घडले विपरीत. दास्यावस्थेत असूनही भीमाने दुर्योधनाची मांडी फोडण्याची आणि दु:शासनाचे रक्त प्राशन करण्याची भयंकर प्रतिज्ञा केल्यामुळे तो अतिशय घाबरला. आपले पुत्र कोणत्याही भक्कम परिस्थितीत असले तरी त्यांची क्षमता पांडवांपेक्षा उतरतीच आहे हे धृतराष्ट्राला ठाऊक होते. त्यामुळे भीमाचे विक्राळ रूप बाहेर येण्याच्या आतच, वेळेआधीच इलाज करण्याची वणिकवृत्ती तो दाखवतो. ज्या द्रौपदीचे वस्त्रहरण होऊ दिले त्याच द्रौपदीला, जणू पित्यासमान असल्यासारखे, मोठ्या गौरवाने तो वरदान देतो. शेवटी इंद्रप्रस्थाचे राज्यही सर्व वैभवासहित परत करतो. ह्यात औदार्याचा भाग नाही. भ्यालेल्या माणसाची व्याकूळ मनोवस्था आहे. समर्थ प्रतिपक्षाला प्रसन्न करून स्वत:ला भयमुक्त करवून घेण्याचा हा फक्त डाव आहे.

भयाचे हे दु:स्वप्न दूर होताच, पांडव इंद्रप्रस्थास जाण्यास रवाना झाल्याबरोबर लगेच धृतराष्ट्राच्या पुत्रमोहाने पुन्हा डोके वर काढले. असे जिंकून घेतलेले सगळे राज्य केवळ द्रौपदीच्या सांगण्यावरून धृतराष्ट्राने पुन्हा कसल्याशा भीतीमुळे हातचे घालवून टाकावे हे दुर्योधनाला आणि कर्णाला मान्य होणे शक्यच नव्हते. दुर्योधन, कर्ण आणि शकुनी कशालाच घाबरत नव्हते; किंबहुना राजाच्या ह्या भीतीची त्यांना कल्पनाच नव्हती म्हणून पुन्हा एकदा शेवटचा एकच डाव खेळण्यासाठी ते आग्रह धरतात. भयाची छाया दूर झाल्याने धृतराष्ट्राच्या मनात वसत असलेला मोह पुन्हा जागृत झाला. धृतराष्ट्राचे व्यक्तित्व असे संमिश्र भावनांचे हेलकावे खाणारे आहे. दुसऱ्यांदा द्यूत खेळण्याचे आमंत्रण त्याने पुन्हा पाठवले. ज्या द्यूताचे भयानक पडसाद अजून विरलेही नाहीत तेच द्यूत खेळू द्यायला तो पुन्हा लगेच तयार होतो. मोह आणि लालसा किती प्रबळ असू शकतात त्याचे हे डोळे विस्फारून टाकणारे

उदाहरण आहे. दुसऱ्या द्यूताचा परिणाम अपेक्षेप्रमाणेच लागला. पांडव तेरा वर्षांसाठी वनवासी झाले.

पांडव वनवासात असले तर त्याहीकाळात धृतराष्ट्राला भविष्याची चिंता भेडसावते आहेच. संजयापाशी खाजगीत तो पांडवांचे सद्‌गुण आणि सामर्थ्य दोन्ही मान्य करतो. घोषयात्रेच्या निमित्ताने, आपली सत्ता आणि समृद्धी दाखवून पांडवांना खिजवण्याचा बालिश प्रयत्न करणाऱ्या दुर्योधनाला तो आवरू बघतो. असे काही करण्याची तो संमती देतच नाही. तरीसुद्धा नेहमीप्रमाणेच यावेळीही पुत्रमोह इतका प्रबळ ठरतो की त्याच्या हातून विचारीपणाचे, शहाणपणाचे कृत्य घडत नाही. विवेकबुद्धीच्या अस्तित्वावर मोहाचे कसे विलक्षण आवरण चढते त्याचे धृतराष्ट्र म्हणजे उत्कृष्ट उदाहरण आहे.

पांडव वनात गेले खरे, पण प्रजेची आणि राजसभेतील वडीलमाणसांची सहानुभूती पांडवांनाच आहे ह्या सत्याचे धृतराष्ट्राला भान आहे. अशा परिस्थितीत विदुरासारख्या सर्वमान्य व्यक्तीला आपल्या बाजूला वळवण्यासाठी आणि त्यायोगे आपल्याभोवती एक 'सुरक्षाकवच' निर्माण करण्यासाठी तो धूर्तपणा दाखवतो. विदुराला बोलावून तो म्हणतो, "विदुरा, व्हायचे ते होऊन गेले. तू धर्मात्मा आहेस, बुद्धिवान आहेस. कौरव आणि पांडव दोघांचेही ज्यायोगे हित होईल असे मी काय करू शकतो ते सांग." धृतराष्ट्राचा हेतू स्पष्ट आहे. विदुरही स्पष्टवक्ता आहे. त्याने जे सांगितले ते धृतराष्ट्राला चटका देणारे आहे. विदुर म्हणाला, "राजा, तुझा पुत्र अहंकारी आहे, दुष्ट आहे. पांडुपुत्र अत्यंत सामर्थ्यवान आणि धर्मात्मा आहेत. हे राज्य त्यांचेच आहे. त्यांना परत बोलावून, त्यांचे राज्य त्यांच्या हाती सोपवून देणे ह्यातच समग्र कुळाचे हित आहे. इंद्रप्रस्थच काय, हस्तिनापुरावरही दुर्योधनाचा काहीही अधिकार नाही आणि द्यूतामध्ये तर शकुनीचा कपटानेच विजय झाला आहे." विदुराकडून धृतराष्ट्राची ही अपेक्षा नव्हती. त्याला विदुराचे बोलणे असह्य झाले. संयम सोडून तो विदुराला म्हणतो, "विदुरा, तू माझा हितैषी नाहीस, तू येथून चालता हो!" विदुरही खरोखरच पांडवांकडे काम्यकवनात निघून जातो. रागामुळे झालेला चित्तक्षोभ शांत झाल्यावर लगेच धृतराष्ट्राला पश्चात्ताप होतो. विदुराला असे घालवून दिल्याने होणाऱ्या विपरीत परिणामांची त्याला पूर्ण जाणीव होते. तो विदुराला सन्मानाने परत बोलावून घेतो.

पांडवांचा वनवास संपल्यावर, द्यूतामध्ये ठरल्याप्रमाणे त्यांनी इंद्रप्रस्थाचे आपले राज्य परत मागितले. इंद्रप्रस्थाचे राज्य दुर्योधनाकडेच राहावे अशीच धृतराष्ट्राची इच्छा आहे; पण ते मिळवण्यासाठी युद्धच करावे लागणार असेल तर ते त्याला नको आहे. ही युद्धविरोधी भूमिका शांतता किंवा न्यायप्रियतेसाठी नसून केवळ भीमार्जुनांच्या भयातून निर्माण झालेली आहे हे कुणापासूनही लपलेले नाही. कणिक

ब्राह्मणाने काही वर्षांपूर्वी दिलेला गुरुमंत्र आता त्याने पूर्णपणे आत्मसात केला आहे त्यामुळे शांती, धर्म, न्याय हे शब्द तो सदैव घोकत असतो पण ते प्रत्यक्ष आचरणात आणायची वेळ आली की मात्र गप्प बसतो. द्यूतात ठरल्याप्रमाणे पांडवांचे राज्य त्यांच्या हाती पुन्हा सुपूर्द केले पाहिजे असे, एक राजा म्हणून तो ठामपणे म्हणू शकत नाही. उलट स्वत: अंध आहेच तसे सगळे जग अंध आहे असे समजून एखाद्याची समजूत घालावी तसा युधिष्ठिराला संजयामार्फत संदेश पाठवतो, ‘‘पुत्रा, तू समंजस आहेस. दुर्योधन सांगितलेले ऐकत नाही. तू जन्मभर माझी आज्ञा मानली आहेस, बाळा, तू आपल्या सामर्थ्यशाली भावांसह ह्या विशाल पृथ्वीवर कुठेही सुखासमाधानाने राहू शकशील. राज्यासारख्या गोष्टींसाठी कुलसंहार घडवून आणणे तुझ्यासारख्या धर्मिष्ठाला शोभत नाही.’’ ह्या सगळ्या सद्‌वचनांमध्ये धूर्तपणा, ढोंग आणि आंधळेपणा काठोकाठ भरला आहे.

संजयाहाती पाठवलेल्या ह्या ‘गोड’ निरोपाच्या उत्तरादाखल पांडवांनी जे म्हटले त्याचा संजयाकडून संकेत मिळताच त्याची झोप उडते. तो बावरून जातो, व्याकूळ होतो. रात्री उशिरापर्यंत त्याला झोप लागत नाही. अशा गोंधळलेल्या, बेचैन अवस्थेत ऐन मध्यरात्री तो विदुराला बोलावून घेतो आणि म्हणतो, ‘‘विदुरा, मी चिंतेमध्ये जळतो आहे रे! काय करावे ते मला सुचत नाही. संजयाने सांगितले ते ऐकून मी अगदी सुन्न झालो आहे. जे धर्मप्रेरित कर्तव्य असेल ते मला सांग.’’ विदुर अत्यंत मार्मिक उत्तर देतो. तो म्हणतो, ‘‘राजा, जो दुर्बल असूनही समर्थाशी वैर मांडतो, चिंता आणि अनिद्रा त्यालाच छळतात. जो चोर अथवा कामी असतो त्याचीच अशी दशा होते. राजा, ह्यांपैकी तू कोणत्या स्थितीत सापडला आहेस?’’ धृतराष्ट्र रात्रभर विदुराची ज्ञानवाणी ऐकत राहतो. त्याला सर्व पटत असते, परंतु सकाळ होताच त्याची स्वार्थबुद्धी पुनश्च पहिल्याप्रमाणे होती तशीच, त्याच जागी परत स्थिर होते. श्रेयस आणि प्रेयसाच्या चिरंतन द्वंद्वातून राजा मुक्त होऊ शकत नाही. सकाळी राजसभेत संजय राजाला जे कठोर शब्द सुनावतो त्यांचे राजा काही उत्तर देत नाही. संजय म्हणतो, ‘‘राजा, तू हस्तिनापूरचे जे राज्य तुमचे म्हणवतोस त्या संपूर्ण राज्याचा विस्तार पांडवांनी केला आहे. हे सगळे राज्य त्यांचेच आहे. दुर्योधनाला तू जरा आपल्या ताब्यात ठेव आणि युधिष्ठिराला त्याचे राज्य परत करून आपल्या वडीलकीचा आब राखून ठेव.’’ परंतु दुर्योधन आपल्या पित्याला हा विवेकी सल्ला स्वीकारू देत नाही.

ह्यानंतर दिवसेंदिवस धृतराष्ट्राची अवस्था लाचार आणि असहाय होत चाललेली दिसते. सगळ्या घटनांचे लगाम अतिशय झपाट्याने दुर्योधनाच्या हाती जातात. साक्षात् कृष्ण स्वत: शिष्टाईसाठी हस्तिनापुरात येणार आहे आणि दुर्योधन कृष्णालाच कैद करण्याची योजना आखतो आहे हे माहीत होऊनही तो राजाला शोभेसे वर्तन

करत नाही. दुर्योधनाला तो समजावत नाही असे नाही. युद्धाचा परिणाम तो जाणून आहे त्यामुळे पांडवांशी समेट करून घेण्यासाठी तो दुर्योधनाला खरोखरच समजावण्याचा प्रयत्न करतो परंतु आता धृतराष्ट्राची अवस्था शक्तिहीन अश्वासारखी झाली आहे. दुर्योधन आणि त्याचे साथीदार आता कुणालाही जुमानण्याच्या मनस्थितीत नाहीत.

कृष्ण हस्तिनापूरला यायला निघाला आहे. कृष्णाने आपल्या पुत्रांवर राग न धरता, प्रसन्न राहावे म्हणून, तोल सुटलेल्या माणसाप्रमाणे धृतराष्ट्र एकेक बालिश प्रयत्न करत राहतो. कृष्ण खूष व्हावा म्हणून त्याच्या येण्याच्या मार्गावर त्याला मौल्यवान भेटी, दास-दासी, हत्ती-घोडे, रथ अर्पण करण्याच्या, तसेच सुखसोयींनी भरलेल्या निवासांची व्यवस्था करण्याच्या आज्ञा सोडतो. एकदा का माणसाचा तोल ढळला की तो कसा विवेकशून्य होतो त्याचेच हे उदाहरण आहे. कृष्णाला प्रसन्न करून घेण्यासाठी धृतराष्ट्र अशी पोरकट प्रलोभने पुढे करतो हा त्या भयानक घटनांच्या काळ्या पार्श्वभूमीवर एक विनोदच म्हणायचा!

एका बाबतीत मात्र धृतराष्ट्राला अतिभाग्यवान म्हटले पाहिजे. क्वचितच कुणाला लाभावे असे भाग्य त्याला लाभले आहे. शिष्टाईप्रसंगी जेव्हा दुर्योधन कुणाचेच ऐकत नाही, धृतराष्ट्रानंतर माता गांधारी पण पुत्राची समजूत घालण्यात अयशस्वी होते आणि दुर्योधन कृष्णालाच बंदी करू पाहतो तेव्हा कृष्ण आपले विराट विश्वरूप धारण करतो. श्रीकृष्णाच्या विश्वरूपदर्शनाने कुरुसभा थक्क होते. त्यावेळी धृतराष्ट्र कृष्णाला विनंती करतो, ''कृष्णा, मी जन्मांध आहे. तुम्ही मला ह्या विराट दर्शनापासून वंचित का बरे ठेवता?''... आणि कृष्णाने धृतराष्ट्राला तात्पुरती दृष्टी दिली आहे. जन्मल्यापासून आतापर्यंत ज्याने कधीच काहीच पाहिले नाही, कोणताही ऐहिक पदार्थ ज्याच्या कधी दृष्टीस पडला नाही अशा धृतराष्ट्राला आयुष्यात सर्वप्रथम घडले ते अत्यंत विरल असे परमात्म्याचे दर्शन! कोणत्याही जीवित व्यक्तीस धृतराष्ट्राच्या ह्या भाग्याचा हेवा वाटला तर त्यात नवल नाही!

शेवटी महायुद्ध झालेच.

धृतराष्ट्र स्वत: ह्या युद्धात भाग घेऊ शकत नव्हता पण संजय युद्धाचे सगळे प्रत्यक्ष वर्णन धृतराष्ट्राला सांगू शकेल अशी सोय झाली होती. आजवर कवटाळून ठेवलेला तटस्थपणा सोडून, युद्धाच्या आरंभीच, सर्वांना सहज ऐकू जाईल अशा रीतीने धृतराष्ट्र बोलून जातो, ''संजया, कुरुक्षेत्राच्या मैदानात जमलेल्या 'मामक:' आणि 'पांडवा:' ह्यांच्याबद्दल मला सांग.'' प्रत्यक्ष रणमैदानात नसतानाही, अशा रीतीने तो अधिकृतपणे एका पक्षाचा होऊन जातो. आता उघडपणे कौरव त्याला 'मामका:' आहेत आणि पांडुपुत्र 'पांडवा:' आहेत!

युद्ध जसजसे पुढे जाते, भीष्म, द्रोण, कर्ण, एकामागून एक जसजसे मारले जातात तसतशी धृतराष्ट्राची व्यथा वाढीस लागते. एकेका सेनापतीच्या वधासरसा

तो अधिकाधिक भयग्रस्त होत जातो आणि पुन्हा पुन्हा, वारंवार आपले पूर्वीचे म्हणणे आठवून आठवून संजयाला म्हणत राहतो, ''आता तरी दुर्योधन पांडवांशी समेट करेल तर बरे होईल!''

युद्ध संपले. धृतराष्ट्राचे सर्वच्या सर्व शंभर पुत्र एकट्या भीमाने नष्ट केले. दुःशासनाची छाती फोडून, अमानवीपणे त्याचे रक्त प्राशन केले आणि युद्धाचे नियम मोडून दुर्योधनाला कपटाने ठार केले हे सर्व पाहून धृतराष्ट्र अत्यंत शोक करतो, आक्रंदन करतो. त्याचवेळी त्याच्या मनात भीमाविषयी अपरंपार क्रोध आणि सूडभावना व्यापून राहिली आहे. विजयी पांडव ह्या ज्येष्ठ पित्याला प्रणाम करण्यास आले त्यावेळी हा रोष राक्षसीशक्तीसह प्रकट झाला आहे. धृतराष्ट्राच्या मनातील भीमाबद्दलची सूडबुद्धी कृष्ण आधीपासूनच जाणून असल्याने भीमाचा एक लोखंडी पुतळा त्याने तयारच ठेवला होता. इतर सगळ्यांना विधिवत् आशीर्वाद देणाऱ्या ज्येष्ठ पित्याने भीमाला आलिंगन देण्याची इच्छा व्यक्त केली. भीमाला अडवून कृष्णाने भीमाऐवजी त्याच्या लोखंडी पुतळा पुढे केला. ह्या वयोवृद्ध पित्याने जिवंत माणूस आणि लोखंडी पुतळ्यातील फरक न पारखताच त्या पुतळ्याला आपल्या छातीशी ओढून करकचून आवळून, चिरडून टाकले. ह्या वयातही धृतराष्ट्र किती शक्तिवान होता ते येथे कळून येते. सूडभावना किती असह्य, किती घातक असते! सूडभावनेने पेटून उठलेला राजा, स्पर्श केल्यानंतरही जिवंत माणसाचे स्नायू, त्याची त्वचा आणि एक निर्जीव लोखंडी पुतळा ह्यातील फरक ओळखू शकत नाही!

आपल्या पुत्रमोहामुळेच आपला सर्वनाश झाला आहे ह्याचे राजाला ज्ञान झाले आहे. स्त्रीपर्वात एके ठिकाणी आपल्या ह्या दुर्बलतेचे 'महादुःख' असे वर्णन करून तो म्हणतो, ''ह्या मनुष्यजन्माचा धिक्कार असो! लग्न करून कुटुंब निर्माण करणे हेच मुळात दुःखकारक आहे.'' आयुष्यात तो अत्यंत हताश झाला आहे. तीव्र निराशेपोटी ''आपल्याला कुटुंबपरिवारच नसता तर अशी कठीण अवस्था भोगावी लागली नसती'' ही धृतराष्ट्राने दिलेली कबुली अतिशय धक्कादायक आहे.

युद्ध संपले. सर्वच्या सर्व पुत्र नाश पावले. ज्यांना मनोमन शत्रू मानले तेच पांडव सिंहासनारूढ झाले. इतके सगळे घडल्यावर ह्या वयोवृद्ध पित्याला हस्तिनापुरात पांडवांचा आश्रित बनून जगण्यात काही स्वारस्य उरले नव्हते. तत्कालीन प्रथेप्रमाणे त्याने त्याचवेळी तपोवनाचा मार्ग धरला असता तर ते त्याला शोभून दिसले असते; पण धृतराष्ट्राच्या हातून तसे होत नाही. राजवैभवाचा त्याग करणे त्याला जमत नाही. आणखी पूर्ण पंधरा वर्षे तो आश्रितासारखे जीवन कंठत तेथेच राहिला आहे. युधिष्ठिरादि पांडव त्याला पित्यासमान मान देत होते, कुंती ह्या वडीलधाऱ्या दिराची सेवा करत होती परंतु भीम आपले जुने वैर विसरला नव्हता. जेव्हा जेव्हा संधी मिळेल तेव्हा तेव्हा ह्या वृद्धाच्या वर्मी लागतील असे टोमणे मारायला आणि टोचून

बोलायला भीम कमी करत नव्हता. पुढे पुढे धृतराष्ट्राने दोन-चार दिवसांतून एकदाच भोजन करून आपली काया झिजवून टाकली होती आणि तरी सुद्धा राजमहाल सोडून तपश्चर्येच्या मार्गाने आपणहून जायला तो राजी नव्हता. शेवटी एकवेळ अशी आली की "ह्याच बाहूने मी दुर्योधनाची मांडी फोडली आणि ह्याच हाताने मी दु:शासनाची छाती फाडली" असे जोरजोरात दंड थोपटत आपल्या बाहूंची प्रशंसा करत भीमाने म्हटलेले धृतराष्ट्राला ऐकावे लागले. पंधरा वर्षांनंतर, पुत्रांच्या मृत्यूचा हा पुन:प्रहार राजाला सहन झाला नाही. राजभवन सोडून, उर्वरित आयुष्य वनात काढण्याचे त्याने ठरवले. पत्नी गांधारीने त्याच्यासोबत जावे हे स्वाभाविकच होते, परंतु माता कुंतीनेही ह्या श्वशुरतुल्य ज्येष्ठाची सेवा करण्यासाठी अरण्यवास पत्करला. ह्याखेरीज, सदैव धृतराष्ट्रासोबतच असणारा विदुर आणि संजय हे दोघेही त्यांना सामील झाले.

विशेष म्हणजे, राजा वनात जाण्यासाठी कार्तिकी पौर्णिमेचा दिवस निश्चित करतो. दरम्यानच्या काळात तो मृतात्म्यांना सद्‌गती लाभावी म्हणून दानधर्म, श्राद्धकर्म इत्यादी करण्यासाठी युधिष्ठिराकडे धन मागतो. भीमाने दिलेल्या अपमानास्पद वागणुकीनंतरही राजा ह्या धनाची मागणी करतो. वनात जाण्यासाठी प्रजेची संमतीही मिळवतो. राजाने धन मागितले आहे हे कळल्यावर तर भीम अधिकच अपमानपूर्वक त्याची मागणी नाकारतो; पण युधिष्ठिर आणि अर्जुन त्याला आवरतात. हे धन घेऊन राजा इच्छित दानधर्म करतो. धृतराष्ट्राच्या ठायी असलेल्या संमिश्र भावनांचा आणि विरोधाभासाचाच प्रतिध्वनी त्याच्या ह्या वागण्यातून उमटतो. अरण्यात जाण्यासाठी हस्तिनापूर सोडून निघालेल्या धृतराष्ट्राचे दृश्य अती करुण आहे. हस्तिनापूरच्या ज्या सिंहासनावर बसून त्याने राज्य उपभोगले, आपल्या पुत्रांचा संहार पाहिला, भीमाने केलेले अपमान सोसले, ते सिंहासन त्याने सोडले तेव्हा त्याचा हात गांधारीच्या खांद्यावर होता आणि गांधारीचा हात कुंतीच्या खांद्यावर होता. नशिबाचा हा असा खेळच म्हणायचा की आता कुंतीच्या मागोमाग, ती नेईल तसे त्यांना जायचे होते! अरण्यवासाचे प्रारंभीचे पाच दिवस गंगाकिनारी राहून हे पाचही जण नंतर हिमालयाच्या पर्वतांमधील एकांतात निघून गेले. ह्या एकांतवासात ते दोनएक वर्षे राहिले असावेत असा त्यानंतरच्या घटनांवरून अंदाज करता येतो.

त्यांचा अंत त्याहूनही करुण आहे. क्रमाक्रमाने अन्नत्याग करून राजा कृश तर झालाच होता; शिवाय हा पहाडी प्रदेशही अनोळखी होता. विदुर ह्यापूर्वीच काळधर्म पावला होता. आता धृतराष्ट्रासोबत गांधारी, कुंती, आणि संजय उरले होते. अशा काळात वनात वणवा पेटला. अंध राजा कसा आणि कुठे जाणार? गांधारीही दृष्टिहीन! हे दोघे जीव वाचवून पळून जात नसतील तर कुंती त्यांना सोडून आपला जीव वाचविण्यासाठी निघून जाईल हे अशक्यच होते. दावानलातून जीव वाचवून

निघून जाण्याचा संजयाला राजा आग्रह करतो. ह्या तिघांच्या जिवंत अग्निसमाधीची वार्ता सांगण्यासाठी संजय गंगाकिनारी परत येतो. वैर, द्वेष, असूया, आकांक्षा अशा अनेक आगींमध्ये आजीवन तप्त होऊन जो राजा शांत झाला नव्हता तो राजा हिमालयाच्या पतितपावन शीतलतेत अग्निज्वालांमध्ये सापडून मृत्यू पावतो ही विधात्याची कसली थट्टा म्हणायची! आदिपर्वात लाक्षागृह रचणाऱ्याला अंती लाक्षागृहच लाभले ह्याचा ह्याहून अधिक यथार्थ संकेत दुसरा काय असू शकतो?

धृतराष्ट्राच्या पुत्रमोहाची क्षणभर द्रोणाचार्यांच्या पुत्रमोहाशी तुलना करण्यासारखी आहे. महाभारतात पुत्रमोहाची ही दोन उदाहरणे आहेत. धृतराष्ट्राने विवेकबुद्धीने आपल्या पुत्रमोहावर ताबा मिळवला असता तर ह्या महासंहारातून सर्वच वाचले असते असे म्हणायला फारशी हरकत नाही. त्याचप्रमाणे पुत्रमोहाला वश होऊन आचार्य द्रोणांनी आपले ब्रह्मत्व त्यागून द्रुपदाकडे एक गाय मागायचे टाळले असते तरीसुद्धा महाभारतातील ही सूड-परंपरा मध्येच कुठे तरी खंडित झाली असती आणि सर्वनाशातून बचावता आले असते. सेनापतिपदी असलेल्या द्रोणांनी शस्त्रत्याग केला त्यातही सेनापतीच्या कर्तव्यावर पुत्रमोहाचाच विजय होता. ह्या शस्त्रत्यागानेच कौरव सैन्याचा पराभव सोपा केला असे म्हणता येईल.

अर्थात हे सहज जाता जाताचे निरीक्षण!

धृतराष्ट्राचा अंत म्हणजे अंधत्वाच्या आरपार पाहू शकणाऱ्या एका बहुरंगी, बहुआयामी व्यक्तित्वाच्या लाचारीचाच अंत!

■

।। महामना विदुर ।।

महाभारतात ज्या धर्माचा बोध आहे, ज्या धर्माचे प्रयोजन आहे त्या धर्माची एखाद्या मंदिराच्या आकारात कल्पना केली तर त्या मंदिराच्या चार भिंतींवर चार वेगवेगळ्या धर्मपुरुषांचे दर्शन होते. एका भिंतीवर कर्मयोगी श्रीकृष्ण धर्माचे अगदी अभिनव पण 'अणोरणीयान् महतोऽपि महीयान' रूप धारण करून उभे आहेत. असे म्हणण्यात विसंवाद दिसून येतो, पण एकदा त्याच्या सूक्ष्म तत्त्वापर्यंत पोहोचण्याची गुरुकिल्ली सापडली की त्याची अपरंपार रूपे दिसून येतात. दुसऱ्या भिंतीवर कर्मवीर भीष्म उभे आहेत. भीष्मांच्या धर्मतत्त्वात अवगाहन करणे म्हणजे आकाशाला मापण्यासारखे होईल. तिसऱ्या बाजूला उभा आहे कर्मानुरागी राजा युधिष्ठिर. युधिष्ठिर स्वत:च धर्माचा अंश आहे. त्याचा धर्म कर्माशी जोडला गेलेला असला तरी तो अनासक्त नाही. चवथ्या भिंतीवर मात्र साक्षात धर्म स्वत:च उभा आहे, हा धर्म म्हणजेच कर्मसंन्यासी महामना विदुर!

विदुर स्वत: शापित धर्मराजाचा मानवी अवतार आहे. मांडव्य ऋषींनी पूर्वजन्मीच्या बाळपणी एका फुलपाखराच्या शरीरात काटा खुपसला होता. त्यांच्या ह्या पापाची शिक्षा म्हणून धर्माने ''पुढील जन्मी चोरीच्या अपराधाबद्दल सुळावर चढण्याची शिक्षा होईल'' असे फर्मावले. धर्मराजाचा हा न्याय फारच कठोर होता. आपल्या हातून नकळत झालेल्या ह्या क्षुल्लक पापाची एवढी कठोर शिक्षा झाल्याचे मांडव्य ऋषींना खुद्द धर्माकडूनच समजले तेव्हा त्यांनीच धर्माला शाप दिला, ''तुम्ही अन्याय केला आहे धर्मराज! ह्या अन्यायाबद्दल तुम्हाला मनुष्ययोनीत शूद्र मातेच्या पोटी अवतार घेऊन पूर्ण शंभर वर्षे जगावे लागेल.'' मांडव्य ऋषींच्या ह्या शापाचा परिणाम म्हणजे हस्तिनापूरच्या राजपरिवारात महर्षी वेदव्यास आणि अंबिकाराणीच्या दासीच्या संयोगातून जन्मलेला विदुर!

हस्तिनापूरच्या सिंहासनासाठी प्रतीप, शांतनू आणि भीष्मांच्या परंपरेला साजेसा राजपुत्र हवा होता. त्यासाठी वेदव्यासांना विशेष विनंती करून बोलावून घेण्यात आले होते. आपल्या शिरी दिलेल्या महत्त्वाच्या जबाबदारीचे पूर्ण भान अंबिका आणि

अंबालिका ह्या दोन्ही विधवा राण्यांना होते तरीही त्या महर्षींचा यथोचित स्वीकार करू शकल्या नाहीत. फलस्वरूप, अंध धृतराष्ट्र आणि निस्तेज कुमार पांडू ह्यांची प्राप्ती झाली. ह्या दोघींच्या तुलनेत, तिसऱ्या वेळी शयनकक्षात येणाऱ्या व्यासांचे पूर्ण उत्साहाने आणि आत्मीयतेने स्वागत करणाऱ्या दासीला अधिक भाग्यवान आणि कर्तव्यनिष्ठ म्हटले पाहिजे. आपले कर्तव्य आणि त्याचा परिणाम पूर्णतया माहीत असूनही राण्या जिथे असफल झाल्या तिथे एका शूद्र स्त्रीने मात्र अद्‌भुत् यश मिळवले ही घटना लक्षणीय आहे. बालकाचा जन्म म्हणजे स्त्री-पुरुषाची एकरूपता हे उघडच आहे; पण ते झाले शरीर - त्या शरीरात अवतरणारा आत्मा, त्या शरीराला जन्माला घालणाऱ्या जनक-जननीच्या, मीलनक्षणीच्या मानसिक सायुज्याचे द्योतक असतो. ह्या गोष्टींचे विदुर हे नेत्रदीपक उदाहरण आहे. दासीशी समागमानंतर प्रसन्नचित्त झालेल्या महर्षी व्यासांच्या तोंडून महाभारतकारांनी वदवले आहे - ''मी अतिशय प्रसन्न झालो आहे. तुझ्या उदरी जन्म घेणारा बालक श्रेष्ठ असेल!''

अशा रीतीने, एकीकडे राजकुटुंबाशी नाते असूनही विदुर ह्या कुटुंबाच्या पलीकडे आहे. तीनही भावांमध्ये तो सर्वश्रेष्ठ आहे ह्यात कोणताही संदेह नाही. तो ज्ञानी आहे, वीर आहे, व्यवहारकुशल आहे, निरोगी आणि निर्लेप आहे. धृतराष्ट्र किंवा पांडूमध्ये ही सर्वच्या सर्व लक्षणे नाहीत हे भीष्मांना चांगले ठाऊक आहे. तिघा भावांचा अध्ययनकाल पूर्ण झाल्यावर जेव्हा धृतराष्ट्र आणि पांडूच्या विवाहाचा प्रश्न निघतो तेव्हा भीष्म ह्या सर्वांत धाकट्या विदुराशी चर्चा करून त्याचे मत विचारतात. ह्यावरून भीष्मांच्या लेखी विदुराला किती महत्त्व होते हेच दिसते. धृतराष्ट्र किंवा पांडू ह्यांच्यासाठी कोणती वधू योग्य ठरेल त्याची चर्चा भीष्म आणि विदुर दोघे मिळून करतात.

विदुर आणि व्यास नात्याने पिता-पुत्र आहेत; पण दोघांचेही समान वैशिष्ट्य म्हणजे कुरुकुलाशी त्यांचा थेट संबंध असूनही हे दोघे ह्या कुळाच्या समग्र कथेत 'जलकमलवत्' आहेत. व्यास अधूनमधून दर्शन देतात तर विदुर ह्या कथेत सतत गुंफला गेला आहेच तरी दोघांची कथेतील भूमिका खूपच महत्त्वाची आहे. शापित धर्माने स्वतः मनुष्यदेहात विदुराच्या रूपाने जन्म घेतला आहे तर कुंतीच्या पोटी युधिष्ठिराचा जन्म धर्माच्या मंत्राद्वारेच झाला आहे. विदुर स्वतः धर्म आहे आणि युधिष्ठिर धर्मपुत्र आहे ह्या कथाभागाचा कुणा 'स्यूडो बुद्धिवाद्यांनी' युधिष्ठिर म्हणजे विदुराचा पुत्र असा अर्थ काढून विदुर आणि कुंतीमधील संबंधांबद्दल शंकाही उपस्थित केली आहे. शिवाय पांडवाच्या वनवासाच्या काळात कुंती विदुराच्या घरीच राहिली ह्या हकीगतीकडेही हे लोक लक्ष वेधतात. ह्याखेरीज प्राणत्याग करतेवेळी विदुराच्या दृष्टीपुढे एकमात्र युधिष्ठिरच आहे आणि विदुराच्या शरीरातून अलग झालेल्या प्राणज्योतीने युधिष्ठिराच्या देहात प्रवेश केला असा उल्लेख महाभारतात आहे. प्राण

त्यागल्यावर पिता पुत्राच्या देहात प्रवेश करतो हे शास्त्रोक्त कथन उद्धृत करून ह्याठिकाणी विदुर आणि युधिष्ठिरात पिता-पुत्राचे नाते जोडण्याचे प्रयास झाले आहेत. केवळ बौद्धिक कसरत ह्यापलीकडे ह्यात अधिक काही नाही. अशा तऱ्हेच्या बौद्धिक कसरती करणाऱ्यांना महाभारतात अनेक अवसर सापडण्यासारखे आहेत. महाभारत म्हणजे राजमार्ग नाही. ते घटाटोप[१] अरण्य आहे.

कुरुकुलाच्या संभाव्य सर्वनाशाची अमंगल दुश्चिन्हे सर्वप्रथम विदुराने ओळखली होती. गांधारीच्या पोटी जन्मलेल्या दुर्योधनाच्या जन्मक्षणीच जी अशुभ आकाशवाणी झाली आणि त्याच संदर्भात राजज्योतिषांनी ह्या राजकुमाराच्या ग्रहांच्या स्थितीबद्दल निराशा व्यक्त केली त्यावेळी विदुराने जराही समय न दवडता, तत्काळ, राजा धृतराष्ट्राला स्पष्ट सल्ला दिला होता, "राजा, ह्या मुलामुळे संपूर्ण कुळाचा नाश संभवतो. कुळाला वाचवण्यासाठी तू या पुत्राचा जन्मताक्षणीच त्याग कर. कुळासाठी व्यक्तीचा, गावासाठी कुळाचा, देशासाठी गावाचा आणि आत्म्यासाठी पृथ्वीचा त्याग करणे ह्यात शहाणपणा आहे" हा विदुराचा प्रख्यात श्लोक येथे प्रथमच आला आहे. ध्रुवपदासारखा ह्या उक्तीचा नंतर वारंवार वापर केला गेला आहे.

पित्याचे छत्र हरपल्यामुळे पांडव बाळपणापासून हस्तिनापुरात जणू आश्रित झाले होते. धृतराष्ट्राने पांडुपुत्रांचा उघडपणे स्वीकार केला असला तरी धृतराष्ट्राचे पुत्र त्याला मान्यता देणार नाहीत हा हिशोब विदुराने नक्कीच केला असणार. कदाचित ह्या कारणामुळेच सुरुवातीपासूनच विदुराची पांडवांवर माया जडली आहे. दुर्योधनाच्या पांडवद्वेषाकडे विदुराने सतत डोळसपणे लक्ष ठेवले आहे. लाक्षागृहाची घटना हे त्याचे उत्तम उदाहरण आहे. या कारस्थानाची अथपासून इतिपर्यंत सर्व माहिती ह्या चाणाक्ष मंत्र्याने करून घेतली आहे. त्यामुळे लाक्षागृहातून बचावण्याची प्रतियोजनाही त्याने लगेच तयार करून दिली आहे. जे कारस्थान भीष्म आणि धृतराष्ट्राला कळू शकले नाही ते विदुरालाही कळले नसते तर महाभारताची कथा आदिपर्वातच आटोपली असती. लाक्षागृहात पांडव जळून मेले असते तर ही कथा कुरुक्षेत्रापर्यंत लांबलीच नसती. या कहाणीला तिच्या वास्तविक शेवटापर्यंत घेऊन जाण्याचे यश असे, एकप्रकारे विदुराच्याच वाट्याचे आहे.

राजसभेचा क्रम पाहता विदुराचे स्थान मंत्रिगणात होते. अत्यंत परखड आणि सत्य बोलण्याचे धर्मसंकट जेव्हा जेव्हा उभे राहिले तेव्हा विदुराने कोणतीही भीड-

संकोच न बाळगता, कुणाचीही पर्वा न करता आपल्याला जो 'निर्भेळ धर्म' वाटला तोच सांगितला आहे. दुर्योधनाने आयोजलेल्या द्यूतसभेचा त्याने अत्यंत स्पष्टपणे विरोध केला आहे. द्यूताच्या परिणामांमुळे वाढत जाणारे भावी वैमनस्य

१. घटाटोप - छताप्रमाणे चारी बाजूंनी झाकून टाकणारे झाडांचे छप्पर

आणि विनाश ह्याबद्दल एखाद्या आर्षद्रष्ट्याप्रमाणे त्याने धृतराष्ट्राला सावध केले आहे. द्यूत खेळून झाले. पराजित पांडवांच्या डोळ्यांदेखत द्रौपदीला भरसभेत घेऊन येण्याचे निंद्य काम दुर्योधनाने विदुरावर सोपवले. आपल्या मंत्रिपदाची मर्यादा ओलांडूनही त्याने असले काम करण्यास त्यावेळी स्वच्छ नकार दिला. या अवज्ञेबद्दल दुर्योधन त्याला उद्देशून 'दासीपुत्र' अशासारखी हीन संबोधने वापरतो तरी पण विदुर दुर्योधनाचा सगळ्यांच्या समोर धिक्कार करतो, त्याची अवज्ञाच करतो. भीष्मद्रोणांसह सर्व सभेलाच द्रौपदी जेव्हा 'मी धर्मानुसार जिंकले गेले आहे का?' असा प्रश्न विचारते तेव्हा विदुरच सर्वप्रथम द्रौपदीच्या प्रश्नाचे योग्य उत्तर देण्यास सभाजनांना आग्रह करतो. आपले स्वत:चे मत तर तो मांडतोच; पण सभाजनांनाही तो आपापले मत व्यक्त करायला सांगायला मागेपुढे पाहत नाही.

पांडव वनात गेल्यावर सुद्धा विदुर धृतराष्ट्राला कठोर परंतु सत्य बोल सुनावतो. सर्वनाशाकडे नेणाऱ्या ह्या कृत्यांपासून आपल्या मुलांना आवरण्यास सांगतो. धृतराष्ट्र त्याच्यावर नाराज होऊन त्याचा अपमान करतो तेव्हा विदुर हस्तिनापूर सोडून पांडवांकडे वनात निघून जातो. आपल्या वागण्याचा अर्थ लक्षात येताच धृतराष्ट्र लगेच विदुराला मानापानाने परत बोलवतो आणि विदुरही राज्याचे हित लक्षात घेऊन, अपमान गिळून पुन्हा मंत्रिपद सांभाळतो. पांडवांसोबतच्या काळातही त्याने पांडवांना धर्मानुसार वागण्याचाच उपदेश केला आहे. त्यात रोष किंवा क्रोध कुठेच डोकावत नाही.

पांडवांचा वनवास पूर्ण झाला आणि उभय पक्षांत समेटाचे प्रयत्न सुरू झाले त्यावेळी चहुअंगानी खुललेले त्याच्या बुद्धीचे तेज आणि त्याचा मनाचा समतोलपणा लखलखीतपणे उठून दिसतो. भल्याभल्यांचा तोल हरवून टाकेल अशा कोलाहलात एखाद्या सुस्थिर दीपस्तंभाची गरज ते भागवतात. समेटाच्या प्रयत्नांना दुर्योधन जाहीरपणे आणि प्रामाणिकपणे विरोध करतो आणि युद्धाचाच आग्रह धरतो. ह्याउलट धृतराष्ट्राचे वर्तन दुटप्पी आणि 'दाखवायचे दात वेगळे' ह्या प्रकारचे आहे. त्याला युद्धही नको आहे आणि पांडवांचे राज्यही परत करायचे नाही. अशा दुटप्पी आणि डळमळीत वर्तनाचा विदुर स्पष्टपणे आणि तीव्र निषेध करतो. उपप्लव्याहून युद्धाचा संदेश घेऊन संजय परत येतो त्या रात्री धृतराष्ट्राला झोप लागत नाही आणि त्या बेचैन अवस्थेत विदुर त्याच्याशी जी चर्चा करतो ती महाभारतातील भगवद्गीता आणि भीष्मगीतेप्रमाणेच 'विदुर-गीता' म्हणून प्रस्थापित झाली आहे. अनेक दृष्टांत आणि उदाहरणे देऊन विदुराने धृतराष्ट्राला युद्धाच्या वाटेवरून परत फिरून समेटाच्या मार्गाने जाण्यास समजावले आहे. येथे विदुराचे ज्ञान आणि व्यवहारकौशल्य दोन्ही सुंदररीत्या व्यक्त झाले आहेत.

शिष्टाईचा शेवटचा प्रयत्न म्हणून स्वत: श्रीकृष्ण हस्तिनापूरला आला. त्यावेळी

तो हस्तिनापूरच्या राजभवनाचा पाहुणा बनून राहिला नाही. विदुराच्या घरी राहायचे त्याने ठरवले. त्याची आत्या कुंती तेथेच असल्याने तिची भेट घेणे अगत्याचे होते. दुसरे म्हणजे कृष्णाने दुर्योधनाला म्हटल्याप्रमाणे एखाद्याबरोबर स्नेहभोजन घेण्यामागे दोनच कारणे संभवतात. त्याच्यावरचा स्नेह किंवा अगतिकता. दुर्योधन वा धृतराष्ट्राबद्दल कृष्णाच्या मनात दोन्ही गोष्टी नव्हत्या. त्यामुळे ज्याच्याबद्दल स्नेहभाव होता अशा विदुराचा अतिथी होण्याचे त्याने ठरवले. कृष्णाने विदुराच्या घरी कण्या खाल्ल्या अशी कपोलकल्पित कथा वारंवार ऐकण्यात येते, परंतु तीत काही अर्थ नाही. विदुर म्हणजे कुणी दरिद्री ब्राह्मण नव्हता. 'विदुराच्या कण्या' असले काही महाभारतात नाही.

भीष्मद्रोणांपेक्षाही वरचढ असा विदुराच्या व्यक्तित्वाचा एक पैलू युद्धप्रसंगी समोर येतो. धर्म आणि न्याय कोणत्या पक्षात आहेत, हे भीष्म आणि द्रोण दोघेही जाणतात आणि उघडपणे मान्यही करतात, तरी सुद्धा प्रत्यक्ष युद्ध अन्यायाच्या आणि अधर्माच्या पक्षात राहूनच करतात. अर्थात, त्यांच्या समर्थनार्थ अनेक युक्तिवादांचा आधार घेता येईल; पण विदुर अशा निरर्थक तर्कांना वावच ठेवत नाही. जे काही उचित होते ते त्याने राज्याचा मंत्री ह्या नात्याने राज्याच्या हितासाठी सांगून टाकले. त्याचे शब्द व्यर्थ गेल्यावर मात्र त्याने खऱ्याअर्थाने कर्मसंन्यास पत्करला. स्वत:ला जो अन्याय आणि अधर्म वाटला त्याचीच बाजू घेऊन तो लढला नाही. ह्या उलट, जो पक्ष न्यायाचा आणि धर्माचा वाटला त्याच्या बाजूने लढणे म्हणजे स्वत: ज्या राज्याच्या मंत्रिपदी आहोत त्याचा विश्वासघात करण्यासारखे आहे. त्यामुळे विदुर युद्धात कसलाच सक्रिय भाग घेत नाही. संपूर्ण युद्धकाळात तो सर्वस्वी निष्क्रिय राहतो. युद्धभूमीवर अथवा राजभवनात कुठेच्च तो दिसत नाही. युद्धाच्या अंती थेट अठराव्या दिवशी दुर्योधनवधाची बातमी कळल्यावर धृतराष्ट्र अत्यंत शोक करतो त्यावेळी पहिल्यांदाच विदुर त्याचे सांत्वन करण्यासाठी हजर होतो. ह्या युद्धकाळात विदुर तीर्थाटनाला गेला होता असाही उल्लेख महाभारताच्या काही आवृत्तींमध्ये आहे. युद्धाच्या अंती सांत्वनाचे जे शब्द विदुर धृतराष्ट्राला सांगतो त्यातूनही त्याचे धैर्य आणि त्याच्या बुद्धीची तटस्थवृत्ती ह्यांचे दर्शन घडते. विजयी राजा युधिष्ठिर सिंहासनावर बसल्यावर विदुरालाच आपल्या मुख्य सल्लागारपदी नियुक्त करतो. ह्या पदावरून विदुराने पांडवांना वेळोवेळी योग्य मार्गदर्शन केले आहे; पण त्यानंतरचा त्याच्या शेष आयुष्याचा बहुतांश काळ ज्येष्ठ बंधू धृतराष्ट्र आणि भावजय गांधारी ह्यांची सेवा करण्यातच त्याने घालवला आहे.

युधिष्ठिराच्या आश्रयाने धृतराष्ट्र पंधरा वर्षे राहिला. ह्या काळात विदुरच धृतराष्ट्राचा आधार आहे. धृतराष्ट्राशी पांडवांचे वर्तन सौजन्यपूर्ण होते हे खरे; पण भीम तेवढा त्याला अपवाद होता. भीमाच्या घालूनपाडून बोलण्याने अपमानित होऊन धृतराष्ट्र शेवटी वनात जायला निघाला तेव्हा विदुरानेही मोठ्या भावासोबत

जाण्याचा निर्णय घेतला. वनवासात जाण्यास धृतराष्ट्राकडे पुरेसे कारण होते; पण विदुर हस्तिनापूरच्या नव्या शासनाचा सन्मान्य सल्लागार होता. असे असूनही आपले जीवनकार्य आता पूर्ण झाले असे मानून त्याने धृतराष्ट्रामागोमाग वनात जायचे ठरवले. भीमाने केलेला अपमान सोसूनही धृतराष्ट्राने युद्धातील मृतांसाठी यज्ञ आणि पुण्यदान करण्याची इच्छा प्रकट केली तेव्हा त्यासाठी लागणारे धन विदुरानेच युधिष्ठिराकडून धृतराष्ट्राला मिळवून दिले. विदुर असा खऱ्या अर्थाने पाण्यातील कमळासारखा, धर्माचेच रूप होऊन राहिला आहे.

हस्तिनापूर सोडून वनात जायला निघालेल्या राजा धृतराष्ट्राचा हात गांधारीच्या खांद्यावर आहे आणि गांधारीचा हात कुंतीच्या खांद्यावर! ह्या सगळ्यांना घेऊन पुढे चालतो आहे विदुर. धृतराष्ट्राचा स्वत:चा सचिव संजय सगळ्यांच्या मागे आहे. धर्माचा जणू अवतारच असा विदुर ह्यापुढे धृतराष्ट्राचा जीवनमार्ग आखणार आहे त्याचा हा संकेत! आतापर्यंत हा अंध राजा विदुराच्या सांगण्यानुसार वागला नव्हता. परिणामी त्याने सर्वनाश ओढवून घेतला. इहलोकीची यात्रा संपत आली असताना आता परलोक मार्गाची यात्रा विदुराच्या हाती सोपवून राजा त्याच्यामागून चालत होता.

प्रारंभीचा काही काळ गंगाकिनारी घालवून हे पाचही अरण्यवासी उरलेले आयुष्य हिमालयाच्या निर्जन प्रदेशात राहून मृत्यूची प्रतीक्षा करत आहेत. विदुराने आता अन्नपाणी सोडले आहे. एका जागी राहिल्याने जागेबद्दलही प्रेम, आपलेपणा निर्माण होतो. तसे होऊ नये म्हणून विदुर हिमालयाच्या ह्या निर्मनुष्य प्रदेशातही खऱ्या अर्थाने परिव्राजक होऊन हिंडत राहिला. त्याने मौनव्रत धारण केले. ह्या स्थितीत एके क्षणी विदुराचे आपल्या देहाबद्दलचे ममत्वही गळून पडले. वस्त्रेही गळली आणि 'देह' संपून विदुर केवळ 'आत्मा' बनला. देह अजून जीवित होता. त्याचे फक्त श्वसनकार्य तेवढे सुरू होते परंतु त्याला आता कोणतेही नाते, कोणताही मोह, ममत्व, स्मृती काहीच उरले नव्हते. मांडव्य ऋषींच्या शापाचा अवधी शंभर वर्षांचा होता तेवढा काळ पूर्ण होण्याचीच जणू तो प्रतीक्षा करत होता.

अशा परिस्थितीत धृतराष्ट्राच्या समाचारासाठी युधिष्ठिर हिमालयाच्या ह्या प्रदेशात आला तेव्हा विदुराचे दर्शन घेण्यासाठी युधिष्ठिराने त्याचा पुष्कळ शोध घेतला. निसर्गामध्ये निसर्गाचाच एक घटक बनलेला, एका झाडाला टेकून उभा असलेला विदुर त्याला दिसला; पण विदुराच्या नजरेत ओळखीचा भावच नव्हता. मस्तक झुकवून युधिष्ठिराने त्याला प्रणाम केला; पण विदुराने कोणताही प्रतिसाद दिला नाही. पापणी न लववता तो युधिष्ठिराकडे पाहात राहिला. शेवटी त्याच्या देहातील चेतनातत्त्वाने प्रकाशरूप घेऊन त्याचा निरोप घेतला आणि त्याचक्षणी त्या चेतनेने युधिष्ठिराच्या देहात प्रवेश केला. विदुराने आपल्या प्राणतत्त्वाचा असा त्याग केल्यावर त्याच्या देहावर अग्निसंस्कार करण्यासाठी युधिष्ठिराने प्रयत्न करताच आकाशवाणी झाली, "हे राजा,

विदुर संन्यासाच्या सर्वोच्च कोटीस पोचला होता, त्याच्या देहावर आता कोणतेच संस्कार नकोत.'' आकाशवाणीची आज्ञा शिरोधार्य मानून विदुराचा कृश, अचेतन देह तेथेच निसर्गाच्या सान्निध्यात सोडून युधिष्ठिर परत फिरला.

विदुराच्या देहातून निघालेले चेतनातत्त्व युधिष्ठिराच्या शरीरात शिरले ह्या गोष्टीचा अर्थ उलगडण्याचा (की गुंता करण्याचा?) काही 'स्यूडो बुद्धिवाद्यां'नी खूप प्रयत्न केला आहे. आपल्याकडे वेदात म्हटले आहे की पित्याचा प्राण आपल्या देहाचा त्याग करून आपल्या पुत्राच्या देहात प्रवेश करतो आणि अशा रीतीने, जीवित राहण्याची आपली इच्छा प्रत्येक पिता आपल्या पुत्रामार्फत पूर्ण करतो. ह्या संकेतानुसारच पुत्र हा पित्याचा अंश आणि वारस आहे. येथे विदुराच्या प्राणतत्त्वाने युधिष्ठिराच्या शरीरात प्रवेश केला, आणि पांडव वनवासाला गेले तेव्हा कुंती हस्तिनापूरच्या राजभवनात न राहता विदुराघरी राहिली ह्या दोन घटना जोडून विदुर आणि कुंतीचे नाते वाकड्या दृष्टीने तपासण्याचा उपक्रम सुद्धा कुणी कुणी केला आहे. ह्यावरूनच, विदुराला युधिष्ठिर पुत्रवत् वाटत होता असा निष्कर्ष ह्या विद्वानांनी काढला आहे. असे अतिबुद्धिमान लोक हे विसरतात की विदुर स्वतःच धर्माचा अवतार होता आणि युधिष्ठिराचा कुंतीच्या उदरी जन्म धर्मापासूनच झाला होता. एवढ्याच अर्थाने फार तर युधिष्ठिराच्या पितृत्वाचे आरोपण विदुरामध्ये करता येईल. महर्षी व्यासांनीही हाच संकेत दिला आहे. धर्माने मनुष्य देह त्यागून आपल्या मूळ देवलोकाकडे प्रयाण केले, तेव्हा त्या स्थूल देहातील तत्त्वे आता त्याच्याच अंशस्वरूपात असलेल्या युधिष्ठिराला अधिक बलवान करण्यासाठी त्याच्यात प्रवेश करतात. अशाप्रकारे पृथ्वीतलावर देहधारी धर्म अधिक बलिष्ठ होऊन टिकून राहावा असा अर्थ ह्यातून ध्वनित होतो.

मांडव्य ऋषींनी, मानवदेह धारण करून शंभर वर्षे पृथ्वीवर राहण्याचा धर्माला शाप दिला होता. हा आकडा मान्य केला तर देहावसानाच्या वेळी विदुराचे वय शंभर वर्षांचे असणार. हे मान्य केले तर अनेक गणिती प्रश्न उद्भवतात. युद्धाच्या वेळी कृष्णाचे वय नव्वदीच्या आसपास असावे असा अंदाज आहे आणि वर्षांचा हिशोब केल्यास भीष्मांचे वय त्यावेळी एकशे पंच्याहत्तर वर्षांचे असले पाहिजे. युद्धानंतर पंधरा वर्षे विदुर हस्तिनापुरात राहिला. त्यानंतर दोन वर्षे गंगाकिनारी धृतराष्ट्रासोबत राहिला असे महाभारतात आहे. हे लक्षात घेता युद्धाच्या वेळी विदुराचे वय सुमारे ऐंशी वर्षांचे ठरते. कृष्ण आणि अर्जुन समवयस्कच होते. म्हणजे अर्जुनही नव्वदीचा असणार! म्हणजे तो विदुरापेक्षा वयाने मोठा झाला. हे तर अशक्यच आहे. खरे तर महाभारताच्या कथानकात गणिताचा आधार घेण्यासारखे फारसे काही नाही. गणिती हिशोबामुळे प्रश्नांची उत्तरे अमुक एका मर्यादेपर्यंत मिळतात त्यानंतर मात्र गोंधळ-गुंतेच निर्माण होतात.

विदुराच्या एकूण व्यक्तित्वाचा चटकन् नजरेत भरणारा पैलू असा की सुरुवातीपासून शेवटपर्यंत त्याच्यात काहीही विरोधाभास नाही. ह्या पात्राच्या व्यक्तिमत्त्वात सदैव एक सातत्य राखले गेले आहे. त्याच्या वर्तनाने वाचकाच्या मनाचे सहज समाधान न व्हावे असे विदुराचे कुठलेच वर्तन नाही. 'विदुर असे करणारच नाही', 'विदुर असे बोलणारच नाही' असे वाचकाच्या मनात केव्हाच येत नाही. व्यक्तिमत्त्वाचे असे सातत्य हेच जणू, विदुर धर्माचा अवतार असण्याचे लक्षण आहे. धर्माचे वेगळे, अलग असे रूप नसते. धर्माला वैयक्तिक नाती नसतात. धर्म तर तटस्थपणे, एक परमतत्त्व म्हणूनच काळाला सतत निरखत असतो. विदुरामध्ये ही लक्षणे अनोख्या तटस्थपणे दिसून येतात.

■

।। धर्मराज युधिष्ठिर ।।

एक

महाराज पांडूचा पुत्र आणि हस्तिनापूरचा भावी राजा अशा युधिष्ठिराचा माता कुंतीच्या पोटी जन्म झाला तेव्हा महाभारतकारांनी ह्या बालकाला 'पांडूचा क्षेत्रज पुत्र' असे म्हटले आहे. आपल्या शास्त्रकारांनी पुत्रांचे आठ प्रकार सांगितले आहेत. त्यापैकी, वधूने पुरुषाला वरल्यानंतर, वधूच्या मातापित्यांनी वैदिक विधींअनुसार केलेल्या कन्यादानानंतर दांपत्यजीवनाच्या फलस्वरूपी ज्या पुत्राचा जन्म होतो त्याला उत्तम संतती असे म्हटले आहे. ह्यातच एक प्रकार क्षेत्रज पुत्र असा आहे. कुंती पांडूची पत्नी होती परंतु युधिष्ठिर आणि अन्य पांडव पांडूचे पुत्र नाहीत. पत्नी ह्याअर्थी शास्त्रांनी 'क्षेत्र' असा शब्द योजला आहे. पांडूच्या क्षेत्रात जन्मला तो पांडुपुत्र ह्या न्यायाने पांडवांना पांडुपुत्र म्हटले गेले. धृतराष्ट्र आणि पांडू दोघेही त्याच न्यायाने पिता विचित्रवीर्याचे क्षेत्रज पुत्रच होते.

पांडूच्या वनवासादरम्यान, शाप मिळाल्यामुळे पांडू प्रजोत्पत्तीस असमर्थ ठरल्यानंतर युधिष्ठिराचा आणि इतर पुत्रांचा जन्म झाला आहे. खुद्द पांडूच्या इच्छेखातर, आपल्या कुमारीअवस्थेत मिळालेल्या वरदानाचा उपयोग करून, वेगवेगळ्या देवांना आवाहन करून, कुंतीने ह्या पुत्रांना जन्म दिला आहे. मंत्र अथवा वरदानाची गोष्ट मान्य करणे- न करणे वादाचा मुद्दा होऊ शकतो; पण हा गर्भसंभव म्हणजे वर म्हटल्याप्रमाणे शास्त्रोक्त लग्नविधीचा परिणाम नव्हता हे खरेच! युधिष्ठिराचा जन्म शुक्ल पक्षातील पंचमीला झाला असे म्हटले आहे परंतु तो कोणता महिना होता त्याचा स्पष्ट खुलासा सापडत नाही. युधिष्ठिर नावात जो अर्थ सूचित होतो तो केवळ शब्दार्थ नाही - लक्षणार्थ आहे. युद्ध म्हणजे रणभूमीवर लढली जाणारी लढाई एवढेच नाही. समग्र जीवन हेच एक युद्ध आहे, एक संघर्ष आहे. या समरात जो स्थिर राहू शकतो तो युधिष्ठिर!

प्रत्यक्ष धर्मराज युधिष्ठिराचा पिता आहे. त्यामुळे, जेथे जेथे धर्माचरणाशी संबंध येतो तेथे तेथे स्वत: भीष्म, विदुर आणि कृष्ण सुद्धा युधिष्ठिराची महत्ता मान्य करतात. असे असले तरी भीष्मांच्या धर्माचरणाप्रमाणेच युधिष्ठिराच्या धर्माचरणानेही काही प्रश्न उपस्थित होतात. विदुराच्या धर्माचरणात कुठेच विसंगती नाही. कृष्णाच्या धर्माचरणात तर उघडपणे कमालीची विसंगती आहे पण पृष्ठभाग छेदून ह्या विसंगतीचा तळ गाठला तर विशुद्ध धर्माचरणाच्या पारदर्शकत्वाचे दर्शन घडले. युधिष्ठिराच्या धर्माचरणाबद्दल असे म्हणता येणार नाही. युधिष्ठिराला 'धर्मराज' असे म्हटले गेले असले तरी काही ठिकाणी त्याच्या व्यक्तित्वाचे स्वरूप ह्या 'धर्मराज' शब्दाची धार बोथट करणारे आहे. त्याच्या मनाच्या तळाशी कुटिलता आणि धूर्तपणा दोन्ही कुठेतरी अंग चोरून दडून बसले असावेत असे वाटते. ही कुटिलता आणि हा धूर्तपणा डोके वर काढून जेव्हा युधिष्ठिराच्या वर्तनातून व्यक्त होतात तेव्हा मात्र एखाद्या बावळट माणसाने स्वत:ला मोठा मुत्सद्दी मानून डाव टाकावा तशी त्याची केविलवाणी अवस्था होते. काही ठिकाणी तर युधिष्ठिराचे वर्तन बावळटपणाच्या सीमा ओलांडून मूर्खपणाच्या हद्दीत प्रवेश करणारे आहे. तो वीर योद्धा नाही. त्याचे युद्धकौशल्य किंवा वीरता ह्यांपैकी काहीच फारसे कुठे दिसलेले नाही. तो रथयुद्धात आणि भाला फेकण्यात प्रवीण होता असा उल्लेख आहे; पण कुरुक्षेत्रावरील अठरा दिवसांच्या काळात भीष्म, द्रोण, कर्ण, जयद्रथ, कृतवर्मा ह्या सगळ्यांपुढे तो पराजित तरी झाला आहे किंवा भयभीत होऊन शिबिरात परत तरी गेला आहे. एकूण महायुद्धात फक्त कौरवांचा शेवटचा सेनापती शल्य ह्याच्या वधाचा एकमात्र पराक्रम युधिष्ठिराच्या नावावर आहे. त्याला अतिसमर्थ तरीही अत्यंत आज्ञाधारक भाऊ लाभले हे त्याचे मोठे भाग्य आहे. उघड उघड दुष्कृत्ये किंवा मूर्खपणा म्हणता येण्यासारखी त्याची कृत्येही ह्या भावांनी आपलेच कर्म असावे तशी स्वीकारली आहेत.

पांडुपुत्र आणि धार्तराष्ट्रांमधील वाढता संघर्ष लक्षात घेऊन, पांडव वारणावताला निघून गेले तर थोडीफार शांतता लाभेल ह्या विचाराने धृतराष्ट्राने पांडवांना वारणावताला जाण्याची संमती दिली. दुर्योधनाने लाक्षागृह रचल्याची गोष्ट विदुराला समजली होती. पांडव वारणावताला जायला निघाले तेव्हा ही माहिती सांकेतिक भाषेत विदुराने युधिष्ठिराला कळवली. सांकेतिक भाषा म्हणजे शब्दार्थाच्या मागचा गूढार्थ समजून घ्यावा ह्यासाठीचा संकेत! महाभारताच्या काही आवृत्त्यांमध्ये ही सांकेतिक भाषा म्हणजे बर्बर किंवा म्लेंच्छ अशी कोणती तरी भिन्न भाषा असा अर्थ केलेला आढळतो. प्रत्यक्षात ही कोणती वेगळी भाषा नसावी, केवळ इशारा करणारे संकेत असावेत. युधिष्ठिर हे संकेत - शब्दामागचे गूढार्थ - ओळखतो. हे संकेत समजायची क्षमता युधिष्ठिराकडे आहे ह्याची विदुराला खात्री आहे. युधिष्ठिराच्या शहाणपणाची

आणि समजशक्तीची यथार्थ कल्पना देणारेच हे उदाहरण आहे. 'कारस्थान शिजले आहे, सावध राहण्याची गरज आहे, शिवाय ह्या कटातून जीव वाचवून सुटका करून घेण्यासाठी पर्यायही शोधला पाहिजे' असा विदुराने इशारा दिला होता. ह्या सूचनेचा अर्थ युधिष्ठिराच्या पूर्णपणे ध्यानात आला होता. वारणावताला पोचल्याबरोबर लगेच त्याने कारस्थानावरील उपाय अमलात आणायला सुरुवात केली. आपल्या भावांना आणि आईला सावध केले होते आणि हे सर्व दुर्योधनाच्या हेरांच्या, विशेषत: सतत सोबत राहणाऱ्या पुरोचनाच्याही नकळत! संकटसमयी सुरक्षितपणे निसटून जाता यावे ह्यासाठी त्याने भुयाराचा गुप्तमार्ग तयार करवून घेतला होता. येथवर युधिष्ठिराने जे काही केले ते त्याच्या चतुरपणाला आणि योग्य वेळी योग्य पाऊल उचलण्याच्या त्याच्या राजकीय समजशक्तीला शोभेसे होते. ह्यानंतर मात्र दुर्योधनाला चकवण्यासाठी त्याने जी उपाययोजना केली तीत धर्माचा लवलेश नाही. शुद्ध राजकीय लबाडीच आहे. भोजनाच्या निमित्ताने लाक्षागृहात आलेल्या स्त्रीला आणि तिच्या पाच पुत्रांना जेवणानंतर यथेच्छ मद्य पाजले, त्यानंतर हे सहा 'पाहुणे' बेहोशीत गाढ झोपल्यावर युधिष्ठिराने भीमाला सांगून लाक्षागृहाला आग लावून दिली. पांडव जीव वाचवून भुयाराच्या वाटेने सुरक्षितपणे निघून गेले. त्या सहा पाहुण्यांची मात्र विनाकारणच आगीत आहुती पडली. आगीत होरपळून राख झालेले हे सहा मनुष्यदेह कुंती आणि पाच पांडवांचेच आहेत अशा भ्रमाने दुर्योधन निश्‍चिंत होईल आणि त्यायोगे पांडव अधिकच सुरक्षित होतील असा हिशोब करून स्वत: युधिष्ठिराने कुंतीशी विचारविमर्श करून हे कृत्य केले आहे. स्वत:चे रक्षण करणे अनुचित नाहीच, पण धर्मराज म्हणवणारा युधिष्ठिर आत्मरक्षणासाठी सहा निर्दोष माणसांचा, भोजनासाठी आमंत्रण देऊन बोलावलेल्या अतिथींचा अशा रीतीने बळी देतो हे तर्कसुसंगत वाटत नाही. पांडवांपैकी युधिष्ठिराखेरीज अन्य कुणीही हे केले असते तरी आपल्या मनाला ते इतके टोचले नसते. जीव वाचवण्यासाठी माणसाने काहीही केले तरी ते अयोग्य ठरत नाही. 'आत्मरक्षण आणि सर्वनाश ह्या प्रसंगी असत्याचरण क्षम्य आहे' असे कर्णपर्वात स्वत: कृष्णाने सत्य आणि धर्माची मीमांसा करताना म्हटले आहे. लक्षावधी, कोट्यवधी सर्वसामान्य माणसांसाठी हा निकष ठीक आहे; पण युधिष्ठिरालाही हाच निकष लावायचा असेल तर मग तो 'धर्मराज' कसा?

वारणावताच्या ह्या घटनेनंतर पुन्हा एकदा युधिष्ठिराचे कौशल्य, चातुर्य आणि धर्माचरण ह्या सगळ्याची कठोर परीक्षा होते ती द्रौपदीस्वयंवराच्यावेळी! द्रौपदी प्राप्त करून घेण्यासाठी राजा द्रुपदाने ठेवलेला 'पण' तापसवेषातील अर्जुनाने मत्स्यवेध करून जिंकला आहे. ह्या अटीअनुसार फक्त अर्जुनानेच द्रौपदीचा पती होण्याचा अधिकार मिळवला होता. युधिष्ठिर किंवा इतर भावंडांचा काहीच हक्क

नव्हता - असूच शकत नव्हता. स्वयंवरानंतर गावाबाहेर, पांडव आपल्या निवासस्थानी पोहोचले. कुंती घरात होती. ह्या भावांनी घराबाहेर दाराजवळ उभे राहून म्हटले, ''आई, आम्ही कोणती भिक्षा आणली आहे बघ!'' आईने आतून सहजच म्हटले ''जे असेल ते सगळे भाऊ मिळून वाटून घ्या.'' भिक्षा म्हणजे रोजच्यासारखेच अन्न, कंदमुळे, फळे, फार तर थोडेबहुत धन असेल असे समजून मातेच्या तोंडून अजाणतेपणी निघालेले वाक्य म्हणजे जणू ब्रह्मवाक्यच असे मानून आता त्याची अंमलबजावणी द्रौपदीवर अधिकार मिळवण्यासाठी करण्याचा युधिष्ठिराचा निर्णय सहजासहजी पटण्यासारखा नाही. संदर्भ माहीत नसताना मातेने अजाणतेपणी उच्चारलेले वाक्य म्हणजे सुद्धा मातेची आज्ञाच आहे आणि पुत्रांनी मातेची आज्ञा डावलणे हा अधर्म आहे असे म्हणणे ह्यात 'धर्म' नावाच्या कल्पनेची थट्टाच केली आहे असे वाटते. अर्जुन विजेता होता. द्रौपदीसारखी वधू पूर्णतया आपल्यालाच मिळावी अशी अर्जुनाची इच्छा असणारच ह्याची जाणीव युधिष्ठिरालाही असणार. त्यामुळे अत्यंत चतुरपणे आधी आईच्या 'आज्ञे'बद्दल सांगून नंतर मग तो अर्जुनाला 'तू एकटाच द्रौपदीशी लग्न करून घे' असे सांगतो. हा प्रस्ताव फारच मुत्सद्दीपणे केला आहे. निर्णय घेण्याचा सगळा भार आता अर्जुनाच्या शिरावर येऊन पडला आहे. आधी म्हटल्याप्रमाणे युधिष्ठिर खरोखरच फार भाग्यवान आहे. सतत त्याग करत राहणारे, सतत त्याची आज्ञा मानणारे धाकटे भाऊ त्याला लाभले आहेत. त्याचे हे भाग्य येथेही दिसून येते. अर्जुनाने 'मातेच्या आज्ञे'चा मुद्दा पुढे केला. शिवाय एक मजेशीर विधानही केले. ''ज्येष्ठ बंधो, धर्माप्रमाणे, जोपर्यंत तुमचा विवाह झाला नाही तोपर्यंत धाकटा भाऊ असूनही मी कसे लग्न करू?'' ह्यातून तर द्रौपदी जणू एकट्या युधिष्ठिरालाच अर्पण करून टाकण्याचीच भावना व्यक्त होते. हे विधान करताना, हे सगळेच भाऊ, वनवासात असताना भीमाचा हिडिंबेशी नुकताच विवाह झाला आहे आणि त्याला घटोत्कच नावाचा मुलगाही झाला आहे ही गोष्ट मात्र सहज विसरून जातात. भीमही युधिष्ठिरापेक्षा लहानच आहे. भीमाने हिडिंबेशी संसार मांडला त्यावेळी स्वत: युधिष्ठिर आणि माता कुंती दोघांनीही त्याला संमती दिली आहे. त्यावेळी भीमाला की अर्जुनाला, कुणालाच थोरल्या भावाचे लग्न आधी झाले पाहिजे हा 'धर्म' आठवला नाही.

'आता द्रौपदीचे काय करायचे' असा आव आणून युधिष्ठिर बाकीच्या तीन भावांकडे पाहतो. आईची आज्ञा अंमलात आणली तर आपणही द्रौपदीचे पती बनू ह्या केवळ विचारानेच सगळ्यांच्या डोळ्यांत कामदेव प्रकटला. युधिष्ठिरही ह्याला अपवाद नाही. अर्जुनाची संमती तर आधीच मिळाली होती. आता प्रश्न उरला एकच! एका स्त्रीने पाच पतींना वरले तर त्याला 'धर्माचरण' कसे म्हणावे ह्याचा तर्कसुसंगत निवाडा करण्याचा! युधिष्ठिर धर्म जाणतो हे खरेच! त्यामुळे, पुराणातील दोन कथा तो पुढे ठेवतो. गौतम

गोत्राच्या जटिला नावाच्या एका कन्येने एकाच वेळी सात ऋषींशी लग्न केले होते आणि कुण्डू ऋषींची कन्या वार्क्षी एकाच वेळी दहा प्रचेता[२] - भावांची संयुक्त पत्नी बनली होती ही उदाहरणे युधिष्ठिर देतो. हे दाखले देऊन द्रौपदी पाच भावांची संयुक्त पत्नी झाली तरी ते धर्माचरणच म्हणता येईल हे सिद्ध केले असले तरी प्रत्यक्षात 'द्रौपदीवरून भविष्यकाळात भावाभावांमध्ये संघर्ष तर होणार नाही ना' ह्या शंकेपोटीच हा मार्ग पत्करण्यात आला आहे. (पुढे जाता युधिष्ठिराने शैब्य राजाची मुलगी देवकी हिच्या स्वयंवराला जाऊन तिला प्राप्त केले आहे आणि तिच्याशी दुसरे लग्नही केले आहे ही वस्तुस्थिती फारच थोड्यांना माहीत असेल.)

गुप्तवेषातील पांडव प्रकट झाले, द्रुपद आणि कृष्णासारख्या समर्थ मित्रांसह प्रकट झाले तेव्हा आता धृतराष्ट्र किंवा दुर्योधनाला त्यांची उपेक्षा करून चालण्यासारखे नव्हते. भीष्मांनी हस्तिनापूर राज्याची वाटणी करून खांडवप्रस्थ प्रदेशाचे आधिपत्य पांडवांना दिले. महाराज युधिष्ठिराने तेथे इंद्रप्रस्थ उभारून स्वत:ला राज्याभिषेकही करवला. युधिष्ठिराने नंतर दिग्विजय केला. अपार संपत्ती मिळवली. समग्र आर्यावर्तातील राजांमध्ये मान्यता मिळवली आणि राजसूय यज्ञही केला. या यज्ञाच्यावेळी त्याने आपल्या आप्तजनांना ज्याप्रकारे कामे वाटून दिली ते कौतुकास्पद आहे. ब्राह्मण, तापसी, भिक्षुक आदींना दाने देण्यासाठी खजिन्याचा भार त्याने दुर्योधनाकडे सोपवला. ह्याने दोन उद्देश साध्य झाले. एक म्हणजे खजिन्यातील अपार संपत्ती पाहून दुर्योधन थक्क व्हावा, दुसरे द्वेषाने पेटून त्याने पांडवांची संपत्ती शक्य तेवढी कमी करण्यासाठी जास्तीत जास्त दान करावे. त्यामुळे अर्थातच भरपूर दान मिळून ब्राह्मण, तापसी वगैरे अधिकच संतुष्ट व्हावेत आणि त्यायोगे अधिकाधिक आशीर्वाद आणि पुण्य लाभावे. म्हणजे, दुर्योधनाचा द्वेषभाव पांडवांच्या पथ्यावरच पडणार होता. पांडवांबद्दल प्रेम आणि जिव्हाळा असणाऱ्या दुसऱ्या कुणाला हे काम सोपवले असते तर त्याच्या हातून दुर्योधनाइतके संपत्तीदान झाले नसते. पांडवांच्या खजिन्यातून योग्य तेवढाच खर्च व्हावा असे त्याला वाटले असते त्यामुळे 'पांडवांचे औदार्य माफकच आहे' असा अप्रत्यक्षपणे एक समज झाला असता आणि पुण्यसंचयही कमी झाला असता. प्रेमापोटी होणाऱ्या ह्या हानीच्या उलट, दुर्योधनाच्या द्वेषापोटी अधिकतम लाभ घडला असता.

राजसूय यज्ञात भोजनाच्या पंगतीनंतर उष्टी काढण्याचे काम खुद्द कृष्णाकडे दिले आहे. यज्ञाच्या वेळी सर्वप्रथम अर्घ्याचा मान मिळवणारी, तत्कालीन आर्यावर्तातील

सर्वोच्च व्यक्ती असे हलक्या दर्जाचे काम करते ह्यातून 'श्रमाचा महिमा' ह्याबद्दल फार परिणामकारक सिद्धांत प्रस्थापित होतो ह्याची जाण सुद्धा चिंतकांना

---

[२] प्रचेता - ब्रह्माचे दहा मानसपुत्र प्रचेता म्हणून ओळखले जातात.

खूप उशिरा झाली आहे.

राजसूय यज्ञाच्यावेळी कृष्णाला प्रथम अर्घ्य देण्याच्या प्रश्नावरून शिशुपालाने विरोध करून विघ्न आणले त्यावेळी भीम शिशुपालाचा वध करायला निघाला होता; तेव्हा युधिष्ठिरानेच त्याला आवरले आहे. शिशुपाल पांडवांच्या आमंत्रणामुळेच इंद्रप्रस्थास आलेला, पांडवांचा अतिथी आहे त्यामुळे अतिथीने कसेही दुर्वतन केले तरी यजमानाकडून त्याचा वध होणे अधर्म्य आहे असे युधिष्ठिर भीमाला समजावतो. यज्ञ झाल्यावर कृष्ण जेव्हा द्वारकेला परत जायला निघतो तेव्हा स्वत: युधिष्ठिर त्याच्या रथाचे सारथ्य करतो.

ह्यानंतरची युधिष्ठिराच्या आयुष्यातील महत्त्वपूर्ण घटना म्हणजे हस्तिनापुरात खेळलेले द्यूत! राजा धृतराष्ट्राकडून द्यूत खेळण्याचे आमंत्रण आले त्यावेळी 'द्यूत सर्व अनिष्टांचे मूळ आहे' असे म्हणून त्याने द्यूताबद्दल आपली अरुची व्यक्त केली आहे एवढेच नव्हे तर 'द्यूत हे स्नेह कमी करून वैर वाढविणारे आहे' असे पण तो म्हणतो. तरीही द्यूत खेळायला हस्तिनापूरला जातो. 'युद्धाच्या किंवा द्यूताच्या आवाहनाला नकार देणे हे वीरतेच्या आणि क्षात्रधर्माच्या विरुद्ध आहे असे मी मानतो' असे तो म्हणतो. युद्धाचा आणि क्षात्रधर्माचा संबंध जोडणे तर्काला धरून आहे परंतु द्यूताचा क्षात्रधर्माशी काय संबंध, हा प्रश्न अनुत्तरितच राहतो. खरी गोष्ट अशी आहे की युधिष्ठिराला द्यूताची अतिशय आवड आहे आणि आपण वीर योद्धा आहोत ही जशी त्याची समजून आहे तशीच आपण द्यूतात प्रवीण आहोत ही सुद्धा त्याची समजूत आहे. युद्ध आणि द्यूत दोन्हीही विनाशक आहेत हे समजून-उमजूनही तो द्यूताला तयार होतो. भीष्म, द्रोण, कृपाचार्य आणि विदुर ह्या सगळ्यांचा सल्ला डावलून तो द्यूत खेळतो. 'समोरच्या पक्षातर्फे दुर्योधनाऐवजी शकुनी फासे टाकेल' असली हास्यास्पद अटही तो मान्य करतो! फाशांमागून फासे टाकले जातात आणि डावामागून डाव युधिष्ठिर हरत जातो. एकही डाव तो जिंकत नाही. हरणाऱ्या जुगाऱ्याच्या मानसिक स्थितीचे उत्तम उदाहरण येथे युधिष्ठिराच्या रूपात मिळते. वैभव, राज्य, आपले भाऊ, आपण स्वत: आणि अंती द्रौपदीला सुद्धा तो पणाला लावतो आणि हरतो. ह्यात 'धर्म' तर कुठे पाळला गेला नाहीच; पण खंबीरपणाही राखला गेला नाही. सर्वस्व गमावून बसल्यावर आणि द्रौपदीवस्त्रहरणासारखा लज्जास्पद प्रसंग घडत असतानाही तो विवशतेने सगळे पाहत बसला आहे. 'स्वत:ला हरवून बसल्यानंतर पत्नीला पणाला लावण्याचा त्याला काय अधिकार आहे' ह्या द्रौपदीच्या प्रश्नाचे उत्तर द्यायचे भीष्म टाळतात आणि 'धर्म अतिशय गहन आहे, त्याचा उलगडा युधिष्ठिरच करेल' असे म्हणून हा प्रश्न युधिष्ठिरापुढे ठेवतात. त्यावर दुर्योधन जे बोलतो त्यातून युधिष्ठिराच्या धर्मभावनेवर आणि धर्मज्ञानावर दुर्योधनादिकांचाही किती गाढ विश्वास होता हेच कळते. दुर्योधन म्हणतो,

"पत्नीला पणाला लावायचा आपल्याला काही अधिकार नाही, असे युधिष्ठिराने म्हटले तर मी ते मान्य करेन." परंतु युधिष्ठिर म्हणतो, "कोणत्याही परिस्थितीत पत्नीवर पतीचाच अधिकार असतो." त्याच्या या म्हणण्यात धर्मभावना जपण्यापेक्षाही आपल्या दुबळ्या कृत्यांचे समर्थन करण्याच्या वृत्तीनेच अधिक प्राबल्य दिसते.

युधिष्ठिर द्यूतात जे काही हरला ते सर्व धृतराष्ट्राने द्रौपदीला परत केले. युधिष्ठिराने तमाम संपत्तीसह इंद्रप्रस्थास परत जावे अशी आज्ञाही केली. परतणाऱ्या युधिष्ठिराला दुर्योधनाने पुन्हा द्यूतासाठी बोलावले. 'द्यूताचे आमंत्रण नाकारता येत नाही' असले बालिश कारण पुढे करणारा युधिष्ठिर पुन्हा एकदा द्यूतसभेत येऊन पुन्हा त्याच शकुनीपुढे द्यूत खेळायला हजर झाला ह्याला 'युधिष्ठिराचा मूर्खपणा' हेच म्हणता येईल. शकुनीचे द्यूतातील प्रावीण्य माहीत होऊनही, थोड्याच काळापूर्वी कुरुसभेत द्रौपदीची झालेली दुर्दशा विसरून तो खेळायला बसतो. ह्यावेळी फक्त एकच डाव खेळायला आहे. एकाच डावाच्या ह्या खेळात फक्त राज्य गमावण्याची नव्हे तर तेरा वर्षांच्या वनवासाची अट आहे हे माहीत असून तो शकुनीच्या हाती फासे देतो. एकच डाव खेळण्याची अट कुणाही विचारी माणसाला दोनदा विचार करायला लावेल अशी आहे. आपण पराजित होण्याची शक्यता आहे असे कळूनही 'सगळे काही विधात्याने घडवलेले आहे, काळाच्या आधीन आहे' अशा पोकळ विधानांना धर्म मानून तो पुन्हा एकदा द्यूत खेळतो. ह्यात समजशक्तीचा अभाव नसून मूर्खपणाच अधिक आहे. ह्या मूर्खपणाचा परिणाम व्हायचा तोच झाला.

ह्यानंतरच्या वनवासात, वनवासाच्या ठीक तेरा महिन्यांनंतर भीम आणि द्रौपदी एकदा युधिष्ठिरावर खवळून उठतात. ह्या थोरल्या भावाचा मूर्खपणाच सगळ्या त्रासाचे मूळ आहे असा दोषारोप भीम करतो. मास आणि वर्ष ह्यातील सूक्ष्म रेषेचा तर्कबद्ध आधार घेऊन 'तेरा वर्षे' ह्याऐवजी 'तेरा महिने' असा अर्थ लावून, हस्तिनापुरात जाऊन राज्य परत मिळवायला तो उतावळा होतो. युधिष्ठिराची धर्मभावना, त्याची धर्ममीमांसा येथे पूर्णपणे प्रकट होते. आपण क्रोधाला वश होण्याऐवजी वश करून घेणे किती धर्मोचित आहे ही गोष्ट तो भीमाला समजावतो. जो डाव आपण हरलो त्यात तेरा वर्षेच अभिप्रेत होती, तेरा महिने नव्हे, असाही खुलासा करतो. ह्यावर, "क्रोध करणेही कधी कधी धर्म्य असते" असे उलट विधान द्रौपदी करते. "हा सगळा त्रास शकुनीच्या कपट-कारस्थानामुळे झाला आहे तेव्हा क्रोध येऊन शत्रूचा नाश करणे हाच धर्म आहे" असेही ती म्हणते. त्यावेळी युधिष्ठिर एक अतिगूढ रहस्यस्फोट करतो. युधिष्ठिर म्हणतो, "द्यूतकलेत मी पारंगत आहे अशी खात्री असल्याने युद्धाविनाच दुर्योधनाकडून हस्तिनापूरचे राज्य सहज हस्तगत करता येईल असे मला वाटत होते."

युधिष्ठिराच्या ह्या म्हणण्यात जर खरेच सत्यता असेल तर त्याच्या अंतरंगातही

धूर्तताच भरली होती, त्या धूर्तपणाचेच हे चिन्ह आहे असे म्हटले पाहिजे. आपणही काही कमी नाही असे दाखवण्याची बालिश धडपड ह्या शब्दातून दिसते. जो माणूस मुळात धूर्त किंवा लबाड नाही त्याला धूर्तपणाचा आव आणणे सुद्धा जमत नाही. त्याची लबाडी सुद्धा बालिशच वाटते. येथेही असेच काहीसे घडले आहे. खरोखरच जर दुर्योधनाचे राज्य बळकावण्यासाठी युधिष्ठिर द्यूत खेळायला तयार झाला असेल तर त्याच्या एकूण व्यक्तिमत्त्वातील, लाक्षागृहाच्या नंतरची ही दुसरी आणि अधिकच कुरूप विसंगती म्हणावी लागेल. द्यूताचे निदान दुसरे आमंत्रण तरी तो टाळू शकला असता, परंतु तसे घडले नाही. त्यामुळे असे काहीतरी बोलून, एकामागून एक केलेल्या आपल्या मूर्खपणाचा युधिष्ठिर अत्यंत दुबळा बचाव करतो आहे असेच वाटते.

दोन

युधिष्ठिराच्या व्यक्तिमत्त्वाचे वेगवेगळे पैलू समजून घेण्यासाठी लक्षात घेण्याजोगे आणखी दोन-तीन प्रसंग वनवासकाळात घडले आहेत. एव्हाना युधिष्ठिराला दुर्योधनाचा पूर्ण अनुभव येऊन चुकला होता. लहानपणी हस्तिनापुरात असताना भीमाला जलविहाराच्या बहाण्याने पाण्यात टाकण्यापासून ते द्यूतसभेतील द्रौपदीवस्त्रहरणापर्यंतच्या सर्व घटना युधिष्ठिराच्या नजरेसमोर आहेतच. पांडव वनवासात असताना त्यांच्या दैन्यावस्थेपुढे आपल्या वैभवाचे प्रदर्शन करण्याच्या हीन हेतूने दुर्योधन द्वैतवनात आला. चित्रसेनाने त्याला कैद केले. त्यावेळी युधिष्ठिराने दुर्योधनाच्या अपमानाची बातमी कळताच चित्रसेनाशी युद्ध करून दुर्योधनाला सोडवण्याची भीमार्जुनांना आज्ञा केली. भीम या आज्ञेचा अतिशय तर्कशुद्धपणे विरोध करतो. जे काम पांडवांना महायुद्धाच्या शेवटी करायचेच आहे ते इतक्या सहजासहजी चित्रसेनानेच पार पाडलेले पाहून भीमसेन ह्या घटनेचे स्वागत करतो. दुर्योधनाने आजवर केलेल्या सर्व कपटकारस्थानांची आठवण करून देऊन, थोरल्या भावाला योग्य तो निर्णय घ्यायला सांगतो. युधिष्ठिर मात्र आपल्या जागी अढळच राहतो. आपले म्हणणे तो सोडत नाही आणि दुर्योधनाला सोडवून आणण्याचा आग्रह धरतो. शेवटी अर्जुनाने चित्रसेनाशी युद्ध केले. त्याचा पराभव केला आणि दुर्योधनाला त्याच बंदिवान स्थितीत युधिष्ठिरापुढे हजर केले. युधिष्ठिराने त्याला मुक्त करून मोठ्या प्रेमाने हस्तिनापुरास परत पाठवून दिले.

दुसरी घटना जयद्रथाने द्रौपदीला पळवून नेल्याचे धाडस केले ती! पांडवांच्या गैरहजेरीत जयद्रथाने द्रौपदीला बळजबरीने पळवून नेण्याचा प्रयत्न केला. पांडवांना ही बातमी कळताच, पळून जाणाऱ्या जयद्रथाचा पाठलाग करून त्यांनी जयद्रथाला पकडले. द्रौपदीची सुटका करून, जयद्रथाला युधिष्ठिरासमोर आणले. ह्यावेळीही

उदार मनाने आणि क्षमाशील वृत्तीने युधिष्ठिराने जयद्रथाला मुक्त करून सुरक्षितपणे परत जाऊ दिले. जयद्रथाला तसेच सोडून दिल्याबद्दल द्रौपदीने तीव्र नाराजी व्यक्त केली. नेहमीप्रमाणे यावेळीही युधिष्ठिराने 'क्षमा ही किती दैवी भावना आहे' असे म्हणत क्षमाशीलतेचे गुणगान केले आहे.

क्षमाशीलता ही दैवी भावना आहे, श्रेष्ठ आहे, हे मान्य! वरील दोन्ही प्रसंगी युधिष्ठिराने दाखवलेली क्षमाशील वृत्ती एखाद्या ऋषीला अथवा संताला शोभून दिसणारी आहे. एखाद्या राजाने, क्षत्रियाने, आपल्या जन्मवैऱ्याला, मुद्दाम एखादे दुष्कृत्य करण्यासाठी आलेल्या शत्रूला अशा प्रकारे क्षमा केली तर त्या क्षमेच्या औचित्याबद्दल मनात शंका येत राहते. दुर्योधन अथवा जयद्रथ, दोघांची त्या त्या प्रसंगी सुटका झाली नसती तर महायुद्ध होतेच ना! दुर्योधनाला मुक्त केले असते आणि जयद्रथाचा जरी वध केला असता तरी कुरुक्षेत्रावरील चक्रव्यूह आणि अभिमन्यूवध दोन्ही टाळता आले असते. दूरदर्शीपणाचा अभाव असणाऱ्या राजाची क्षमावृत्ती हे त्याचे भूषण ठरत नाही. कोणत्या परिस्थितीत आणि कोणत्या मर्यादेपर्यंत क्षमाभावना राजाचे आभूषण असते ह्याची मीमांसा शरपंजरी पडलेल्या भीष्मांनी शांतिपर्वात केली आहे.

तिसरा प्रसंग यक्ष-युधिष्ठिर संवादाचा! पाण्याच्या शोधार्थ यक्षाच्या सरोवरापाशी गेलेले पांडव एकामागून एक मरण पावले. आपल्या प्रश्नांची उत्तरे दिल्यानंतरच आपल्या सरोवराचे पाणी घेण्याची आज्ञा अदृश्य यक्षाने पांडवांना केली. यक्षाच्या बोलण्याकडे दुर्लक्ष केल्याने एकानंतर एक चारही भाऊ मृत्यू पावले. आपल्या चार भावांना शोधत शोधत युधिष्ठिर ह्या सरोवराकाठी आला. आपल्या सरोवराचे पाणी घेत असताना यक्षाने त्याला अडवले. युधिष्ठिराने यक्षाची आज्ञा मानली. दुसऱ्याच्या मालकीच्या सरोवराचे पाणी त्याच्या संमतीविना घेणे हा अधर्म आहे असे तो म्हणाला. त्याने यक्षाच्या सगळ्या प्रश्नांची उत्तरे दिली. हा यक्ष-युधिष्ठिर संवादाचा प्रसंग महाभारतातील उत्कृष्ट भागांपैकी एक आहे. हजारो वर्षांनंतरही त्या प्रश्नोत्तरातील शाश्वत मूल्ये जशीच्या तशी सदाहरित राहिली आहेत हे लक्षात घेण्याजोगे आहे. युधिष्ठिराच्या उत्तरांनी संतुष्ट झालेल्या यक्षाने त्याच्यावर प्रसन्न होऊन चार मृत भावांपैकी एकाला जिवंत करण्याचा वर दिला. युधिष्ठिराच्या ठायी असलेली धर्मभावना समग्र महाभारतातल्या एकूणएक प्रसंगांपैकी ह्या एका प्रसंगात जणू सर्वोच्च शिखरावरून दाही दिशांमध्ये झळाळून निघाली आहे. वनवासाच्या अंती भीमार्जुनांविना महायुद्ध जिंकणे तर सोडा, महायुद्ध लढण्याची कल्पना करणेही युधिष्ठिराला कठीण होते. आत्तापर्यंत त्यांच्यावर जी जी संकटे आली त्यातून भीमाने किंवा अर्जुनानेच त्यांना वाचवले आहे. असे सर्व असून सुद्धा युधिष्ठिर माद्रीपुत्र नकुलाला जिवंत करण्याचा वर मागतो. खुद्द यक्षालाही आश्चर्य वाटते. 'भीमार्जुनांऐवजी

नकुलाची निवड का केलीस' असेही तो विचारतो. ह्यावरील युधिष्ठिराचे उत्तर म्हणजे धर्माचे मूळ तत्त्व सूक्ष्म असले तरीही किती उदात्त आहे ह्याचे उत्तम उदाहरण आहे. युधिष्ठिराने ही धर्मतत्त्वे किती सहजतेने आत्मसात केली होती हे समजल्यावर त्याच्या वर्तनातल्या इतर सगळ्या विसंगती नगण्य ठरतात. युधिष्ठिर म्हणतो, ''माझ्या पित्याच्या दोन पत्नींपैकी मी कुंतीपुत्र जिवंत आहे पण माद्रीचा एकही पुत्र जिवंत नाही. कुंती आणि माद्री दोघी माता मला एकसमान आहेत. माद्रीचा एकही पुत्र उरू नये हा माझ्या लेखी धर्म नाही.''

युधिष्ठिराचे बोलणे ऐकल्यावर भीमार्जुनांशिवाय युधिष्ठिर निर्माल्यवत्, चेतनाहीन ठरण्याची शक्यता यक्ष बोलून दाखवतो. 'जो परिणाम व्हायचा असेल तो होवो, काहीही झाले तरी नकुलालाच जीवदान मिळावे' असा युधिष्ठिर आग्रह धरतो. ह्यावर अत्यंत प्रसन्न झालेल्या यक्षरूपी धर्माने चारही भावांना जिवंत केले. धर्माचरण म्हणजे एखादा नुसता व्यापारी हिशोब किंवा जमाखर्चाची नोंद करणे नाही. धर्मानुसार करायचे आचरण म्हणजे भव्यदिव्य अशी कृती आहे. धर्माचरणाचा असा अखंड प्रत्यक्ष प्रयोग करणे किती कठीण आहे ह्याचा अनुभव युधिष्ठिराला स्वत:ला महायुद्धात 'अश्वत्थामा हत:' म्हटल्यानंतर 'नरो वा कुंजरो वा' म्हणताना आलाच होता.

अज्ञातवासाच्या तेराव्या वर्षी विराटनगरीत राहण्याची वेळ आली तेव्हा युधिष्ठिराने विराटनरेशाशी द्यूत खेळणारा किंवा फासे फेकणारा साथीदार बनून राहण्याचे ठरवले हे लक्षणीय आहे. युधिष्ठिराची सर्वाधिक आवड आणि त्याचे त्यातल्या त्यात सर्वांत अधिक कौशल्य द्यूत हेच आहे हे उघड झाल्यावाचून राहत नाही. भीम, अर्जुन आणि इतरांनी आपापली क्षेत्रे निवडली आणि अज्ञातवासाचा काळ कंठला. भीमाने मुदपाकखाना निवडला तर नकुलाने अश्वशाळा! युधिष्ठिर पुन्हा एकदा द्यूताकडेच वळला हे विसरता येणार नाही.

पांडवांचा अज्ञातवास संपल्यावरही दुर्योधनाने त्याचे राज्य परत करायला साफ नकार दिला त्यावेळी, केवळ युद्ध टाळण्यासाठी, संपूर्ण इंद्रप्रस्थाच्या राज्याऐवजी फक्त पाच गावे युधिष्ठिराने मागितली. सुईच्या अग्राएवढी जमीन द्यायलाही दुर्योधन तयार नव्हता. स्वत: कृष्णाने दूत बनून केलेले समेटाचे प्रयत्न निष्फळ ठरले आणि अखेरीस युद्ध अनिवार्य होत चालले. महासंहार होऊ नये ह्यासाठी आपल्या जवळजवळ सर्व न्याय्य हक्कांवर पाणी सोडायला युधिष्ठिर तयार आहे. युधिष्ठिराची ही मनोवृत्ती द्रौपदी आणि कुंती दोघींनाही अजिबात पसंत नाही. युधिष्ठिराचा असा कोणताही प्रस्ताव मान्य न करता युद्धच करण्याची दोघी कृष्णाला गळ घालतात. युद्ध अटळ आहे हे कृष्णाला माहीतच आहे; पण तरी युद्ध न होण्यासाठी तो हरप्रकारे प्रयत्न करून पाहतो.

युद्धाच्या आरंभी मद्रनरेश शल्य आणि युधिष्ठिर ह्यांच्यातील एका संवादाची

नोंद घेतली पाहिजे. शल्य हा माद्रीचा भाऊ म्हणजे नात्याने नकुल-सहदेवांचा मामा. म्हणजे युधिष्ठिराचाही मामाच! पांडवांच्या बाजूने लढण्याची युधिष्ठिराने शल्याला विनंती केली. 'माझ्याकडून मदतीचे वचन दुर्योधनाने ह्यापूर्वीच घेतले आहे. आता मी वचनभंग करू शकत नाही' असे म्हणून शल्याने युधिष्ठिराची विनंती अमान्य केली तरी शल्य पुढे म्हणतो की, युधिष्ठिराचाच पक्ष धर्माचा आणि न्यायाचा आहे त्यामुळे त्याचा आशीर्वाद नेहमी पांडवपक्षालाच असेल. ह्यावेळी युधिष्ठिर कट किंवा कपट म्हणता येईल असा एक डाव खेळतो. 'कौरवपक्षात राहूनही तुम्ही आम्हाला मदत करू शकाल' असे तो शल्याला म्हणतो. कौरवपक्षाकडून लढणाऱ्या सर्व महारथींमध्ये, संपूर्ण आवेशाने आणि वैरभावनेने लढणारा असा केवळ एक कर्णच आहे. त्यामुळे कर्ण हाच कौरवपक्षातील प्रबळ योद्धा आहे. पांडवपक्षाला सर्वांत जास्त धोका कर्णाचाच आहे. कर्णाचा तेजोभंग करून त्याला हतोत्साहित करता आले तर त्याच्यावर मानसिक दडपण येईल आणि त्यामुळे अर्जुनाचे बळ वाढेल, परिणामी, कर्णाचा पराभव करणे सोपे जाईल. 'युद्धात ऐन आणीबाणीची वेळ येईल त्यावेळी कर्णाच्या रथाचे सारथ्य करून कर्णाला तुम्ही हतोत्साहित करावे' असे वचन युधिष्ठिर शल्याकडे मागतो. म्हणजे आपल्या वचनानुसार शल्य दुर्योधनाकडून लढला असेही झाले आणि कर्णवधासाठी योग्य पार्श्वभूमी तयार करून आपल्या भाच्यांना मदत केली असेही झाले. ठरल्याप्रमाणे, नंतर शल्याने कर्णाचा सारथी बनून कर्णाला अतिशय घालूनपाडून बोलून, त्याचा तेजोभंग करून त्याचे बळ कमी करण्याची महत्त्वाची भूमिका पारही पाडली. अशा रीतीने कर्णवधाचे श्रेय जसे अर्जुनाला मिळाले तसे शल्यालाही दिले पाहिजे. शल्य आणि युधिष्ठिर ह्यांच्यातील ह्या ठरावात कोणतीही निष्ठा नाही. पक्षद्रोह आणि फसवाफसवीच आहे.

युद्धात जे एकापेक्षा एक महान योद्धे भाग घेत होते त्यांच्यात युधिष्ठिराचा आपण कोठेच समावेश करू शकत नाही. भीष्म, द्रोण, कर्ण, अश्वत्थामा, दुर्योधन, अर्जुन, भीम, धृष्टद्युम्न ह्या सर्वांच्या तुलनेत, एक योद्धा म्हणून युधिष्ठिर फार कमी पडतो. युद्धभूमीवर तो अनेक वेळा भयभीत झाला आहे. शत्रुपक्षातील योद्ध्यांनी त्याचा पराभव केला आहे, जखमी अथवा मूर्च्छित होऊन तो रणभूमी सोडून शिबिरात परत आला आहे. हे सगळे वारंवार झाले आहे. क्वचित कधी तरी त्याने दुर्योधनाला मूर्च्छित केले आहे आणि एकदा कृतवर्म्याला पराजित केले आहे. कौरवांचा सेनापती शल्य ह्याचा वध एवढा युद्धभूमीवरील एकमात्र पराक्रम त्याच्या नावावर आहे. कर्णाच्या हातून पराजित होऊन शिबिरात परतलेला युधिष्ठिर असा काही अस्वस्थ होतो की, अर्जुनाला शिबिरात आलेला पाहून त्याचा तोल सुटतो. रणभूमीवर कर्णाच्या हातून जखमी झालेला आपला थोरला भाऊ शिबिरात परत गेला आहे अशी बातमी अर्जुनाला कळल्यामुळे थोरल्या भावाच्या काळजीने त्याला

पाहायला अर्जुन शिबिरात येतो. कर्णाकडून झालेल्या आपल्या पराभवाचा सगळा रोष युधिष्ठिर अर्जुनावर काढतो. अर्जुनाच्या सामर्थ्याच्या भरवशावरच त्याने एवढे मोठे महायुद्ध आरंभले होते. आपण कर्णाचा वध करण्यास समर्थ आहोत असे अर्जुनानेच म्हटले होते, परंतु अजून कर्णाचा वध होणे तर दूरच राहिले, कर्णानेच खुद्द युधिष्ठिराला पराभूत केले. ह्या सगळ्याचा दोष युधिष्ठिर अर्जुनाला देतो. अर्जुनाच्या असमर्थतेला दूषणे देतो, अर्जुनाचे गांडीव धनुष्य निरर्थक आहे असेही म्हणतो. यक्ष-युधिष्ठिर संवादातला किंवा नंतर नकुलालाच जिवंत करावे असा अलौकिक निर्णय घेणारा युधिष्ठिर प्रकोपाच्या भरात वाटेल ते बरळू लागतो. माणूस समतोलपणाच्या, धर्मनिष्ठतेच्या कितीही गमजा करो जेव्हा आयुष्यातले महत्तम स्वप्न छिन्नविच्छिन्न होण्याचा क्षण येऊन ठेपतो तेव्हा त्याला मन आणि बुद्धी दोहोंचाही तोल ढळण्याच्या क्षणाला कसे सामोरे जावे लागते त्याचे हे उत्तम उदाहरण आहे.

युद्धाच्या पंधराव्या दिवशी युधिष्ठिराला एका अत्यंत अवघड परिस्थितीला तोंड द्यावे लागले. ह्या कसोटीत तो उत्तीर्ण झाला म्हणावे की न म्हणावे ह्यात दुमत असू शकेल. केवळ धर्मतत्त्वाचा विचार करता युधिष्ठिर ह्याक्षणी अयशस्वी झाला असेच म्हणावे लागेल कारण आत्तापर्यंत जमिनीपेक्षा चार अंगुळे उंचावरून चालणारी त्याच्या रथाची चाके त्याच्या एका उच्चारासरशी भूमीला टेकली. अशा रीतीने, धर्माने युधिष्ठिराचे शब्द नाकारलेच आहेत. द्रोणाचार्यांचा वध करता यावा ह्यासाठी, कृष्णाच्या सांगण्यावरून भीमाने अश्वत्थामा नावाचा हत्ती मारून 'अश्वत्थामा हत:' अशी भ्रामक बातमी द्रोणांच्या कानी घातली. हे शब्द ऐकून भ्रमिष्ट झालेल्या आचार्यांनी सत्य काय ते जाणून घेण्यासाठी युधिष्ठिराला प्रश्न केला. शत्रुपक्षाच्या खुद्द सेनापतीचाही युधिष्ठिराच्या सत्यवचनी असण्यावर किती गाढ विश्वास होता त्याचे हे प्रतीक आहे. युधिष्ठिराच्या केवळ एका शब्दासरसा शत्रुपक्षाचा हा सेनापती शस्त्रत्याग करायला तयार होतो ही घटना युधिष्ठिराच्या 'धर्मराज' ह्या व्यक्तिमत्त्वाच्या उज्ज्वलतेचा कळसच आहे. लक्षात घ्या, द्रोण कृष्णाचा नव्हे तर फक्त युधिष्ठिराचाच शब्द प्रमाण मानतात. अशा ह्याक्षणी युधिष्ठिर धडधडीत खोटे बोलायला बिचकतो परंतु त्याक्षणी त्याच्या मनात विजयाची लालसा आहेच एवढेसे असत्य न बोलल्यास धर्माचा नव्हे तर अधर्माचा विजय होण्याची शक्यता आहे; 'आपली वैयक्तिक महानता जपण्यासाठी युधिष्ठिराने ह्या अधर्माच्या विजयात आपला वाटा उचलला आहे' असाच अर्थ निघेल असेही म्हटले गेले. हे सगळे कृष्णाच्या सांगण्यावरूनच होत असल्यामुळे ते 'धर्म्य'च आहे असे मानून युधिष्ठिराने मोठ्याने म्हटले, ''होय अश्वत्थामा मेला'' आणि नंतर कुणाला ऐकू जाणार नाही असे हळूच म्हणाला, ''पण तो हत्ती होता.'' लगेच आपल्या मनाचे समाधान करून घेतले, ''मी सत्य

बोललोच, आचार्यांनी ते ऐकले नाही त्याला मी काय करू?' (ह्या ठिकाणी एक महत्त्वाची नोंद केली पाहिजे - कथेकऱ्यांनी ''नरो वा कुंजरो वा'' असा जो शब्दप्रयोग वारंवार युधिष्ठिराच्या नावावर खपवला आहे तो 'जानामि धर्मं न च मे प्रवृत्ति...' ह्या श्लोकाप्रमाणेच, मुळात कुठेच नाही.) धर्माचा तराजू वागवणे किती अवघड काम आहे हे येथे पुन्हा एकदा सिद्ध झाले आहे.

युद्धाच्या अठराव्या दिवशी कौरवसेनापती शल्याचा वध झाल्यावर पांडवांनी युद्ध जिंकल्यातच जमा होते; परंतु अजून दुर्योधन जिवंत होता. दुर्योधन जिवंत असेपर्यंत भीमाची प्रतिज्ञा आणि पांडवांचा विजय अपूर्णच होता. सगळ्या कौरव सैन्याचा नाश झाल्यावर, रणभूमीच्या बाहेर एका सरोवराच्या पाण्याखाली दुर्योधन लपून बसला होता. कृष्ण आणि युधिष्ठिरासह पांडव तेथे गेले. पाण्याबाहेर येऊन युद्ध पूर्णत्वाला नेण्याचे त्यांनी दुर्योधनाला आव्हान दिले. विजय हाती आल्याच्या उन्मादाच्या भरात म्हणा किंवा त्याच्या आयुष्यातील सर्वांत मोठा मूर्खपणा म्हणा, युधिष्ठिराने एक गोष्ट येथे केली आहे. लपलेल्या दुर्योधनाला आव्हान देत युधिष्ठिर म्हणतो ''दुर्योधना, तू बाहेर येऊन आम्हा पाचांपैकी कुणाही एका भावाशी द्वंद्व कर. त्यात जर तू जिंकलास तर युद्धात मिळालेल्या विजयावर पाणी सोडून, राज्य मी तुला देऊन टाकीन असे मी वचन देतो.'' हे बोलणे म्हणजे मूर्खपणाचा कळसच आहे. केवळ भीमच दुर्योधनाला गदायुद्धात टक्कर देऊ शकला असता. दुर्योधनाने एकदा जरी उचलून आपटले असते तरी तेवढी पछाडसुद्धा सहन करण्याची नकुल, सहदेव किंवा स्वत: युधिष्ठिर ह्यांची कुवत नव्हती. गदायुद्धात अर्जुनही दुर्योधनाला हरवू शकला नसता. पाचांपैकी एकाची निवड कर असे म्हणताना 'तुला पाहिजे ते शस्त्र वापर' असेही युधिष्ठिर पुढे म्हणतो. अर्थातच, दुर्योधनाने भीम सोडून इतर कुणालाही गदायुद्धाचे आव्हान दिले असते तर पांडवांचा हातातोंडाशी आलेला विजयाचा घास एका क्षणात हिरावला गेला असता ह्यात शंका नाही. अठरा अक्षौहिणी सैन्याचा नाश झाल्यावर, भीमार्जुनांच्या पराक्रमानंतर हाती आलेला विजय युधिष्ठिराने एका अर्थी, एका धुंदीत, मूर्खपणाने दुर्योधनाच्या हाती अलगद देऊन टाकला असेच म्हणावे लागेल. दुसऱ्यांदा द्यूत खेळायला तयार होण्याइतकाच युधिष्ठिराचा ह्यावेळचा मूर्खपणाही अनाकलनीय आहे.

हा क्षण विनाशक ठरणारा होता, कृष्ण ज्याला धर्म मानत होता तो धर्म जयाच्या अतिनिकट जाऊन शेवटच्या क्षणी अविचारीपणाने पराजय ओढवून घेत होता. परिणामी, पुन्हा एकदा अधर्माचा विजय होण्याची अवघड वेळ युधिष्ठिराने आणली होती. ह्यावेळी कृष्णाने परिस्थिती सावरून घेतली. कृष्णाने डाव सावरला खरा पण युधिष्ठिराचा हा 'उदारपणा' पाहून त्याला अर्जुनापाशी बोलल्यावाचून राहवेना, ''हा तुझा भाऊ मूर्खच आहे!''

पूर्णतया विजयी होऊन, हस्तिनापुरात प्रवेश करण्याचा क्षण आला तेव्हा युधिष्ठिराच्या मनात अपराधीपणाची भावना दाटून आली. धर्माने वागणाऱ्या कुणाही संवेदनशील व्यक्तीला असे वाटणे साहजिक आहे. पिता धृतराष्ट्र अथवा माता गांधारीपुढे उभे राहतानाही त्याला अपराध्यासारखे वाटते. कृष्णाला पुढे करून मगच तो अंध धृतराष्ट्राकडे येतो. महाभारत सांगते की, युधिष्ठिराने गांधारीला प्रणाम केला त्यावेळी गांधारीच्या मिटल्या डोळ्यांतून निघालेल्या अग्निशलाका तिच्या डोळ्यांवरची पट्टी भेदून युधिष्ठिराच्या पायाच्या नखांवर स्थिरावल्या आणि युधिष्ठिराची नखे काळी ठिक्कर पडली. राज्यारोहणापूर्वी सर्व मृतात्म्यांचे तर्पण, पिंडदान इत्यादि करताना युधिष्ठिर शोकाने इतका व्याकूळ झाला की राजत्याग करून तपश्चर्येसाठी वनात निघून जाण्याचा हट्ट धरून बसला. ह्यावेळी एक अतार्किक आणि विनोदी वाटावी अशी गोष्ट घडते. युधिष्ठिर पिंडदान करत असताना कुंती त्याला 'थोरल्या भावाला (म्हणजे कर्णाला) पिंडदान कर' असे सांगते. कर्ण कुंतीपुत्र असल्याचे युधिष्ठिराला येथे प्रथमच समजते. इतकी वर्षे कुंतीने ही गोष्ट लपवून ठेवली नसती, आपल्याला हे आधीच कळले असते तर युद्ध न करताच आपण हे राज्य कर्णाच्या हवाली केले असते असे म्हणून युधिष्ठिर एकट्या कुंतीलाच नव्हे तर अखिल स्त्री जातीला शाप देतो. ''यापुढे कुणीही स्त्री कोणत्याही गोष्टीची गुप्तता पाळू शकणार नाही'' असा युधिष्ठिराने ह्याप्रसंगी दिलेला शाप म्हणजे विनोदच वाटतो.

युद्ध संपले. युधिष्ठिराचे राज्यारोहण झाले. कृष्णाच्या सांगण्यावरून युधिष्ठिर पितामह भीष्मांकडे परमज्ञान प्राप्त करून घेण्यासाठी गेला. उत्तरायणाची प्रतीक्षा करत भीष्म शरशय्येवर पडून होते. ज्ञानप्राप्तीच्या ह्या सत्रात स्त्री-पुरुष संबंधांपासून, राजाची कर्तव्ये, सैन्याची व्यूहरचना, गृहस्थधर्म, समाजरचना, जीवनमृत्यूची रहस्ये अशा जवळजवळ सर्वव्यापी विषयांवर युधिष्ठिराने प्रश्न विचारले आहेत आणि पितामहांनी त्यांची उत्तरेही दिली आहेत. भगवद्‌गीतेप्रमाणेच महाभारतात हा संवाद 'भीष्मगीता' म्हणून ओळखला जातो. आयुष्याच्या उत्तरावस्थेतही ह्या धर्मपुरुषाची ज्ञानतृष्णा दाद देण्याजोगी आहे.

हस्तिनापूरच्या राज्याची नव्याने रचना करताना युधिष्ठिराने मोठ्या कौशल्याने, सर्वांची साथ आणि सहकार्य विश्वासपूर्वक मिळवले आहे. विदुर, संजयादी जुन्या मंत्र्यांना त्याने पूर्ववत् मंत्रिपदावरच राखले आहे. एवढेच नव्हे, पिता धृतराष्ट्र आणि माता गांधारी हेच सर्व मानसन्मान, आदराचे सर्वप्रथम मानकरी असतील अशी घोषणाही केली. धृतराष्ट्र अथवा गांधारीला कोणत्याही प्रकारचा कसलाही कमीपणा न वाटेल, त्यांच्या मनाला न लागेल असे अतिशय निष्ठेचे वर्तन युधिष्ठिराने ह्यावेळी केले आहे. ज्या ज्या वेळी धृतराष्ट्राने दानधर्म, यज्ञ इत्यादींसाठी

जे जे आणि जेवढे मागितले ते सर्व त्याने तात्काळ पुरवले आहे. आपल्या भावंडांना, विशेषत: भीमाला त्याने ह्या वृद्धांबद्दल सदैव आदर बाळगण्याची ताकीद दिली आहे. युधिष्ठिराच्या ह्या औदार्याची नोंद घेतली पाहिजे. राज्य मिळवल्यानंतर संपूर्ण आर्यावर्तात हस्तिनापूरचे राज्य सर्वश्रेष्ठ ठरवण्यासाठी त्याने अश्वमेध यज्ञही केला.

छत्तीस वर्षे राज्याचा उपभोग घेतल्यानंतर आपले भाऊ आणि द्रौपदी ह्यांच्यासह, राज्य आणि एकूणच ऐहिक जीवनाचा त्याग करून युधिष्ठिराने स्वर्गारोहणासाठी हिमालयाच्या दिशेने प्रयाण केले. ह्या छत्तीस वर्षांअखेरीस, माता गांधारीने दिलेल्या शापाप्रमाणे यादव एकमेकांत लढून नाश पावले. द्वारका पाण्यात बुडाली. एकटा वज्र फक्त ह्यातून वाचला होता. अर्जुन त्याला हस्तिनापुरात घेऊन आला. आता राज्य वगैरे सगळे निरर्थक होते. परीक्षितही छत्तीस वर्षांचा झाला होता. जीवनकार्य संपले होते. उरलेले जीवन काळाच्या आधीन करण्यातच त्या जीवनाचा गौरव होता. स्वर्गारोहणासाठी हिमालयात जायला निघण्यापूर्वी युधिष्ठिराने परीक्षिताला हस्तिनापूरच्या सिंहासनावर बसवले आणि त्याच्या रक्षणाची जबाबदारी धृतराष्ट्रपुत्र युयुत्सुवर सोपवली. कालगती पाहा! हस्तिनापूरचे सिंहासन आपल्या मुलांकरिता राखून ठेवण्यासाठी धृतराष्ट्राने आयुष्यभर खूप प्रयत्न केले. त्यांपैकी एकही पुत्र जिवंत राहिला नाही आणि आता त्याचाच परंतु वेश्या-दासीपोटी जन्मलेला पुत्र युयुत्सु मात्र हस्तिनापूरच्या साम्राज्याची नैतिक जबाबदारी वाहण्यासाठी उरला. द्वारकेचे राज्य नष्ट झाले आहे. सगळे आप्तस्वकीय, कुटुंबीय गमावले आहेत, अशा स्थितीत हस्तिनापूरला आलेल्या वज्राला युधिष्ठिराने इंद्रप्रस्थाच्या गादीवर बसवले, त्याच्याहाती इंद्रप्रस्थाचे राज्य सोपवले. ह्याला अनोखे महानिर्माण म्हणायचे! पांडवांचा पाठीराखा बनून सदैव त्यांचे रक्षण करणाऱ्या श्रीकृष्णाच्या नातवाला आश्रय देऊन युधिष्ठिराने न्याय आणि धर्माचा समतोल सांभाळला आहे.

हिमालयाच्या यात्रेत पाच भाऊ, पत्नी द्रौपदी आणि हस्तिनापुराहूनच सोबत निघालेला एक कुत्रा हे सगळे युधिष्ठिराच्या मागोमाग आहेत. ही यात्रा जसजशी पुढे पुढे जात राहिली तसतसे आपापल्या कर्मानुसार एकेकाचे जीवन समाप्त होत गेले. प्रत्येकाच्या जीवनअंताच्यावेळी ह्या अंताबद्दल युधिष्ठिराचे थोडेसे चिंतनही प्रकट झाले आहे. सर्वप्रथम द्रौपदी पडली. त्याबद्दल भीमाच्या प्रश्नाला उत्तर देताना युधिष्ठिर म्हणतो, ‘‘द्रौपदी पाचही भावांची पत्नी होती परंतु अर्जुनावरच तिचे अधिक प्रेम होते. ह्या अधर्माचरणामुळे ती सगळ्यांत आधी मृत्युमुखी पडली.’’ युधिष्ठिराचा हा विचार विवाद्य ठरू शकतो. द्रौपदी अर्जुनाचीच पत्नी झाली होती. मत्स्यवेधानंतर तिच्या मनात उत्पन्न झालेले सगळे भाव अर्जुनासाठीच असणे स्वाभाविक आहे. अन्य चार भाऊ त्यानंतर इतर कारणांमुळे तिच्या आयुष्यात आले आहेत. खरे पाहता

ह्या चार भावांनाही तिने आपल्या आयुष्यात अर्जुनाइतकेच स्थान दिले हा तिचा मोठेपणाच आहे. अर्जुनाबद्दल तिच्या अंतरात काही विशेष भाव असला तर त्याला अधर्म कसे काय म्हणता येईल?

युधिष्ठिराच्या मनातील धर्मभावनेचेच एक उत्तुंग शिखर स्वर्गारोहणाच्या वेळी दिसून येते. द्रौपदीनंतर अर्जुन, भीम, सहदेव आणि नकुल एकामागोमाग एक कालवश झाल्यावर तो कुत्रा तेवढा युधिष्ठिराच्या मागे चालत होता. युधिष्ठिराला सदेह स्वर्गात नेण्यासाठी स्वत: इंद्र रथ घेऊन आला. कुत्र्यासारख्या प्राण्याला स्वर्गात कसे नेणार? त्या कुत्र्याला तेथेच सोडून आपल्या रथात येण्याचा इंद्राने युधिष्ठिराला आग्रह केला. युधिष्ठिराने ह्या गोष्टीला नकार दिला. 'जो कुत्रा थेट हस्तिनापूरहून माझ्यासोबत माझ्या मागोमाग आला आहे त्याला एकटा सोडून मी स्वर्गात येणार नाही' असे तो इंद्राला म्हणतो. कुत्र्यासह स्वर्गात येण्याचा हेका धरला तर युधिष्ठिरही स्वर्गात प्रवेश करू शकणार नाही असे इंद्राने म्हणताच 'शरणागताचे रक्षण करणे हे स्वर्गप्राप्तीपेक्षा अधिक धर्म्य आहे' असे म्हणून धर्माचरणासाठी स्वर्गही त्यागण्यास युधिष्ठिर तयार होतो. कोणताही त्याग करावा लागो, कसलीही किंमत द्यावी लागो. युधिष्ठिराचे धर्माचरण त्यास सदैव तत्पर आहे ह्याचीच प्रचीती येते. कुत्रा म्हणजे स्वत: धर्मच होता, आता तो आपल्या खऱ्या स्वरूपात प्रकट होतो. ह्याच पित्याने पूर्वीही एकदा यक्षाच्या रूपाने आपल्या पुत्राची - युधिष्ठिराची - परीक्षा पाहिली होती. पित्याच्या दोन्ही परीक्षांमध्ये पुत्र उत्तम तऱ्हेने उत्तीर्ण झाल आहे.

आणखी एक अवघड कसोटी अजूनही युधिष्ठिराची प्रतीक्षा करता होती. स्वर्गात त्याला दिसले की त्याचे भाऊ आणि द्रौपदी नरकयातना भोगत आहेत आणि दुर्योधन, दु:शासन इत्यादि सर्व मात्र स्वर्गातील उत्तमोत्तम सुखांचा उपभोग घेत आहेत. युधिष्ठिराला हे असह्य होत होते. त्यातच भर म्हणून धर्माने युधिष्ठिरालाही सर्व सुखे उपलब्ध करून दिली. 'धर्माचे आचरण करूनही माझ्या भावंडांच्या नशिबी जर नरकवासच असेल तर मग मलाही त्यांच्यापाशी नरकातच पाठवा, मला स्वर्गवास नको', असे म्हणून युधिष्ठिराने सर्व सुखे नाकारली. अर्थात हा सर्व मायेचा खेळच होता. महायुद्धात 'अश्वत्थामा हत:' असे म्हणताना युधिष्ठिराने केलेल्या असत्याचरणाच्या पापाचे ते फळ होते. क्षणभरासाठीची आत्यंतिक वेदना सहन करावी लागणे, नरकयातनांचा अनुभव घ्यावा लागणे ही त्या अधर्माचरणाची शिक्षा होती. अर्थात ते सर्व अदृश्य झाले आणि युधिष्ठिराला भावांसह स्वर्गप्राप्ती झाली.

युधिष्ठिराच्या संपूर्ण जीवनातून एक नेत्रदीपक संदेश मिळतो तो असा की, सर्वसाधारण समृद्धी, संपत्ती, कीर्ती, विजय ह्या सगळ्याची इच्छा बाळगणाऱ्या

सर्वसाधारण माणसाला 'धर्माचरण' हे असिधाराव्रताइतके कठीण आहे आणि हातून घडलेला अगदी लहानसहान अधर्म सुद्धा पापाचे मोठे रूप धारण करू शकतो हे विसरता कामा नये. कोणताही त्याग करण्याची तत्परता मनात आणि धर्माच्या काट्याची दोन्ही पारडी समान ठेवण्याची तत्परता नजरेत सदैव असली पाहिजे. भीष्म, विदुर किंवा कृष्ण ह्यांचे धर्माचरण, युधिष्ठिराच्या धर्माचरणासारखे, कोणत्याही भौतिक किंवा वैयक्तिक प्राप्तीसाठी नसल्यामुळे त्या धर्माचरणाचे मार्ग वेगळे आणि मापदंडही भिन्न आहेत.

■

।। दुरात्मा दुर्योधन ।।

एक

रामायण, भागवत आणि महाभारत ह्या तीन पुराणकथांतील खलनायक कोण असा प्रश्न विचारला तर क्षणाचाही विलंब न लावता सर्वजण एकच उत्तर देतील — रावण, कंस आणि दुर्योधन! पण ह्या तिघांनाही रूढ अर्थाने खलनायक म्हणता येणार नाही. शक्तिसामर्थ्य आणि बुद्धितेज ह्या बाबतीत त्यांच्या कुणाही समकालीनांपेक्षा — त्या त्या कथेच्या नायकांपेक्षाही - ते कणभरही उणे नाहीत. तिघांनीही आपल्या काळात प्रजेवर जुलूम केलेला नाही; किंबहुना त्यांच्या काळात प्रजेला सुशासनाचाच अनुभव आला आहे. त्यांनी यज्ञ केले आहेत, दानधर्म केले आहेत आणि असे असूनही त्यांना 'खलनायक' बनवणारे काही तरी त्यांच्यात होते. (खरे पाहता, परंपरागत खलनायकाचे अवगुण ह्या तिघांत नाहीत त्यामुळे त्यांना 'खलनायक' न म्हणता 'प्रतिनायक' म्हणणे अधिक योग्य आहे.) — त्यांना खलनायक ठरवणारी एकच कोणती गोष्ट असेल तर ती म्हणजे अहंकार! मनुष्यमात्रात थोडाफार अहंकार असतोच परंतु हे तिघे असे आहेत की समोर सर्वनाश उभा ठाकला आहे, डोळ्यांना स्पष्ट दिसतो आहे, महाकाळाचे दर्शन घडत आहे हे कळूनही ते अहंकारातून मुक्त होऊ शकत नाहीत. अहंकार त्यागण्यापेक्षा सर्वनाश होऊ देणे त्यांना मान्य आहे. अहंकाराच्या प्रचंड व्यापकतेचेच हे लक्षण आहे. असला अहंकार जोपासत एखादा कुणी अडाणी मृत्यूलाही कवटाळायला तयार झाला तर ते एकवेळ क्षम्य आहे; पण ही पात्रे तर ज्ञानी आहेत, समर्थ आहेत. त्यांच्या आजूबाजूला एकापेक्षा एक महान व्यक्तिमत्त्वे आहेत, तरीही ते आपला अहंकार सोडत नाहीत आणि सर्वनाश ओढवून घेतात ह्याला 'नशिबाचे खेळ' म्हटले पाहिजे.

दुर्योधन आणि भीम दोघेही एकाच दिवशी जन्मले आहेत. (आदिपर्व - १२२/१९) गांधारीचा गर्भ दोन वर्षापर्यंत तसाच राहिला. दरम्यान, युधिष्ठिराच्या जन्माची

बातमी हस्तिनापुरास पोचली आहे. त्यानंतर गांधारीने रागावून टाकून दिलेल्या गर्भाचे महर्षी व्यासांनी शंभर तुकडे केले आणि ते तुपाने भरलेल्या कुंभात ठेवले. पुढच्या वर्षी त्या कुंभांवर पाणी शिंपडल्यानंतर त्यामधून गांधारीच्या शंभर पुत्रांचा जन्म झाला. शंभरांपैकी सर्वांत प्रथम दुर्योधन जन्मला कारण तो ज्या कुंभात होता तो कुंभ सगळ्यांत आधी उघडला गेला. युधिष्ठिर आणि भीम ह्यांच्यातही फक्त दोन अडीच वर्षांचेच अंतर होते हेही ह्या कथानकावरून कळते.

दुर्योधनाच्या जन्मावेळी अमंगल, अपशकुन झाले आणि हा पुत्र कुलनाशक होईल असे भाकित ज्योतिषांनी केले. अन्य नव्याण्णव पुत्रांना वाचवण्यासाठी ह्या एका पुत्राचा त्याग कर असे विदुराने धृतराष्ट्राला सुचवले होते. धृतराष्ट्राला मात्र सुरुवातीपासूनच ह्या पुत्राबद्दल स्नेहच नव्हे तर भरपूर मोहही होता. त्यामुळे, 'सर्वनाश व्हायचाच असेल तर होवो पण ह्या पुत्राला मी टाकणार नाहीच' असे तो म्हणतो.

दुर्योधनाच्या जन्माबद्दल विचार करताना लक्ष वेधून घेणाऱ्या एक-दोन गोष्टींचीही दखल घेतली पाहिजे. कौरवात म्हणजे धार्तराष्ट्रांत दुर्योधन सर्वांत मोठा म्हटला जातो, परंतु मुळात तसे नाही. गांधारीची गर्भवती अवस्था आणि प्रत्यक्षात त्या पुत्रांचे जन्म ह्यात जवळजवळ चार वर्षे गेली. ह्या दरम्यान राजा धृतराष्ट्राच्या सेवेत असलेल्या शूद्रा दासीला राजापासून एक पुत्र - युयुत्सू - झाला आहे. म्हणजे धृतराष्ट्राच्या पुत्रांना कौरव म्हटल्यास कौरव एकशे एक आहेत आणि सर्वांत ज्येष्ठ बंधू युयुत्सू आहे. ह्या घटनेच्या बरोबरीनेच पांडुपुत्रांचाही विचार केला पाहिजे. पाच पांडवांपैकी एकही पांडु-पुत्र नाही; कुंतीला मिळालेल्या वराच्या परिणामस्वरूपी ह्या सर्वांचे जन्म झाले आहेत. हे वरदान आणि कुंती ह्याच दोन गोष्टी लक्षात घेतल्या तर पांडव सहा आहेत. कुंतीला तिच्या कुमारी अवस्थेत झालेला कर्ण हा सुद्धा पांडूचा 'क्षेत्रज' पुत्रच म्हटला जाईल. ह्या सहाजणांमध्ये कर्ण ज्येष्ठ बंधू आहे. अशा तऱ्हेने दोन्ही पक्षात, जो ज्येष्ठ बंधू आहे तो अस्वीकृतच राहिला आहे, उपेक्षित आहे. ह्याला काय म्हणावे? शिवाय, ज्येष्ठ कौरव युयुत्सू महायुद्धात पांडवांकडून लढला आणि ज्येष्ठ पांडव कर्ण त्याच युद्धात कौरवांकडून लढला ही गोष्टही लक्षणीय आहे.

दुर्योधन कळत्या वयाचा झाल्यापासून 'हस्तिनापूरचा युवराज आणि भावी सम्राट आपणच आहोत' असे खात्रीपूर्वक धरूनच चालला आहे असे वाटते. त्याच्या बाळपणी पांडव तर अरण्यात वाढत होते. त्यामुळे त्यांच्याबद्दल तो अनभिज्ञ असण्याची शक्यता आहे. कदाचित राजा धृतराष्ट्राचीही अशीच समजूत असावी की, पांडू विधिपूर्वक सिंहासनावर बसला असला तरी आता तो वनातून कधीच परत येणार नाही आणि त्याची मुले एकतर वनवासी बनून राहतील अथवा त्यांचा जन्म शंकास्पद असल्याने हस्तिनापुरात त्यांचा स्वीकारच होणार नाही. अशा परिस्थितीत

हस्तिनापूरचे सिंहासन कायदेशीरदृष्ट्या आणि नैतिकदृष्ट्या आपलेच आहे अशी धृतराष्ट्र आणि दुर्योधन, दोघाही पितापुत्रांची दृढ समजूत होत गेली असण्याची शक्यता आहे.

कालांतराने, पांडवांचे हस्तिनापुरात आगमन झालेच. भीष्म, द्रोण, कृपाचार्य इत्यादींनी त्यांचा पांडुपुत्र म्हणुन विधिवत् स्वीकारही केला. अरण्यवासी ऋषी स्वत: त्यांच्याबरोबर आल्याने त्यांचा स्वीकार न करण्याचा प्रश्नच उरला नाही! धृतराष्ट्राने वरकरणी त्यांना आनंदाने आपले म्हटले असले तरी अंतर्यामी तो चिंतित झाला असावा हे जास्त संयुक्तिक वाटते. आपले स्थान आणि प्रतिष्ठा ह्यामुळे पांडवांचे आगमन धृतराष्ट्राला मोठ्या गौरवाने स्वीकारावे लागले. एव्हाना दुर्योधन बाळपण ओलांडून तारुण्यात पदार्पण करत आहे. युधिष्ठिराचा स्वीकार म्हणजेच भविष्यकाळातल्या संभाव्य प्रतिस्पर्ध्याचा स्वीकार! म्हणजेच हस्तिनापूरच्या युवराजपदी आणि भावी सम्राटपदी दुर्योधनाला कायमचा नकार! दुर्योधनाला हे कसे सहन व्हावे? ‘पांडवांचे शत्रू’ असेच ज्यांच्याकडे नेहमी पाहिले गेले ते कर्ण आणि शकुनी अजून ह्यात कोठेच नाहीत. एवढ्यातच पांडवांना नष्ट करून टाकण्याची कुटिल कारस्थाने रचायला दुर्योधनाने एकट्या हातीच सुरुवात केली आहे. जलविहाराच्या नावाने भीमाला बुडवण्याचे कारस्थान, विष घातलेले लाडू खाऊ घालून भीमाला मारण्याचे कारस्थान तसेच शेवटी लाक्षागृहाचे षड्यंत्र, ही सर्व कारस्थाने दुर्योधनानेच रचली आहेत. भीम हेच पांडवांचे खरे सामर्थ्य आहे असे मानून भीमाचा नाश करण्यातच त्याला स्वारस्य आहे.

पांडवपक्षातील भीम आणि अर्जुन शक्तिसामर्थ्यात आपल्यापेक्षा खूप वरचढ आहेत हे सत्य स्वीकारण्याचा दुर्योधनाचा स्वभावच नव्हता. भीम गदायुद्धात निपुण असला तरी आपणही गदायुद्धात कुठेच कमी नाही ही दुर्योधनाची समजूत अगदीच चुकीची नव्हती. महायुद्धाच्या शेवटच्या दिवशी भीम आणि दुर्योधन ह्यांच्यात अंतिम गदायुद्ध झाले त्यावेळी भीम थकून गेला होता आणि पराभवाच्या टोकावर होता हे सर्वश्रुतच आहे. त्यावेळी कृष्णाच्या सूचनेनुसार भीमाने गदायुद्धाचे नियम मोडून दुर्योधनाची मांडी फोडली नसती तर युद्धाचा निकाल कदाचित वेगळाच लागला असता; परंतु अर्जुनाच्या शस्त्रविद्येचा मुकाबला करू शकेल असा कुणीच कौरवपक्षात नव्हता. कर्णाला आपल्याकडे आणून दुर्योधनाने ती उणीव भरून काढली. द्रोणाचार्यांनी आयोजित केलेल्या परीक्षेच्या वेळी एक अपरिचित अनाहूत धनुर्धर म्हणून कर्ण रंगमंचावर आला, परंतु दुर्योधनाला तो अपरिचित नव्हताच. आचार्य द्रोणांकडे शिक्षण घेणाऱ्या कुमारांच्या बरोबरीने द्रोणपुत्र अश्वत्थामा आणि सूतपुत्र कर्णही होते! त्यामुळे कर्णाची शक्ती दुर्योधन ओळखून असणारच! रंगमंचावर कर्णाने अर्जुनाच्या बरोबरीने किंबहुना त्याहूनही अधिक उठून दिसणारा पराक्रम केला त्याच क्षणी

अर्जुनाच्या तोडीस तोड धनुर्धराची कौरवपक्षातील उणीव भरून काढण्याची संधी दुर्योधनाला लाभली. 'कर्ण सूतपुत्र आहे आणि अर्जुन राजकुमार आहे' ह्या कृपाचार्यांच्या आक्षेपाच्या उत्तरादाखल त्याने कर्णाला तत्काळ आपल्या पक्षात घेऊन त्याला 'अंग देशाचा राजा' घोषित करून टाकला. आता कर्ण 'सारथी' नव्हता; आता तो राजा होता म्हणजेच अर्जुनाच्या बरोबरीचा होता एवढेच नव्हे तर आता तो दुर्योधनाचा मित्रही होता.

एक कोडे मात्र उलगडत नाही. ह्यावेळी धृतराष्ट्र राजा आहे, विधिवत् राजा झालेल्या पांडूच्या अनुपस्थितीत तो हे राजपद सांभाळत आहे, राज्याचे सर्वेसर्वा आणि समर्थ ज्येष्ठ, पितामह भीष्म आहेत. अशा परिस्थितीत, 'एक राजकुमार' ह्याहून अधिक काहीच नसलेला दुर्योधन, ही सर्व वडीलधारी माणसे प्रत्यक्ष हजर असताना हस्तिनापूरच्या राज्याचा एक भाग — अंगदेश — कर्णाला कसा काय देऊ शकतो? त्याला तर यौवराज्याभिषेक सुद्धा झालेला नाही तरीही स्वत:च राजा असल्यासारखे तो हे करतो असे वाटते. त्याने स्वत:ला राजाच काय, खुशाल इन्द्रही मानावे; पण धृतराष्ट्र आणि भीष्म ह्यांनी ते का स्वीकारावे हे न उलगडलेले कोडे आहे. मोहामुळे धृतराष्ट्र एक वेळ गप्प राहील — दुर्योधनाचा भावी अधिकारच जपला जात आहे असा काही तरी हिशोब त्याच्या मनात असावा — परंतु भीष्मांनीही या सर्वस्वी अनुचित गोष्टीला मूक संमती का द्यावी, ते कळत नाही. पुढे द्रौपदीवस्त्रहरणाच्यावेळी कुरुसभेमध्ये भीष्मांनी धारण केलेल्या मौनाची पुष्कळ चर्चा झाली आहे, पण रंगमंचावरील हे मौन महाभारताच्या अभ्यासकांनी निमूटपणे का स्वीकारले ते मात्र समजत नाही. अशा तऱ्हेचे अनधिकृत पाऊल उचलतानाच दुर्योधनाला रोखले असते तर कदाचित कुरुकथाही वेगळीच झाली असती! ही घटना घडल्यावर ठीक एक वर्षानंतर युवराजपदी युधिष्ठिरालाच अभिषेक झाला आहे आणि हस्तिनापूरच्या विभाजनानंतर पांडव इंद्रप्रस्थाला गेले तेव्हा युवराज युधिष्ठिर इंद्रप्रस्थाचा राजा झाला; पण हस्तिनापूरचा राजा धृतराष्ट्रच राहिला आहे. त्यानंतरही कधी दुर्योधनाला यौवराज्याभिषेक झाल्याचा कुठेही उल्लेख नाही. अशाप्रकारे शेवटपर्यंत दुर्योधनाला 'एक राजकुमार'याहून अधिक काहीच विशेष स्थान मिळालेले नाही.

युवराजपदी युधिष्ठिराची स्थापना म्हणजे अर्थातच दुर्योधनाच्या एकूण एक स्वप्नांचा करुण अंतच! ही स्वप्ने जर खरी करायची असतील तर पांडवांचा विनाश करण्यावाचून गत्यंतरच नव्हते. दुर्योधनाच्या साथीला आता कर्ण असल्याने तो आपले बलाबल पांडवांच्या बरोबरीनेच नव्हे तर त्यांच्यापेक्षा वरचढ असेच मानत होता. युधिष्ठिर युवराज झाल्यामुळे आता युद्ध करून पांडवांचा नाश करणे जवळजवळ अशक्यच होते त्यामुळे दुर्योधनाने लाक्षागृहाचे कारस्थान रचले. पांडव लाक्षागृहात राहायला गेले तरच हे कारस्थान यशस्वी होणार! दुर्योधनाच्या सांगण्यावरून

पांडव तेथे गेले नसते, म्हणून मग वारणावत नगरीच्या सौंदर्याची अत्यंत प्रशंसा करून धृतराष्ट्राकरवी त्याने पांडवांना ह्या सुंदर नगरीत काही काळ आमोद-प्रमोद करण्यासाठी जाण्यास सुचवले. धृतराष्ट्राची सूचना म्हणजे आज्ञाच असे मानून पांडव तेथे गेले. आधीच निर्माण करून ठेवलेल्या लाक्षागृहात राहिले, परंतु दुर्योधनाच्या दुर्दैवाने तेथून सुरक्षितपणे निसटले. अर्थात, पांडव बचावले आहेत हे सत्य हस्तिनापुरात कुणालाच ठाऊक नव्हते. दुर्योधनही निश्चिंत झाला होता. खरी गोष्ट फक्त विदुर आणि भीष्मांनाच माहीत होती.

पांचालनरेश द्रुपदाच्या राजकन्येचे स्वयंवर वारणावताच्या घटनेनंतर योजले गेले. ही राजकन्या मिळवण्याच्या हेतूने दुर्योधन आपला मित्र कर्ण ह्याच्यासह तेथे गेला. राजकन्या जिंकण्याच्या परीक्षेत दुर्योधन सफल झाला नाहीच उलट, तापसवेषधारी अर्जुनाने त्यात यश मिळवले, द्रुपद आणि कृष्ण ह्यांच्यासारख्या समर्थांच्या साहाय्यासकट पांडव प्रकट झाले!

दुर्योधनाच्या अहंकाराला हा आघात पचवणे म्हणजे लहानसहान गोष्ट नव्हती. पुन्हा एकदा दुर्योधनाच्या डोळ्यांदेखत पांडव विजयी ठरले. दुर्योधन जाहीरपणे पराजित झाला. एवढे पुरेसे नव्हते म्हणून की काय पांडव द्रौपदीसह हस्तिनापूरला परत आले आणि ह्यापुढे पांडुपुत्र आणि धार्तराष्ट्रांत काही बखेडा उद्‌भवूच नये म्हणून पितामह भीष्मांनी हस्तिनापूरच्या राज्याची वाटणीच करून टाकली. ही वाटणी मान्य करणे दुर्योधनाला कर्मकठीण वाटणारच! पण तेव्हा परिस्थितीच अशी होती की, ही वाटणी स्वीकारण्यावाचून गत्यंतरच नव्हते. पुढे अनेक वर्षांनंतर महायुद्ध दाराशी येऊन ठेपले असताना, शिष्टाईसाठी आलेल्या कृष्णापुढे, दुर्योधनाने इतकी वर्षे मनात खोलवर दडपून ठेवलेली ही गोष्ट उसळी मारून, अंतःकरण फाडून वर येते. तो म्हणतो, "कृष्णा, राज्याची वाटणी होऊ देणे ही माझी मोठीच चूक होती. आता ती चूक सुधरवली गेलीच आहे तर पुन्हा एकदा पांडवांना राज्य देऊन टाकण्याची चूक मी कदापि करणार नाही."

पांडवांनी इंद्रप्रस्थ वसवले आणि राजसूय यज्ञ केला तेव्हा तेथे भीष्मादींच्या बरोबर दुर्योधनही गेला होता. इंद्रप्रस्थात पांडवांची अलोट संपत्ती आणि अपार सत्ता पाहून तो व्यथित झाला आहे. समग्र आर्यावर्ताच्या राजांनी ज्या तऱ्हेने भेटी-उपहार अर्पण करून पांडवांचे वर्चस्व स्वीकारले त्यामुळे त्याचा द्वेष अधिकच वाढत गेला. त्याच्या अहंकाराला हे सर्व असह्य झाले. मयासुराने रचलेल्या पांडवांच्या राजमहालात पाण्याला जमीन आणि जमिनीला पाणी समजून चालल्याने त्याची जी थट्टा झाली त्यामुळे तर तो व्यथितच नव्हे तर अत्यंत हताश झाला. अशी सत्ता आणि इतकी संपत्ती आपण कधीच मिळवू शकणार नाही ह्या विचाराने त्याला आपले जीवन व्यर्थ वाटू लागले. त्याच्या लेखी जीवनाचा अर्थच मुळी 'पांडवांच्या वरचढ असणे'

एवढाच होता. पांडवांची संपत्ती नष्ट करण्याचा काहीच उपाय त्याच्यापाशी नव्हता. त्यामुळे शेवटी मृत्यूला जवळ करणे श्रेयस्कर असे वाटून तो शकुनीला म्हणतो, ''मामा, हे सारे मला मिळवता येण्यासारखे नसेल तर मग मी मरून जावे हेच बरे!'' दुर्योधनाचे आत्यंतिक निराशेचे बोल ऐकून शकुनीने त्याची समजूत घालण्याचा प्रयत्न केला. पांडवांबद्दलची द्वेषभावना सोडून देऊन, हस्तिनापूरच्या अक्षय संपत्तीचा संतुष्टपणे उपभोग घेत राहण्याचा सल्ला त्याने दुर्योधनाला दिला. तरीही आपल्या भाच्याची अत्यधिक निराशा आणि वाढती दुर्दशा पाहून, पांडवांशी द्यूत खेळावे हे त्यानेच सुचवले. आपण द्यूतकलेमध्ये पारंगत असल्याची त्याची खात्री होतीच शिवाय, युधिष्ठिर स्वत:लाही द्यूतात प्रवीण मानून खेळल्याविना राहणार नाही हे सुद्धा शकुनी बरोबर ओळखून होता. राजा धृतराष्ट्राच्या आज्ञेविना द्यूताचे आयोजन अशक्यच होते; त्यामुळे मग राजाचीही समजूत पटवून द्यावी लागली. आरंभी धृतराष्ट्राने विरोध केला तो केवळ तोंडदेखला विरोधच आहे. युधिष्ठिराचे राज्य हिरावून घेण्याची संधी दिसली की धृतराष्ट्राच्या तोंडाला पाणी सुटतच होते. अशा रीतीने, द्यूताची तयारी झाली आणि युधिष्ठिराला निमंत्रण गेले.

द्यूताचा निकाल अंदाजाप्रमाणेच लागला. युधिष्ठिराने आपले सर्वस्व गमावले. एकदा पराजय होऊनही युधिष्ठिर पुन्हा दुसऱ्यांदा खेळलाच आणि एकाच डावात समग्र राज्य आणि तेरा वर्षांचा वनवास पणाला लावून तो डावही हरला. पहिल्यावेळी हरल्यावर द्रौपदीवस्त्रहरणाचा ओंगळ प्रसंग घडला त्यावेळी दुर्योधनाच्या अंतरातील मुळापासूनचे सगळे मालिन्य बाहेर पडले आहे. द्रौपदीला स्वयंवरात प्राप्त करण्याची त्याची इच्छा होती, ती निष्फळ ठरली. शक्ति-प्रदर्शनात पांडव त्याच्यापेक्षा श्रेष्ठ ठरले होते. राजसूय यज्ञ त्याचेच प्रतीक होता. त्यामुळे द्यूतसभेतील विजय हा त्याला सर्वोच्च क्षण वाटणे स्वाभाविक होते. भीष्म, गांधारी, विदुर, द्रोणाचार्य, कृपाचार्य - कुणालाच त्याने जुमानले नाही आणि द्रौपदीची अवहेलना केली एवढेच नव्हे तर आपली मांडी उघडी करून तेथे बसण्यासही सांगितले. त्यावेळी वडीलधाऱ्यांची मर्यादा पाळण्याचेही भान त्याने राखले नाही. द्वेष आणि अहंकार कसे विवेकहीन असतात त्याचेच हे उदाहरण आहे. दुर्योधनाच्या ह्या अविवेकामुळेच भीमाची प्रतिज्ञा जन्माला आली आणि महासंहाराच्या अंतिम, घृणास्पद दृश्याची निर्मिती सुद्धा मांडी उघडी करून दाखवण्याच्या क्षणीच झाली.

दुर्योधनाच्या रोमरोमात भिनलेला हा पांडवद्वेष आणि अहंकार त्याच्या एकूणच अस्तित्वाला कुठवर व्यापून उरला होता त्याचे हीनतम प्रदर्शन अजून व्हायचे शिल्लक होते. ज्या पांडवांची संपत्ती पाहून दुर्योधन स्वत: दु:खी झाला होता तेच पांडव कंगाल, दरिद्री झाल्यावर त्यांच्यामोर आपल्या सत्ता-संपत्तीचे प्रदर्शन करण्याकरिता त्याने घोषयात्रेचे निमित्त केले. खरे तर आता पुढील तेरा वर्षे त्याला पांडवांपासून

कसलेच भय नव्हते; पण द्वेष आणि ईर्षा ह्या अमंगल प्रवृत्तीच अशा आहेत की त्या कुणाला कधीच शांती लाभू देत नाहीत. घोषयात्रा ह्याचेच उदाहरण आहे.

द्वैतवनात राहत असलेल्या पांडवांपुढे आपली थोरवी दाखवायला निघालेल्या दुर्योधनाला चित्रसेन गंधर्वाने वाटेतच लढाईत पराभूत करून कैद केले. त्याच्याबरोबर असलेल्या कर्णालाही पराजित करून पळवून लावले. दुर्योधनावर कठीण प्रसंग ओढवला होता. लढाईत वाचलेले त्याचे काही सैनिक द्वैतवनातल्या युधिष्ठिराला शरण गेले. युधिष्ठिराच्या सांगण्यावरून अर्जुनाने चित्रसेनाशी लढून त्याचा पराभव केला आणि बंदिवान अवस्थेतच दुर्योधनाला युधिष्ठिरापुढे हजर केले. इंद्रप्रस्थास दुर्योधन स्वत:च्या अंतरात पेटलेल्या आगीत जळत होता; परंतु येथे ज्या पांडवांना तुच्छ लेखण्यासाठी तो निघाला होता त्याच पांडवांच्या आश्रयाला त्याला यावे लागले होते. युधिष्ठिराने त्याला जीवदान दिले आणि मान खाली घालून दुर्योधनाला हस्तिनापुरास परतावे लागले.

पांडवांची नुसती समृद्धीसुद्धा ज्या दुर्योधनाला असह्य झाली होती तो दुर्योधन इतका मोठा अपमान सहन करणे कसे शक्य होते? त्यावेळी त्याला जगणे व्यर्थ वाटले होते तर आता अधिकच निरर्थक न वाटते तरच नवल! अन्नपाणी वर्ज्य करून आत्महत्या करण्याचा आपला निश्चय त्याने व्यक्त केला. 'अशा अपमानित अवस्थेत हस्तिनापुरात प्रवेश करण्याऐवजी मी आत्महत्या करतो, माझ्याऐवजी आता दु:शासनच हस्तिनापुरास जाईल' असे तो म्हणाला. ह्यावेळी कर्णाने त्याचे सांत्वन केले आहे. कर्ण म्हणतो, "दुर्योधना, शत्रूवर विजय मिळवण्यासाठी तरी जिवंत राहणे आवश्यक आहे. तुला जर मरायचेच असेल तर मग विजय मिळवण्याचा प्रश्नच कुठे उरतो?" कर्णाने समजावल्यावर दुर्योधन हस्तिनापूरला परतला आणि त्याची निराशा दूर करण्यासाठी पुढे कर्णाने त्याच्या हातून वैष्णव-यज्ञ करवला. दुर्योधनाला खूष करण्यासाठी त्याने कित्येक राजांना हरवून, दुर्योधनाची सर्वश्रेष्ठता सिद्ध करण्याचा विनाकारणच प्रयत्न केला.

बळेबळे सिद्ध केलेल्या ह्या विजयालाच वास्तव मानून आपल्या जुन्याच ईर्षेच्या जगात पुनश्च रमायला दुर्योधनाला प्रयास पडले नाहीत. ह्यानंतरचा दुर्वास ऋषींचा प्रसंग म्हणजे तर दुर्योधनाच्या अंगी भिनलेल्या हीनपणाचे उत्तम उदाहरण आहे. दुर्वास ऋषी दुर्योधनाचे अतिथी बनून आले आहेत. ज्यांचे आदरातिथ्य करणे म्हणजे महाकठीण काम अशा ह्या महाक्रोधी अतिथीला दुर्योधन आपल्या स्वार्थाखातर प्रसन्नही करून घेतो. हीन स्वभावाचा माणूस ईर्षेपोटी, गरज पडल्यास किती विनम्र बनू शकतो तेच येथे दिसते. सहजासहजी प्रसन्न न होणारे दुर्वास ऋषी दुर्योधनावर प्रसन्न झाले त्यावेळी दुर्योधनाने ह्या अतिकोपिष्ट ऋषींकडून जे वचन मागितले ते म्हणजे हीनतेची परिसीमा आहे. त्याने दुर्वासांपाशी काय मागावे? त्याने मागितले

- दुर्वासांनी आपल्या शिष्यांसह पूर्व कल्पना दिल्याविना, अचानक, पांडवांचे अतिथी बनून त्यांच्याकडे सर्वांसाठी भोजन मागावे. ते सुद्धा केव्हा? द्रौपदीसकट सर्व पांडवांचे जेवण उरकल्यानंतरच तेथे जाऊन ही मागणी करावी! अशावेळी द्रौपदी सर्वांच्या जेवणाची तत्काळ व्यवस्था करू शकणार नाही आणि हे तापट ऋषी पांडवांना नक्कीच शाप देतील अशी दुर्योधनाची अटकळ होती. कृष्णाच्या मदतीमुळे ऋषींच्या ह्या संभाव्य शापातून पांडव वाचले आणि दुर्योधनाचा हिशोब पुन्हा एकदा चुकला. ईर्षेने पेटलेला माणूस कुठल्या थराला जाऊ शकतो, किती क्षुद्र, हीन बनू शकतो तेच ह्या प्रसंगाने दाखवून दिले आहे. एकदा अहंकार दुखावला गेला की भलीभली समर्थ माणसेही आपली द्वेषबुद्धी कह्यात ठेवू शकत नाहीत आणि इतक्या खालच्या पातळीवर उतरतात.

दोन

द्यूताच्या अटीअनुसार पांडवांनी तेरावे वर्ष अज्ञातवासात काढायचे होते. ह्या काळात दुर्योधनाने त्यांना शोधून काढल्यास पुन्हा एकदा बारा वर्षे अरण्यवास आणि तेराव्या वर्षी अज्ञातवास त्यांना भोगावा लागणार होता. साहजिकच, तेराव्या वर्षी पांडवांना शोधण्यासाठी दुर्योधनाने आकाश-पाताळ एक केले तरीसुद्धा विराट नगरीत गुप्तवेशात लपलेले पांडव त्याच्या हाती लागले नाहीत. दुर्योधनाच्या एकाही हेराला किंवा मित्राला पांडवांचा सुगावा लागला नाही, तेव्हा घटकाभर दुर्योधनाला असेही वाटून गेले की पांडव नक्कीच मृत्यू पावले असावेत. पांडवांना शोधून काढण्याच्या कामी लावलेल्या आपल्या यंत्रणेच्या अपयशाची त्याला शंकाही येत नाही. अहंकारी माणूस आपल्या कोणत्याही गोष्टीत किंवा व्यवस्थेत दोष असेल अशी कल्पना करू शकत नाही. दुर्योधनानेही हीच बालिश वृत्ती दाखवली आहे. आपण शत्रूला शोधण्यासाठी जसा डोळ्यांत तेल घालून प्रयत्न करत आहोत तसाच, शत्रूही आपल्या तडाख्यात न सापडण्याचा आटोकाट प्रयत्न करत असेल, आपल्या सवाई जागरूक असेल अशी शंकाही त्याच्या मनात डोकावत नाही. आपण एखाद्याला पकडू शकत नसलो तर सर्वांत पहिला तर्कशुद्ध अर्थ असाच निघतो की शत्रूही सावध आहे, जागरूक आहे. पण अहंकारी माणूस अशा पद्धतीने विचार करू शकत नाही.

त्यानंतर मात्र, विराटनगरीहून आलेल्या बातम्यांनी दुर्योधनाला विचार करायला भाग पाडले. आपली विचार पद्धतीच चुकीची होती हे त्याच्या ध्यानात आले. विराटनरेशाचा मेहुणा कीचक मल्लयुद्धात प्रवीण म्हणून प्रख्यात होता, त्या कीचकाचा कुण्या अज्ञात गंधर्वाने मल्लयुद्धात वध केल्याचे ऐकल्यावर मात्र

दुर्योधनाने सयुक्तिक विचार केला आहे. कीचकाशी मुकाबला करू शकतील असे फक्त तीनच मल्ल तेव्हा आर्यावर्तात होते. एकतर स्वतः दुर्योधन आणि दुसरे दोघे बलराम व भीम! अज्ञात गंधर्वाच्या नावाने बलराम हा वध करणार नाही, म्हणजे हे कृत्य भीमाचेच असणार! शिवाय, कीचकवधाशी सैरन्ध्री नावाच्या रूपवान दासीचे नावही जोडले गेले होते. ही सुंदर दासी म्हणजे द्रौपदी आणि अज्ञात गंधर्व म्हणजे भीम ह्याबद्दल दुर्योधनाच्या मनात किंचितही शंका उरली नाही. आता फक्त त्याला पकडून त्याची ओळख पटवून द्यायचा काय तो प्रश्न शिल्लक होता. एवढे केले की तो आणखी तेरा वर्षे निश्चिंत झाला असता. ह्यात नैतिकदृष्ट्या किंवा नियमानुसारही काहीच गैर नव्हते. दुर्योधनाचा तो अधिकारच होता. विराटनगरीवर आक्रमण केल्यास तेथे गुप्तवेषात लपलेला अर्जुन त्या हल्ल्याचा प्रतिकार केल्याविना राहणार नाही हा त्याचा तर्कही वाजवी होता. विराटाच्या गायी पळवून नेण्याचे कृत्य खरे तर कुरुकुलाला शोभण्यासारखे नव्हते परंतु लुटारूपणाच्या ह्या कृत्यामागे अर्जुनाचा पाठलाग करण्याची संधी साधून त्याला शोधून काढण्याचा उद्देश होता. गायी पळवणे केवळ निमित्तमात्र होते.

अंदाज केल्याप्रमाणेच घडले. दुर्योधनाने आपल्या सैन्यासह — त्यात भीष्मांपासून अश्वत्थाम्यापर्यंत सगळेच होते - विराटनगरीच्या वेशीपासून गायींचे कळप हाकलत नेले आणि बृहन्नला वेषातील अर्जुनाने त्यांचा पाठलाग केला. अर्जुनाची ओळख पटली खरी परंतु तमाम महारथींसह साऱ्या कौरवसैन्याला मूर्च्छित करून तो गायी परत घेऊन गेला. हाच तो अर्जुन असे सिद्ध करण्याच्या अवस्थेत कुणीच नव्हते. तरीसुद्धा नंतर दुर्योधनाने आग्रहच धरला परंतु त्याचे म्हणणे गणिती हिशोबाच्या एका चुकीमुळे अवैध ठरलो. भीष्मद्रोणांनी खात्रीपूर्वक हिशोब मांडून म्हटले की तेरा वर्षे आता पूर्ण झाली आहेत आणि पांडवांना शोधून ओळख काढले तरीही द्यूतातील अट आता त्यांना लागू पडत नाही. दुर्योधनाचा आणखी एक प्रयत्न वाया गेला.

ह्यानंतर पांडवांना त्यांचे राज्य परत करण्याचा मुद्दा उपस्थित झाला. वनवासाची तेरा वर्षे पूर्ण केल्यामुळे द्यूतात ठरल्याप्रमाणे इंद्रप्रस्थाचे राज्य त्यांना सुपूर्द करणे आवश्यक होते; पण दुर्योधन त्या गोष्टीला कबूल व्हावा कसा? ह्या तेरा वर्षांच्या काळात तो अधिकच सज्ज झाला आहे. भीष्म, द्रोण, धृतराष्ट्र इत्यादी अतिवृद्ध झाले आहेत. दुर्योधनाच्या बाजूस कर्ण, शकुनी, दुःशासन वगैरेंचे सामर्थ्य आहे. आता पांडवांचे राज्य परत करायचे म्हणजे त्याने इतकी वर्षे जी धडपड केली ती व्यर्थच गेली म्हणायची! काय वाटेल ते होवो, पांडवांना इंद्रप्रस्थाचे राज्य परत द्यायचे नाहीच असा त्याने दृढनिश्चयच केला आहे. इंद्रप्रस्थ म्हणजे मुळात हस्तिनापूरच्या साम्राज्याचाच एक भाग होता आणि ज्येष्ठ धार्तराष्ट्र ह्या न्यायाने हस्तिनापूरच्या समग्र राज्यावर दुर्योधनाचाच अधिकार असू शकतो. समेटाचा संदेश

घेऊन शिष्टाईसाठी आलेल्या कृष्णापुढेही दुर्योधनाने असाच दावा केला. आपल्यावरील दोषारोप उडवून लावण्यासाठी तो म्हणतो, ''द्यूत खेळायला युधिष्ठिर आपल्या स्वत:च्या मर्जीने आला होता. त्याला खेळायला कुणी भाग पाडले नव्हते. माझ्यातर्फे शकुनी फासे टाकेल हे सुरुवातीलाच ठरले होते. ते जर सुसंगत नव्हते तर युधिष्ठिराने खेळायचेच नव्हते. शकुनी आपल्या कौशल्याने एकेक डाव जिंकत होता तरी युधिष्ठिर कशाला पुन्हा पुन्हा खेळत राहिला! प्रश्न उरला इंद्रप्रस्थ परत करण्याचा. हे इंद्रप्रस्थ पांडवांना दिले हेच मुळात चुकीचे होते. ती चूक आता सुधारण्यात गैर काय आहे?''

दुर्योधनाच्या स्वभावातील अहंकार आणि असूया पाहता येथवरचे त्याचे म्हणणे त्याच्या स्वभावाला साजेसेच होते असे मानले तरी त्यानंतर, शिष्टाईसाठी आलेल्या कृष्णाला कैद करून पांडवांना असहाय करून टाकण्याचा जो बेत करतो त्यातून स्वत:चे हिताहित न समजणाऱ्या असंतुलित मनाचेच दर्शन घडले. वेडापिसा झालेला माणूस जसे काय वाटेल ते करू लागतो तशी वृत्ती येथे दिसते. त्याची ही योजना तो प्रत्यक्षात आणू शकत नाही हे त्याचे सुदैवच! कृष्ण, भीष्म, द्रोण, गांधारी आणि धृतराष्ट्र सर्वजण जेव्हा होणाऱ्या सर्वनाशाची जबाबदारी त्याच्यावरच असेल असे म्हणतात तेव्हा इतर सर्व तर्कांना आणि विधानांना पूर्णविराम देत तो म्हणतो, ''तुम्ही काहीही म्हणा, ईश्वराने मला जसा घडवला तसा मी हा असा आहे आणि तसाच वागतो आहे!'' (उद्योगपर्व - १४०/४०) ह्या ठिकाणी दुर्योधनाच्या तोंडचा म्हटल्या गेलेल्या एका श्लोकाचा मोठमोठ्या विद्वानांनी आणि अभ्यासकांनी वारंवार उल्लेख केला आहे. हा श्लोक सुपरिचित आहे.

जानामि धर्मं न च मे प्रवृत्ति: ।
जानाम्यधर्मं न च मे निवृत्ति: ।।

'धर्म काय आहे ते मी जाणतो; पण आचरू शकत नाही आणि अधर्म काय तेही मी जाणतो; पण त्यागू शकत नाही.'

महाभारतात दुर्योधनाचा हा श्लोक अजिबात नाही. शोधूनही सापडत नाही. ज्या पद्धतीने कथेकऱ्यांनी आणि तथाकथित विद्वानांनी निव्वळ अनधिकृतपणे युधिष्ठिराच्या तोंडी 'नरो वा कुंजरो वा' ही उक्ती घातली आहे तशीच ही उक्ती आहे. दुर्योधनाने जर असे म्हटले असेल तर त्याला महाभारतातील एकूण एक पात्रांपैकी सर्वाधिक प्रामाणिक म्हटले पाहिजे कारण तो स्पष्टपणे आपल्या मर्यादांचा स्वीकार करतो आहे. दुसरी सगळी पात्रे आपापल्या अधर्माचरणावर धर्माचरणाची झूल पांघरण्याचा आटोकाट प्रयत्न करतात, ह्या श्लोकात तर दुर्योधनाने आपल्या मर्यादा प्रामाणिकपणे स्वीकारल्या आहेत.

युद्धाच्या सुरुवातीला, आदल्या दिवसाच्या सायंकाळी दुर्योधन शकुनिमित्र

उलूकाहाती पांडवांना जो संदेश पाठवतो तो अनावश्यकच आहे कारण संजय आणि श्रीकृष्ण अशा संदेशांची देवाणघेवाण करून चुकले होते आणि तरीही युद्ध टाळता आले नव्हते. उलूकाचे दूतकर्म ह्याच्या अगदी उलट तऱ्हेचे आहे. दुर्योधन उलूकाकरवी आपल्या वीरतेचे वर्णन करवतो. 'हजारो अर्जुन आणि शेकडो कृष्णांसह तुम्ही कुणीच मला युद्ध करण्यापासून थांबवू शकणार नाही' अशी बालिश बढाई मारतो. युधिष्ठिराला तो निरोप पाठवतो, ''द्यूतात पराजित झालास, पत्नीही गमावलीस, तुझ्या डोळ्यांदेखत तुझ्या पत्नीला आम्ही भरसभेत ओढून आणले, वनवास भोगलास आणि शेवटी विराटाचा दासही झालास. आता तरी मर्द हो!'' पोकळ वल्गनांव्यतिरिक्त ह्यात अधिक काही नाही.

शेवटी युद्ध झालेच. युद्धाच्या कोणत्याच टप्प्यात दुर्योधनाला वीरपुरुष म्हणता येण्यासारखे नाही. तो पराक्रमी आहे, शूर आहे, आवेशाने लढला आहे, शस्त्रास्त्रात प्रवीण आहे हे खरे; पण तो कुठेही भीष्मद्रोणच काय पण अर्जुन, भीम वा कर्णाच्या तोडीचा वाटत नाही. ह्या अठरा दिवसांत तो पुष्कळ वेळा धृष्टद्युम्न, नकुल, सात्यकी, घटोत्कच किंवा अभिमन्यूच्या हातूनही पराजित झाला आहे. भीष्मांना आणि नंतर द्रोणांना त्याने सेनापतिपद सोपवले आहे; पण ह्या दोघा वडीलमाणसांच्या मनात पांडवांबद्दल सदिच्छा आणि कोमल भावना आहेत हे त्याला ठाऊक आहे. म्हणूनच, आधी भीष्मांना आणि नंतर द्रोणांना 'तुम्ही आपल्या पूर्ण सामर्थ्यानिशी लढत नाही आणि पांडवांचा नाश करत नाही', असे वारंवार म्हणतो. सगळे सैन्य ज्यांच्या ताब्यात दिले आहे त्यांच्यावरच जर अविश्वास असेल तर युद्ध कधी जिंकता येत नाही. दुर्योधन कठीण परिस्थितीत सापडला आहे. भीष्मद्रोणांना सेनापती केल्याविना चालणार नाही; पण त्यांच्यावर पूर्ण विश्वासही नाही. अशा अविश्वासाला सबळ कारणही आहे. सत्य आणि न्याय पांडवांच्या बाजूला आहे आणि आपण त्यांचा वध करू शकणार नाही असे भीष्मद्रोणांनी पुष्कळदा म्हटलेच आहे.

दुर्योधन समजून घेण्यासाठी अठरा दिवसांच्या ह्या युद्धातील दोन घटनांची नोंद घेतली पाहिजे. एकदा सात्यकी आणि दुर्योधन समोरासमोर आले आणि त्यांच्यात तुंबळ युद्ध झाले. त्यावेळी विरागीपणे दुर्योधन सात्यकीला म्हणतो, ''सात्यकी, आपण आधी मित्र होतो, आता शत्रू होऊन परस्परांचा वध करण्यासाठी लढत आहोत. धिक्कार असो आपल्या क्षात्रधर्माचा, ज्याला जीवनापेक्षा मृत्यू प्रिय आहे! संपत्ती आणि भूमीसाठी आपण हे काय करत आहोत!'' ह्या उद्गारांकडे निव्वळ स्मशानवैराग्य म्हणून बघता येणार नाही. असे उद्गार उगाच निघत नाहीत. विशेषत: दुर्योधनासारख्या व्यक्तीच्या बाबतीत तर नसताताच. त्याच्या मनात आधीपासूनच अशी भावना नक्कीच घोळत असणार; पण त्याच्या अहंकारामुळे त्या भावनांना त्याने कधी व्यक्त होऊ दिले नसेल. युद्धाच्या भीषणतेमध्ये आणि स्वजनांच्या

मृतदेहांच्या ढिगामध्ये हा सुद्धा एक प्रकारचा अर्जुनाच्यासारखाच विषाद आहे. अर्जुनाचा विषाद योग बनू शकला कारण त्याला कृष्णाचा संस्पर्श झाला, दुर्योधनाच्या विषादाचे उगमस्थान विशुद्ध नसल्याने तो व्यर्थ ठरला.

दुसरा प्रसंग आचार्य द्रोण पडल्यानंतर कर्णाच्या सेनापतिपदाखाली युद्ध सुरू असतानाचा आहे. युद्धाचे पंधरा दिवस पूर्ण झाले आहेत. भीष्मद्रोणांच्या पतनानंतर कर्ण कितीही शौर्याने वा आवेशाने लढला तरी युद्ध विजयात परिवर्तित करण्याची आता कर्णाची कुवत नाही ही गोष्ट अश्वत्थाम्याच्या लक्षात आली आहे. पराजय निश्चित असताना, अहंकार दूर ठेवून समेट करण्यातच शहाणपणा आहे असा सल्ला युद्ध सुरू असतानाच तो दुर्योधनाला देतो. पांडवांना देणे न देणे दूरच राहो, हस्तिनापूर पांडवांकडून वाचवून परत मिळविणे महत्त्वाचे आहे आणि असे करण्यानेच महामृत्यूपासून सर्वांना वाचवता येईल ही गोष्ट अश्वत्थामा दुर्योधनाला प्रत्ययकारीपणे समजावतो. मात्र दुर्योधन त्याचे सांगणे मान्य करत नाही. भीमाबद्दलचे त्याच्या मनातील प्रचंड वैर तो व्यक्त करतो आणि एक तर विजय किंवा मग सर्वनाश हे दोनच पर्याय पुढे ठेवतो.

अखेरीस सर्वनाशच झाला.

कर्णाच्या वधानंतर युद्ध केवळ नावापुरतेच उरले होते. तरी शल्याच्या सेनापतिपदाखाली ते आणखी एक दिवस लांबले. अठराव्या दिवसाच्या शेवटी उरलेसुरले कौरव सैनिक पळून तरी गेले अथवा शरण तरी गेले. शल्यवधाबरोबर युद्धाचा अंत झाला. भीमाने नव्याण्णव भावांना मारले होते आणि एकमात्र दुर्योधन अजून वाचला होता. त्याच्या पक्षाचे आता फक्त तिघेच उरले होते - अश्वत्थामा, कृपाचार्य आणि कृतवर्मा. ह्यापुढे आपण आता वाचू शकत नाही, जिंकू शकत नाही आणि लढूही शकत नाही हे भयानक सत्य लक्षात आल्यानंतर दुर्योधन रणभूमीच्या बाहेर एका सरोवराच्या पाण्याखाली लपून बसला. असे लपून बसणे भ्याडपणाच आहे, जीव वाचविण्याचा एक दुर्बल प्रयत्न आहे.

तरीही, दुर्योधन जिवंत असेपर्यंत पांडव विजयी झाले असे कसे म्हणता येईल? दुर्योधनाला शोधत शोधत श्रीकृष्णासह पांडव ह्या सरोवराकाठी येऊन पोहोचले. काठावर उभे राहून युधिष्ठिराने दुर्योधनाला दूषणे देत म्हटले, "अरे दुर्योधना, इतक्या आप्तेष्टांना मृत्यूच्या तोंडी ढकलून आता स्वत:चा जीव वाचवायला असे पाण्याच्या तळाशी लपून बसताना तुला लाज कशी वाटत नाही? तू स्वत:ला अमर आणि अपराजित म्हणवत होतास ना? मग ये आता बाहेर आणि तुझ्या सगळ्या वल्गना खऱ्या करून दाखव!"

ह्यानंतरचे संवाद दुर्योधन, युधिष्ठिर आणि श्रीकृष्ण, तिघांच्याही व्यक्तिमत्त्वावर प्रकाश टाकतात. युधिष्ठिराच्या प्रश्नाला दुर्योधनाने पाण्याखालूनच दिलेले उत्तर

एवढ्या करुणगंभीर प्रसंगातही करमणूक करणारे आहे. एखाद्या भित्र्या पोराने भ्याल्यावर आपल्या डोक्यावरून पांघरुण घेऊन उत्तर द्यावे तसे दुर्योधन म्हणतो, "मी काही तुम्हाला भिऊन येथे लपलो नाही. खूप थकून गेल्यामुळे मी येथे विश्रांती घेत आहे; तुम्हीही आता जा आणि आराम करा." ह्यानंतरही युधिष्ठिर त्याला दूषणे देतोच आहे. तेव्हा दुर्योधन म्हणतो, "आता ह्या पृथ्वीवर राज्य करण्यासारखे उरलेच काय आहे? पृथ्वीवरचे वैभव, उत्तमोत्तम माणसे, सगळ्याचा नाश झाला आहे. तसे तर आजही मी एकट्या हाती तुम्हा सगळ्यांचा नाश करून विजय मिळवू शकतो; पण एखाद्या विधवेसारख्या झालेल्या ह्या पृथ्वीचा उपभोग घेण्यात मला आता स्वारस्य उरले नाही. युधिष्ठिरा, तू आणि तुझे भाऊ, तुम्हीच ह्या पृथ्वीवर राज्य करा. जा मी ती तुम्हाला देऊन टाकतो. ह्यापुढे मी अरण्यात जाऊन मृगचर्म पांघरून तपस्या करेन." अहंकारी मनुष्य दुबळा झाला तरी त्याचा अहंकार त्याला कोणत्या दिशेने फरफटत नेतो त्याचे उत्तम उदाहरण असल्यासारखी दुर्योधनाची ही वाक्ये आहेत. दुर्योधनाची बडबड ऐकून युधिष्ठिर म्हणतो, "तुझ्यात अजून सामर्थ्य असेल तर बाहेर येऊन तुला हवे ते शस्त्र निवड. तू मागशील तो रथ आणि शस्त्र मी देतो. आम्हांला सगळ्यांना जिंकून घेण्याची तू बढाई मारतोच आहेस; पण आमच्यापैकी एकाला जरी तू द्वंद्वयुद्धात हरवलेस तरी, घे, मी तुला वचन देतो की ह्या पृथ्वीचे राज्य तुला परत मिळेल."

ह्याक्षणी दुर्योधन बाहेर येण्याचाच काय तो अवकाश होता! बाहेर येऊन त्याने भीमाखेरीज इतर कुणाही पांडवाला गदायुद्धाचे आव्हान दिले असते तर दुर्योधनाचा विजय निश्चित होता. मग युधिष्ठिराने दिलेल्या वचनानुसार, पांडवांच्या विजयाचे पाहता पाहता पराजयात रूपांतर झाले असते. दुर्योधनाला ही उत्तम संधी होती. त्याने ती ताबडतोब अमलात आणायला हवी होती; पण कृष्णाने परिस्थिती तत्काळ ताडली. दुर्योधनाचा स्वभाव नीट ओळखून असणाऱ्या कृष्णाने भीमाला म्हटले, "भीमा, धृतराष्ट्राच्या नव्याण्णव पुत्रांना तू मारलेच आहेस. आता ह्या शंभराव्या धृतराष्ट्रपुत्र दुर्योधनाला मारून आपली प्रतिज्ञा पूर्ण करण्याचा क्षण येऊन ठेपला आहे. तुझ्या हल्ल्यापुढे त्याचा निभाव लागणार नाही. चढव हल्ला आणि दुर्योधन मेलाच म्हणून समज." कृष्णाच्या ह्या बोलण्याचे समर्थन करत भीम म्हणाला, "दुर्योधनाला आज माझी गदा भारी आहे. आज माझ्या हातून त्याचा मृत्यू अटळ आहे." कृष्ण आणि भीमाचा हा संवाद म्हणजे दुर्योधनाच्या अहंकाराला आव्हानच आहे. हे संभाषण ऐकताच दुर्योधनाचा दुखावलेला अहंकार असा काही भयंकर उसळी मारून आला की परिणामाचा विचार केल्याविनाच त्याने भीमाला गदायुद्धाचे आमंत्रण दिले. नकुल, सहदेव अथवा अन्य कुणालाही आव्हान देऊन तो अगदी सहज जिंकला असता. त्याने तसे केले नाही ह्यात वीरतेचा फारसा भाग नव्हता.

पाण्याखाली लपून बसला तेव्हाच वीरता लोप पावली होती. आता ह्या क्षणी ज्या व्यवहारचातुर्याची गरज होती ते चातुर्य ना युधिष्ठिराने दाखवले ना दुर्योधनाने! हस्तिनापूरच्या गादीचे हे दोन्ही वारस प्रतिस्पर्धी ऐन कसोटीच्या क्षणी सारखेच निष्फळ ठरले आहेत.

दुर्योधनाशी धर्मयुद्ध करून त्याला पराजित करणे भीमाला शक्य होणार नाही अशी शंका कृष्णाने युद्धाच्या आरंभीच व्यक्त केली आहे. गदायुद्धात दुर्योधन अधिक प्रवीण, अधिक अनुभवी होता. भीमाची ताकद जास्त होती. युद्धात केवळ शक्ती नव्हे तर अनुभव आणि कौशल्य जास्त महत्त्वाचे असते. महायुद्धाच्यावेळी कुणाचाच पक्ष न घेता, तटस्थ राहून, तीर्थयात्रेला गेलेला संकर्षण बलराम नेमका आत्ता परत येऊन पोहोचला होता आणि हे युद्ध पाहत होता. कृष्णाच्या मनातील शंका खरीच होती. युद्ध खूप वेळ चालले. भीम थकत चालला आणि दुर्योधनाचा वरचष्मा होत असलेला सर्वांना दिसून येत होता. युद्ध असेच सुरू राहिले तर दुर्योधन नक्कीच जिंकेल अशी भीती वाटू लागली होती. त्यावेळी कृष्णाने भीमाला अर्जुनामार्फत इशारा केला, ''भीमा, दुर्योधनाची मांडी फोडण्याची तुझी प्रतिज्ञा विसरला नाहीस ना?'' मांडीवर प्रहार करणे निषिद्ध होते. भीम पराभवाच्या टोकावर उभा होता. शेवटचा निकराचा प्रहार करण्यासाठी दुर्योधनाने उडी घेतली त्याचवेळी भीमाने त्याच्या मांडीवर घाव घातला. असा हल्ला दुर्योधनाला अपेक्षित नव्हता. तो भूमीवर कोसळला. जमिनीवर पडलेल्या दुर्योधनावर शेवटचा जिव्हारी घाव घालत भीमाने त्याच्या मस्तकावर लाथ मारली. मरणाच्या उंबरठ्यावर असलेल्या दुर्योधनाला भूतकाळातील कटू आठवणी काढून तो घालूनपाडून बोलू लागला. भीमाच्या ह्या अधर्माचरणाने संतापलेल्या बलरामाने भीमाला मारण्यासाठी आपले शस्त्र उगारले तेव्हा कृष्णाने त्याला शांत करत म्हटले, ''आपली प्रतिज्ञा पूर्ण करण्यासाठी हे अधर्माचरण करणे भीमाला प्राप्तच होते. त्याने प्रतिज्ञा पूर्ण केली नसती तर तो खोटारडा ठरला असता. प्रतिज्ञापालनासाठी अशा अधर्मावाचून इलाजच नव्हता.'' ह्यावेळी अखेरीस दुर्योधन म्हणतो, ''मरणाचा मला खेद नाही. मी जीवनाचा भरपूर उपभोग घेतला आहे. मी अध्ययन केले, शासन केले, यज्ञ केले, दाने दिली आणि जिवंत शत्रूच्या मस्तकावर पाय देऊन उभा राहिलो. भीमाचा विजय धर्माचा विजय नाही. मी तुमच्या अधर्मामुळे हरलो आहे. रणभूमीवर पडलेल्या देहाला स्पर्श करण्याचे काम कावळ्या-गिधाडांचे असते; ते काम भीमाने केले आहे.'' दुर्योधनाचे हे बोलणे जणू निसर्गाला मान्य असावे तसा, महाभारतकार म्हणतात, शीतल वारा वाहू लागला, पुष्पवृष्टी झाली, इंद्रनील आकाश चमकू लागले आणि संगीताच्या सुरावटींसह अंतरिक्षात उभे असलेले देवगण 'धन्य! धन्य!' असे पुकारू लागले. दुर्योधनाचा हा शेवट पांडवांना लज्जित करणारा आहे.

हा क्षणिक उद्रेक होता. अजून दुर्योधन मरण पावला नव्हता. शेवटचे श्वास मोजत पडलेल्या दुर्योधनाला तसेच सोडून पांडव आपल्या शिबिरात निघून गेले. त्यारात्री अश्वत्थामा, कृपाचार्य आणि कृतवर्मा - जगले वाचलेले हे तिघे कौरव सेनानी मरू घातलेल्या राजापाशी पोहोचले. आम्ही तिघेच युद्ध सुरू ठेवू असे त्यांनी राजाचे सांत्वन केले. दुर्योधनाचा दुखावलेला अहंकार पुन्हा उफाळून आला. त्याने ह्या प्रस्तावाचे आनंदाने स्वागत केले आणि अश्वत्थाम्याला सेनापतिपदही दिले. ज्या राजाच्या हातात पाणी घेण्याइतकेही सामर्थ्य उरले नव्हते त्या राजाने सेनापतीची नेमणूक केली! सेनापती अश्वत्थाम्याने त्याच रात्री पांडवांच्या शिबिरात घुसून द्रौपदीचे पाच पुत्र आणि पांडव सेनापती धृष्टद्युम्न झोपेत असतानाच त्यांची कत्तल केली. आपण मिळवलेल्या ह्या यशाची खबर सांगायला ते दुर्योधनाकडे आले. दुर्योधन अखेरच्या घटका मोजत होता. तरीही अश्वत्थाम्याने द्रौपदीची मुले आणि धृष्टद्युम्नाला निर्घृणपणे मारून टाकल्याची बातमी ऐकून तो अतिशय खूष झाला. सर्वनाशाच्या अखेरच्या क्षणीही तो म्हणतो, ''अश्वत्थामा, तू आज माझ्यासाठी जे केलेस तसे तर ह्यापूर्वी पितामह भीष्म, आचार्य द्रोण अथवा पराक्रमी कर्णही करू शकले नव्हते! तू धन्य आहेस! आता मी निश्चिंतपणे मरतो. आता आपण स्वर्गातच भेटू!'' ह्या शब्दांसह दुर्योधनाने प्राण सोडला. दुर्योधनाच्या प्राणत्यागाबरोबरच युद्ध समाप्त झाले. दोन्ही पक्षांतील अठरा अक्षौहिणी सैन्यापैकी आता कौरव पक्षात तीन आणि पांडवपक्षात सात जण एवढेच उरले होते!

मनुष्य एकदा अहंकार आणि असूयेसारख्या विकारांच्या आहारी गेला की, स्वत:चाच नव्हे तर दुसऱ्यांचाही नाश कसा ओढवून घेतो ह्याचे दुर्योधन हे ज्वलंत उदाहरण आहे. ह्या विनाशकारी विकारांवर नियंत्रण करण्याऐवजी त्यात धृतराष्ट्राच्या पुत्रमोहाची भरच पडली ही महाभारताची शोकांतिका आहे. दुर्योधनाने आपल्या शासनात कुठे उणीव येऊ दिली नव्हती. तो विद्वान होता आणि धर्माबद्दल अनभिज्ञही नव्हता. तो मुत्सद्दी होता; पण अहंकार आणि ईर्षा हे अवगुण त्याच्यावर स्वार झाले होते त्यामुळे त्याचे इतर गुण झाकले गेले आणि शेवटी तो खलनायक ठरला.

■

।। मृत्युंजय कर्ण ।।

एक

'क्लासिक' (अभिजात) हा शब्द कानी पडताच बहुतांश साहित्यरसिकांच्या दृष्टीपुढे पुष्कळ ग्रंथांची आणि ग्रंथकारांची नावे उभी राहतील. त्यात रामायण-महाभारत किंवा इलियड-ओडिसी सारखे ग्रंथ असतील किंवा व्यास-वाल्मीकी अथवा कालिदास, शेक्सपिअर ह्यांसारखी नावे असतील. अभिजात कलाकृती कशाला म्हणावे, याबद्दल अनेक मते असू शकतील, वादाला स्थान असेल. अभिजात कालाकृतीची अगदी सोपी, साधी, सहज व्याख्या करायची असेल तर असे म्हणता येईल - जी कलाकृती तिच्या वर्ण्य विषयामुळे वारंवार, पुन्हा पुन्हा वाचावीशी वाटते, तीच ती कलाकृती असूनही प्रत्येक वाचनात तिच्यातून नवनवे अर्थ उलगडत जातात तिला अभिजात किंवा क्लासिक म्हणायला अजिबात हरकत नाही. ही व्याख्या मान्य केल्यास उमाशंकर जोशींच्या प्राचीना ह्या पद्यनाट्यातील प्रारंभीचे काव्य 'कर्ण-कृष्ण' म्हणजे माझ्यापुरती तरी नक्कीच 'क्लासिक' कृती आहे. १९५८ साली हे काव्य मी पहिल्यांदा वाचले त्याला आज जवळपास चार दशके उलटली. ह्या दरम्यान हे एकच काव्य मी काही नाही तरी चारशे वेळा वाचले असेल. चारशे वेळा वाचल्यानंतरही चारशे एकाव्यांदा वाचायची माझी तयारी आहे. रचनापद्धती, काव्यसौंदर्य किंवा कल्पनाविलास अशा अलंकारांमुळे एखादी कृती 'क्लसिक' ठरत नाही. मुळात तिच्यात 'प्राणतत्त्व' असावे लागते, तरच असे अलंकार त्यावर शोभून दिसतात. ते प्राणतत्त्व म्हणजे त्या कृतीच्या कथनातील मानवीय आणि शाश्वत मूल्य! उमाशंकर जोशींच्या काव्यातील असे कथन आहे, कर्ण आणि कृष्ण ह्यांच्यातील संवाद! युद्ध टाळण्याचा शेवटचा प्रयत्न म्हणून स्वतः कृष्ण शिष्टाईसाठी हस्तिनापूरला गेला; परंतु दुर्योधनाची समजूत घालण्यात तो अयशस्वी झाला. परततेवेळी हस्तिनापूरच्या सीमेपर्यंत कृष्णाने कर्णाला आपल्या

सोबत घेतले. त्यावेळी रथामध्ये ह्या दोघांत जो संवाद झाला त्यात गगनाला भिडणारी अशी कृष्णाची व्यापक दृष्टी (आणि अद्‌भुत मुत्सद्देगिरीही) आहे, तर इतरांपेक्षा हातभर उंच अशा उत्तुंग व्यक्तिमत्त्वाची कर्णाची भव्य प्रतिभा आहे. हा संवाद आणि कथाभाग समजण्यासाठी, त्याचा आनंद घेण्यासाठी कर्ण ह्या पात्राचा साकल्याने वेध घेतला पाहिजे, त्याला पारखून-निरखून घेतले पाहिजे आणि समजूनही घेतले पाहिजे.

कथेकरी-पुराणिक शतकानुशतके कर्णाचे वर्णन 'हस्तिनापूरच्या चांडाळचौकडीपैकी एक' असेच करत आले आहेत. ह्या चौकडीपैकी उरलेले तिघे म्हणजे दुर्योधन, दुःशासन आणि शकुनी. ह्या उलट, कर्णाचे थोरवीदर्शक मूल्यमापन करणारेही पुष्कळ ग्रंथ लिहिले गेले आहेत. अशा पुस्तकांतून एक अत्यंत उदात्त आणि थोर पात्र असे कर्णाचे चित्रण केलेले आहे. कर्ण ह्या एकाच पात्राची अशी दोन टोकाची, परस्परविरोधी चित्रणे झाली आहेत.

कर्ण म्हणजे माता कुंतीचा कौमार्यावस्थेत साक्षात सूर्यदेवाच्या संपर्कातून जन्मलेला पुत्र. कुंतीचे अन्य पुत्र जसे पांडव म्हणजे पांडुपुत्र म्हणवले गेले त्याच अर्थाने कर्णालाही पांडुपुत्र म्हटले पाहिजे. फरक इतकाच की ते विवाहितेच्या पोटी जन्मले आणि कर्ण मातेच्या लग्नाआधी जन्मला आहे. शास्त्रानुसार पुत्रांचे जे विविध प्रकार सांगितले आहेत त्यात 'कानीन पुत्र' असा एक प्रकार आहे. कृष्णाने कर्णाला ह्या कानीन पुत्राची व्याख्या समजावून सांगितली आहे की, कुमारी मातेच्या पोटी जन्मलेला पुत्रही त्या मातेच्या लग्नानंतर तिच्या पतीचा तो कानीन पुत्र म्हटला जातो; त्यामुळे एकदा का थोरला पांडव म्हणून कर्णाचा स्वीकार झाला की तो आपोआप हस्तिनापूरच्या गादीचा वारस ठरेल. युधिष्ठिर त्याच्या चरणाशी असेल आणि भीमार्जुन त्याच्या डावी-उजवीकडे उभे राहून त्याच्यावर चवऱ्या ढाळतील. एवढेच नव्हे तर द्रौपदीचे पाचांऐवजी सहा पती असतील.

जन्मदात्रीला कर्ण नकोसा झालेला होता. म्हणूनच तिने त्याचा त्याग करून त्याला पाण्यात सोडून दिला होता. पाण्यात वाहत्या बंद पेटीत कर्ण जिवंत कसा राहिला ह्या प्रश्नाच्या उत्तरादाखल असे म्हटले जाते की हे बालक कवच आणि कुंडले अशा दोन अ-मृत अलंकारांसह जन्मले होते. हे अलंकार त्याचा मृत्यू न होऊ देणारे असल्यामुळेच तो बंद पेटीत जिवंत राहिला परंतु महायुद्धातही त्याच्या वधासाठी ही कवच-कुंडले दूर करणे अनिवार्य झाले. हे अ-मृत अलंकार त्याने धारण केले असेतोवर मृत्यूची सावली देखील त्याच्यापर्यंत पोहोचली नसती. त्यामुळे इंद्राने ब्राह्मणाचे रूप घेऊन कर्णापाशी ह्या कवच-कुंडलांचे दान मागून घेतल्यानंतरच अर्जुनाच्या यशाची शक्यता निर्माण झाली. ह्या अ-मृत अलंकारांमुळेच तो पेटीत जिवंत राहिला आणि सारथी अधिरथ आणि राधा ह्या अपत्यहीन दांपत्याने

त्याचे संगोपन केले. ह्या बाळाला आपल्या उराशी धरणाऱ्या माताराधेचे वात्सल्य लाभले म्हणून तो 'राधेय' झाला आणि पिता अधिरथाला हे सुवर्णालंकारां-सहित म्हणजे 'वसु' - लक्ष्मीसह मिळाले म्हणून त्याचे नाव 'वसुषेण'! तरुणपणी त्याने शस्त्रास्त्रविद्या दोघा गुरूंकडून संपादन केली. पहिले गुरू आचार्य द्रोण हस्तिनापुरात कौरवपांडवांचे गुरू म्हणून नियुक्त झाले त्याचवेळी कर्णानेही ह्या शिष्यवृंदात मिसळून विद्या मिळवली आहे. वयाचा हिशोब केला तर कर्ण हा ज्येष्ठ राजकुमार असलेल्या युधिष्ठिरापेक्षाही किमान पंधरा वर्षांनी मोठा असला पाहिजे. म्हणजे तो इतर कुमारांपेक्षा चांगलाच मोठा होता असे म्हटले पाहिजे. अध्ययनाच्या काळात त्याची स्पर्धा अशी फक्त अर्जुनाशीच होती कारण स्पर्धा मुळात पहिल्या दोघातिघांतच असते. त्याप्रमाणे कर्ण, अर्जुन आणि अश्वत्थामा ह्या तिघांतच स्पर्धा होती आणि परस्परांबद्दलचा द्वेषही ह्या तिघांतच वाढत गेलेला दिसतो. द्रोणाचार्यांकडून विद्या शिकल्यानंतर कर्णाने परशुरामांना आपले गुरू केले. ज्या गुरूकडून कर्णाने शस्त्रास्त्रांचे ज्ञान मिळवले त्याच गुरूकडून तीच विद्या निरर्थक ठरण्याचा शाप मिळावा हे त्याचे दुर्भाग्य आणि 'विधात्याचा खेळ' असे म्हटले पाहिजे.

कर्णाचे एकूण आयुष्यच प्रारब्ध आणि पुरुषार्थ ह्यांच्यातील सतत चाललेला थेट संघर्ष आहे. 'दैवायत्तं कुले जन्म मदायत्तं तु पौरुषम्'-'वेणीसंहार' ह्या संस्कृत नाटकातील ह्या विख्यात उक्तीतून आपल्याला कर्णाची ओळख पटते. ''माझा जन्म विधात्याच्या हाती असेल पण माझे जीवन घडवणे तर माझ्या स्वत:च्या हाती आहे'' असे खात्रीपूर्वक मानणारा कर्ण आयुष्यभर संघर्ष करतो, झुंज देतो, पराजय स्वीकारत नाही आणि शेवटी मात्र 'प्रारब्धच श्रेष्ठ आहे, पुरुषार्थ नव्हे' ह्याचा स्वीकार करत आपले आयुष्य संपवतो. अर्जुन द्रोणाचार्यांचा आवडता शिष्य आहे, त्यामुळे द्रोणांकडून अर्जुनाला जे मिळाले ते स्वत:ला मिळालेले नाही ह्या भावनेने तो द्रोणांचेही गुरू असलेल्या परशुरामांकडे जाऊन विद्या शिकतो. क्षत्रियद्वेष्ट्या परशुरामांना कर्ण ब्राह्मण नसून क्षत्रिय आहे असे कळले तोपर्यंत सर्व गहन विद्या कर्ण आत्मसात करून चुकला होता. त्या विद्या कर्णापासून परत घेणे शक्य नव्हते. आयुष्यातल्या कठीणतम क्षणी त्या सर्व विद्यांची कर्णाला विस्मृती होईल असा शाप देऊन, सर्वोच्च शस्त्रधारी बनण्याचा कर्णाचा पुरुषार्थ एका अर्थाने परशुरामांनी निष्फळच करून टाकला. अशा प्रकारे कर्णाचा सफल होऊ घातलेला पुरुषार्थ पालटून, दुर्भाग्यच ठरला.

एवढे दुर्भाग्य जणू कमीच होते म्हणून की काय, नंतरही आणखी एका ब्राह्मणाचा शाप कर्णाला भोगावा लागला. शस्त्रधारी कर्णाने जंगलातील एका हिंस्रपशूच्या हत्येसाठी बाण सोडला होता. नेमकी त्याचवेळी जवळ कुठेतरी एका कुटीत राहणाऱ्या ब्राह्मणाची गाय नकळत मध्ये आली. कर्णाच्या बाणाला ती गाय

बळी पडली. गायीची हत्या करण्याचा विचारही कर्णाने कधी केला नसता. तरीसुद्धा, त्या ब्राह्मणाच्या लेखी कर्ण हा गोहत्या करणाराच होता. गोहत्येच्या पापाबद्दल त्या ब्राह्मणाने त्याला शाप दिला, ''कर्णा, ज्यावेळी तुझ्या शत्रूबरोबर ऐन जीवनमरणाच्या संग्रामात तू गुंतला असशील त्याचवेळी भूमी तुझ्या रथाचे चाक गिळेल.'' अंतिम युद्धात अशा तऱ्हेने विद्या आणि रथ दोन्ही निरर्थक ठरल्यावर पराभव आणि मृत्यू ह्याखेरीज दुसरा परिणाम तरी काय होणार?

दोघा-दोघा ब्राह्मणांच्या शापामुळे होणार असलेला आपल्या आयुष्याचा अपरिहार्य शेवट कर्णाला माहीत होता, त्याने तो स्वीकारला होता. असे असताना कर्णाबद्दल अत्यंत विस्मय आणि त्याबरोबरच अतिशय कौतुक वाटावे अशी गोष्ट घडते. 'ब्राह्मणाच्या रूपाने येऊन तुझी कवच-कुंडले मागणाऱ्या इंद्राला तू आपली कवच-कुंडले देऊ नकोस' अशी सावधगिरीची सूचना देऊन कर्णाचा पिता सूर्य त्याला समजावतो त्यावेळी आपल्या प्राणावरही उदार होऊन कर्ण म्हणतो, ''मृत्यू येणार असेल तर खुशाल येवो, परंतु एखाद्या ब्राह्मणाने माझ्याकडे काही मागावे आणि मी ते न द्यावे असे होणे अशक्य! माझ्यालेखी ब्राह्मणासाठी अदेय म्हणजेच न देण्यासारखे काहीच नाही.'' ज्या ब्राह्मणांकडून कर्णाला आपल्या जीवनध्येयाच्या निष्फळतेचे कठोर शापच मिळाले ते ब्राह्मण त्याला सदैव पूजनीयच वाटले, सर्वस्वाचेही समर्पण करण्यायोग्य वाटले ही गोष्ट विसरून जाण्याजोगी नक्कीच नाही.

द्रोणाचार्यांकडून विद्या संपादन केल्यानंतर कुरु-राजपुत्रांची परीक्षा घेण्यात आली. परीक्षेच्या वेळी कर्णाने रंगमंचावर प्रवेश केला. ह्यावेळी प्रथमच कर्णाकडे सगळ्यांचे लक्ष वेधले गेले आहे. अर्जुनाच्या शस्त्र-कौशल्याचा जयजयकार करणाऱ्या नगरजनांसमोर आणि राजपरिवारासमोर त्याने अर्जुनापेक्षाही सरस असे शस्त्रविद्येचे प्रदर्शन केले एवढेच नव्हे तर अर्जुनाला द्वंद्वयुद्धाचेही आव्हान दिले. ह्या आव्हानात वीरता आहे पण औचित्य नाही. त्यावेळी त्याठिकाणी असे आव्हान देण्याचे काहीच कारण नव्हते. उलट ह्यातून कर्णाचा अर्जुनाबद्दलचा हीन प्रकारचा द्वेषच दिसून येतो. अर्थात असे आव्हान देण्याचा एक प्रकारे त्याला लगेच फायदा झाला आहे. 'राजपुत्र सारथिपुत्रांशी द्वंद्व करत नसतात', असे म्हणून कृपाचार्यांनी त्याचा अपमान केला आणि भीमाने तर 'जा बाबा जा, तू आपला रथ हाक' असे अत्यंत तुच्छतेने त्याला हिणवले. त्यावेळी दुर्योधनाने त्याचा मित्र म्हणून स्वीकार केला आणि त्या सूतपुत्राला राजाचे स्थान दिले. ही मैत्री स्वाभाविक नाही. दुर्योधन आणि कर्ण ह्यांच्यात खरोखरच मैत्रीची भावना असती तर ती विद्याभ्यासाच्या काळातच निर्माण झाली असती, वाढली असती. पण तसे झालेले नाही. ही तर 'शत्रूचा शत्रू तो माझा मित्र' अशा कुटिल वृत्तीतून उत्पन्न झालेली भावना आहे. अर्थात हे दुर्योधनाबद्दलच म्हणता येईल. कर्णावर ह्या ऋणाचे असे काही ओझे झाले की ही मैत्री आजन्म

निभावून नेण्याचे त्याने वचन दिले. हे वचन त्याने केवळ शब्दांपुरतेच नव्हे तर लक्षणार्थानेही, अतिकठोर किंमत देऊनही पाळले आहे हे मान्य करावेच लागेल. आजवर केवळ अपमान आणि तिरस्कारच त्याच्या वाट्याला आला आहे. ह्याक्षणी आयुष्यात पहिल्यांदाच कुणीतरी इतक्या आत्मीयतेने त्याचे स्वागत केले आहे आणि त्याच्या सामर्थ्याचीही दखल घेतली आहे. हा क्षण कर्णाला आपल्या जीवनातला अत्यंत नाजूक आणि महत्त्वाचा क्षण वाटावा हे समजण्यासारखे आहे.

अर्जुनाला आव्हान देऊन आपल्या वीरतेचे अनुचित प्रदर्शन करणारा कर्ण आयुष्यात पहिल्याच कसोटीच्या क्षणी मात्र हरला आहे. द्रोणाचार्यांनी मागितलेली गुरुदक्षिणा म्हणजे द्रुपदाचा पराजय. द्रुपदाचा पराभव करण्यासाठी दुर्योधन आपल्या ह्या नव्या मित्रासोबत द्रुपदाशी युद्ध करायला गेला त्यावेळी दुर्योधनच काय, पण कर्णही पराभूत होऊन परत आला. रंगमंचावर ज्या अर्जुनाला त्याने आव्हान दिले होते त्या अर्जुनानेच द्रुपदाचा पराभव करून त्याला बंदीवान करून आणले. शस्त्रविद्येपुरते बघितल्यास कर्ण त्याच्या आयुष्यातील पहिलेच युद्ध हरला आहे आणि शस्त्रास्त्रविद्येच्या अखेरच्या युद्धातही त्याच्या शस्त्रविद्येने त्याला साथ दिलेली नाही. ह्याला दुर्दैव म्हणा की प्रारब्ध! द्रुपदाशी केलेल्या युद्धाच्या ह्या घटनेने त्याच्या अर्जुन-द्वेषात साहजिकच भर पडली.

कर्णाचा विवाह आणि त्याचे कौटुंबिक जीवन ह्याबद्दल थोडा विचार केला पाहिजे. कृष्ण-शिष्टाई अयशस्वी झाली त्यानंतर झालेल्या कर्ण-कृष्ण संवादात खुद्द कर्णानेच म्हटले आहे की त्याच्या मातापित्यांनी सूत जातीतील अनेक वधूंशी त्याचे लग्न करून दिले होते. म्हणजेच त्याला एकापेक्षा जास्त बायका होत्या आणि त्या सगळ्या सूत जातीतल्याच होत्या हे स्पष्ट आहे. कर्णाच्या मृत्यूनंतर त्याच्या मृतदेहापाशी त्याच्या बायका विलाप करत होत्या असेही सूचित झालेले आहे. येथेही 'बायका' म्हणजे दोन किंवा अधिक असा अर्थ निघतो. कर्णाला पुत्रही अनेक असावेत. चार पुत्रांच्या नावांचा उल्लेख तर युद्धादरम्यानच सापडतो. कर्णाचे हे सगळे पुत्र त्याच्या मृत्युपूर्वीच युद्धात मारले गेले असावेत असा निष्कर्ष काढता येतो. आपल्या सर्व पुत्रांबद्दल कर्णाला भरपूर प्रेम असावे कारण कृष्णाला तो म्हणतो, ''माझे मन माझ्या बायका-मुलां-नातवंडात घट्ट गुंफले गेल आहे, ती गुंफण उकलणे आता शक्य नाही.''

अर्जुनाशी कर्णाचा आणखी एक संघर्ष - आणि पराजय - झाला होता द्रौपदीस्वयंवरात. द्रौपदीस्वयंवराला कर्ण आणि दुर्योधन दोघेही हजर होते. मत्स्यवेध करून राजकन्या जिंकण्यात दुर्योधनाला अपयश आले होते ह्याबद्दल महाभारताच्या सर्व आवृत्त्यांमध्ये एकमत आहे. कर्णाने मत्स्यवेधाचा प्रयत्न केला होता आणि राजकुमारी द्रौपदीने 'मी सूतपुत्राला वरणार नाही' असे म्हणून त्याला थांबवले होते

असे काही आवृत्त्यांमध्ये आहे. मात्र, आता जी अधिकृत मानली जाते त्या भांडारकर ओरिएण्टल इन्स्टिट्यूटच्या महाभारताच्या आवृत्तीत ही घटना स्वीकारलेली नाही. स्वयंवराचे नियम आणि अटी एकदा जाहीर झाल्यानंतर, द्रौपदीसारख्या घरंदाज वधूने कुणाचा असा अपमान करावा हे थोडेसे खटकते तर खरेच! द्रुपदाने जन्माचे इतर कोणतेही बंधन न घालता फक्त मत्स्यवेधाचाच पण ठेवला होता म्हणूनच तर ब्राह्मणवेषात बसलेल्या अर्जुनानेही प्रयत्न केला आणि तो यशस्वी झाला. काही काही आवृत्त्यांमध्ये कर्णाला मत्स्यवेध करण्यात अपयश आले असाही उल्लेख आहे. एक गोष्ट मात्र नक्की की कर्ण स्वयंवरास गेला होता आणि स्वयंवराला जातात राजकन्या मिळवण्याच्या हेतूनेच! कर्णाचे व्यक्तिमत्त्व लक्षात घेता, त्याच्या मनात द्रौपदीसारखी राजकन्या मिळवून समग्र आर्यावर्तात स्वत:ची प्रतिष्ठा स्थापन करण्याची महात्त्वाकांक्षा असणे अगदी शक्य आहे. जे काय घडले असेल ते असो; परंतु अर्जुनाने मत्स्यवेध केल्यानंतर तेथे हजर असेलेले सर्व राजे एकत्र होऊन कर्णाच्या नेतृत्वाखाली, तापसवेषधारी अर्जुनाशी लढायला तयार झाले त्यावेळी कर्णाने युद्ध करायचे नाकारले. त्यावेळी कर्ण अतिशय गंभीरपणे म्हणतो, ''वधू जिंकणारा एक ब्राह्मण आहे आणि मी ब्राह्मणाशी लढणार नाही.'' असे म्हणून तो स्वयंवरमंडपातून निघून गेल्यानंतरच हा तापसी म्हणजे अर्जुन असल्याचे आणि पांडव जिवंत असल्याचे रहस्य उघड झाले आहे. ह्या घटनेमुळे अर्जुन त्याला कट्टर शत्रू वाटू लागला असावा आणि द्रौपदी मिळवण्याची आकांक्षा प्रत्यक्षात निष्फळ झाल्यामुळे त्याच्या मनात अधिकच तीव्र झाली असावी. पुढे जाता, द्यूतसभेतील त्याने केलेल्या वर्तनाकडे पाहताना ही शक्यताही लक्षात घेतली पाहिजे.

कर्णाचा सर्वस्वी वेगळाच पैलू आपल्याला हस्तिनापूरच्या द्यूतसभेत बघायला मिळतो. आतापर्यंत कर्ण पांडवांचा, विशेषत: अर्जुनाचा द्वेष करत आहे. असा द्वेष करणे हे कर्णाला शोभून दिसणारे नव्हते, परंतु त्या द्वेषापाठी मनुष्यस्वभावसुलभ कारणेही होतीच! असे असले तरीही द्यूतसभेतील त्याचे वर्तन त्याच्या व्यक्तिमत्त्वाला अधोगतीकडे नेणारे आहे. द्यूतामध्ये एकेक करत सर्व संपत्ती गमावून बसलेल्या युधिष्ठिराने शेवटी जेव्हा द्रौपदीला पणास लावले त्यावेळी सगळ्या सभेचा थरकाप झाला. 'चांडाळचौकडी' तेवढी खूष झाली. विशेषत: कर्ण हे सर्व पाहून खूष झाला असा स्पष्ट उल्लेख आहे. फासे फेकण्याच्या शकुनीच्या निपुणतेबद्दल कर्णाला खात्री असल्यानेच त्याला हा आनंद झाला होता. हा डावही दुर्योधनानेच जिंकला आणि द्रौपदीला सभेमध्ये फरफटत ओढून आणले गेले, त्यावेळी कर्ण जे अपशब्द बोलला ते माणसाच्या मनात निरंतर चालणाऱ्या सत्-असत् प्रवृत्तींच्या खेळाचेच द्योतक आहेत. द्रौपदीच्या विटंबनेला विरोध करणाऱ्या विकर्णालाही तो रोषाने उडवून

लावतो. भीष्म, द्रोण, कृपाचार्य आदींचे मौन म्हणजे हे कृत्य धर्मसंगत असण्याची संमती आहे असा अर्थ लावतो. फार काय द्रौपदीचा उपहास करत तो म्हणतो, ''हे द्रुपदकन्ये, ह्यापुढे तुझे रक्षण करू शकेल आणि तुला पणाला लावणार नाही असा दुसरा कुणी तरी पती तू आता ह्यांच्यातून पसंत कर.'' हे जणू पुरेसे नसावे म्हणून की काय, तो जाहीरपणे आणखी असेही म्हणतो, ''द्रौपदी तर बहुपतिगामिनी आहे. म्हणजे बन्धकीच (वेश्या) म्हणायची. ती एकवस्त्रा असो की निर्वस्त्रा असो, तिला सभेत खेचून आणण्यात काहीच गैर नाही.''

कर्णाचे हे शब्द अतिकठोर वाटतात. स्वयंवराच्यावेळी द्रौपदीने त्याचा अपमान केला होता ही घटना मान्य केली तर ह्या शब्दांकडे जरा वेगळ्या तऱ्हेने बघता येईल. भर सभेत द्रौपदीने त्याची अवहेलना खरोखरच केली असेल तर सहज प्रतिक्रिया म्हणून जशास तसा व्यवहार करण्याचा मनुष्यसुलभ अधिकार कर्णाला आहे. अर्थात, वीर आणि धीरोदात्त पात्राला मनुष्यस्वभावसुलभ अधिकाराच्या सबबीचा आधार घेता येणार नाही. द्रौपदी एक स्त्री होती. आपल्या अपमानामुळे कर्ण कितीही संतप्त झाला असला तरी ह्याक्षणी इतक्या खालच्या थराला जाऊन इतके निर्मम वर्तन करणे कुठल्याही दृष्टीने योग्य म्हणता येणार नाही. फार तर त्याचा अपराध जरासा सौम्य मानता येईल. कर्णाचे इतरत्र जे धीरोदात्त, सामान्यांपेक्षा वेगळे, उठून दिसणारे वर्तन आहे, त्याच्याशी त्याचे द्यूतसभेतील वर्तन अजिबात सुसंगत नाही.

द्रौपदीचा अपमान आणि पांडवांचा वनवास एवढ्याने कर्णाला संतोष झाला असावा, त्याच्या सूडाची, वैराची तृप्ती झाली असावी असे वाटत नाही. वनवासी पांडवांपुढे वैभवाचे आणि सत्तेचे प्रदर्शन करून त्यांना आणखी दुःख देण्यासाठी घोषयात्रेची व्यवस्था कर्णानेच केली होती. द्वैतवनात विहाराला जाण्याचे दुर्योधनाला त्यानेच सुचवले आहे. उघडपणे धृतराष्ट्राला सांगताना मात्र द्वैतवनात असलेले हस्तिनापूरचे गोधन मोजण्याचे बालिश निमित्त पुढे केले आहे. गायी मोजण्यासारख्या क्षुल्लक कामासाठी हस्तिनापूरच्या भावी नरेशाने आपल्या लवाजम्यासह द्वैतवनावर जणू आक्रमणच करावे अशी योजना करणे कर्णाच्या वीरतेला आणि पोक्तपणाला साजेसे नाही; परंतु ते सत्य आहे. द्वेष आणि घमेंडप्रेरित ह्या प्रदर्शनाची शोकांतिका झाली आणि कर्ण हजर असताना चित्रसेन गंधर्वाने दुर्योधनाला पराजित करून वर आणखी कैदही केले. चित्रसेन गंधर्वाने कर्णाला हरवले आणि आपला जीव वाचवण्यासाठी कर्ण पळून गेला. हा प्रसंग म्हणजे हीन हेतूंनी प्रेरित असलेल्या कृत्यांच्या स्वाभाविक परिणतीचे उत्तम उदाहरण आहे. एकीकडे द्यूतसभेतील विजयाचा आनंद आणि दुसरीकडे रणभूमीवरचा हा पराजय!

कैद झालेल्या दुर्योधनाची युधिष्ठिराच्या कृपेने आणि अर्जुनाच्या पराक्रमाने सुटका तर झाली; पण ह्या असल्या सुटकेनंतर काळवंडलेला चेहरा घेऊन त्याला

पुन्हा पूर्वीसारखे ताठ मानेने जगता येणे शक्य नव्हते. त्याने आत्महत्या करायचे ठरवले तेव्हा कर्णानेच त्याची समजूत घातली. त्याची लयाला गेलेली प्रतिष्ठा अन्य उपायांनी पुन्हा प्रस्थापित करण्याचे कामही त्यानेच केले. कर्णाच्या सूचनेवरून दुर्योधनाने वैष्णवयज्ञ केला. ह्या निमित्ताने दुर्योधनाच्या वतीने कर्णाने समग्र आर्यावर्तात दिग्विजय केला. ह्याआधी राजसूय यज्ञाच्यावेळी पांडवांनी केलेल्या दिग्विजयाशी कर्णाच्या ह्या दिग्विजयाची तुलना करता येईल. कर्ण हा एक भव्य पुरुष आहे, परमवीर आहे, शस्त्रास्त्र विद्येत त्याचे अतिउच्च स्थान आहे हे सर्व खरे असले तरी तो जितक्या लढाया लढला त्यांपैकी, ज्यातून त्याने काहीतरी भरीव संपादन केले आहे असे फक्त दोनच युद्धप्रसंग आहेत. अन्यवेळी तो हरला तरी आहे किंवा त्याला नशिबाची साथ मिळालेली नाही. हा दिग्विजय मात्र त्याची सिद्धी म्हणावा असा आहे. दुसरा प्रसंग कलिंग देशाच्या राजकुमारीच्या स्वयंवराचा! ह्याची विशेष नोंद घेतली गेली नाही. शांतिपर्वात 'फ्लॅशबॅक' पद्धतीने सांगितल्या गेलेल्या ह्या प्रसंगानुसार, कलिंग देशच्या राजकुमारीला स्वयंवरात प्राप्त करण्याच्या इच्छेने दुर्योधन कर्णासह गेला होता. आपल्या मनपसंत वराची निवड करण्यासाठी हाती वरमाला घेऊन राजकुमारी सभामंडपात आली. दुर्योधनासमोरच एका मागोमाग एकेका राजपुत्राचा आणि राजाचा तिला परिचय करून देण्यात येत होता. दुर्योधनाचा अहंकार ह्यामुळे भयंकर दुखावला आणि त्याने राजकुमारीला बळजबरीने उचलून आपल्या रथात घातले. इतके झाल्यावर इतर राजे दुर्योधनाशी लढायला सज्ज होणारच! राजकुमारीला घेऊन पळून जाणारा दुर्योधन आणि त्याचा पाठलाग करणारे सर्व राजे ह्यांच्यामध्ये कर्ण एक अभेद्य भिंत बनून उभा ठाकला. त्याने एकाहाती तमाम राजांचा पराभव केला आणि दुर्योधनाला त्या वधूसह हस्तिनापुरास सुखरूप पोहोचवले. कर्णाची ही लढाई, ह्यापूर्वी भीष्मांनी काशिनरेशाच्या मुलींच्या केलेल्या अपहरणाच्या आणि त्यावेळच्या युद्धाच्या तोडीस तोड आहे.

परंतु कर्णाचे दुर्भाग्य असे की ज्यात त्याला अंतिम विजय प्राप्त झाला अशी ही केवळ दोनच युद्धे आहेत!

दोन

दुष्ट भावनांनी प्रेरित असलेली शस्त्रे कितीही समर्थ असली तरी ती युद्ध जिंकू शकत नाही असा परोक्ष संदेश महाभारतकारांनी घोषयात्रेच्या प्रसंगातून दिला आहे. नंतर विराटनगरीच्या सीमेवर झालेले युद्ध जणू ह्या संदेशाची पुनरावृत्तीच आहे. बारा वर्षांच्या वनवासानंतर तेराव्या वर्षी अज्ञातवासातल्या पांडवांना शोधून काढण्यासाठी दुर्योधनाने पुढे केलेले गोहरणाचे निमित्त म्हणजे द्वैतवनातील गायी मोजण्यासारखेच

किंवा त्यापेक्षाही दुबळे कारण होते. गोहरण हे हस्तिनापूरच्या कुरुकुलालाच नव्हे तर कोणाही क्षत्रिय राजाला न शोभणारे कृत्य होते. ह्या युद्धाद्वारेही 'शस्त्रसामर्थ्य नव्हे तर मूल्येच सर्वोच्च आहेत' हे महाभारतकारांनी आपल्याला सांगितले आहे. ह्या युद्धात कर्ण हजर होता आणि भीष्मद्रोणादी वरिष्ठ कुरुसेनानी रणभूमीवर होते. तरी सुद्धा अर्जुनाने एकट्याने सर्वांना मूर्च्छित केले. कर्णाच्या शरीरावरील उत्तरीय काढून राजकन्येच्या बाहुलीसाठी घेऊन जाण्यासारखे हास्यास्पद कामही राजकुमार उत्तरने केले. अर्थात ह्यात एक प्रकारचा गौरवही आहे. हे अशोभनीय कृत्य कुणाही कुरुसेनानीला वस्त्रहीन करण्यासाठी केलेले नाही. ह्या सेनानींची उत्तरीये त्यांच्या पराजयाचे चिन्ह म्हणून काढून नेली आहेत. ह्या युद्धात पुन्हा एकदा कर्ण अर्जुनाकडून पराभूत झाला आहे!

ह्यानंतरच्या घटना खूप वेगाने घडतात आणि ह्या प्रसंगातून आपल्याला कर्णाच्या पुष्कळशा उदात्त पैलूंची ओळख होते. सुईच्या अग्राएवढी जमीनही पांडवांना द्यायला दुर्योधनाने साफ नकार दिल्याने युद्ध अपरिहार्य झाले होते. शेवटचा एक प्रयत्न म्हणून श्रीकृष्ण शिष्टाईसाठी हस्तिनापुरात आला, परंतु हा प्रयासही व्यर्थ ठरला. हस्तिनापुराहून अयशस्वी होऊन उपप्लव्यास पांडवांकडे परत निघालेला कृष्ण आपल्या रथातून कर्णाला हस्तिनापूरच्या सीमेपर्यंत घेऊन गेला ह्या छोट्याशा कालावधीत अगदी मनमोकळा संवाद झाला. हा संवाद अद्‌भुत आहे. कौरवपक्षात कर्ण नसेल तर दुर्योधनाचा निम्मा उत्साह ओसरेल हे कृष्णाला पक्के ठाऊक आहे त्यामुळे दुर्योधन समेटाला तयार झाला नाही तर आता निदान कर्णाची दुसऱ्या कुठल्या तरी मार्गाने समजूत घालून त्याला युद्धापासून परावृत्त करायला कृष्ण उद्युक्त झाला आहे.

कर्ण सूतपुत्र नसून पांडुपुत्र आहे आणि युधिष्ठिरादी भावंडांप्रमाणेच कर्णही पांडवच आहे असे सांगून कृष्ण त्याला आपल्या मूळ पक्षात, म्हणजे पांडवांच्या पक्षात येण्यास सांगतो. पांडवांना येऊन मिळाल्यास त्याचे तेथे ज्येष्ठ बंधूचे स्थान असेल आणि थोरला भाऊ ह्या न्यायाने तोच सिंहासनावर बसेल, युधिष्ठिर आणि अर्जुनासह सर्व पांडव, त्यांची मुले-नातवंडे कर्णाचे आधिपत्य स्वीकारून त्याच्या सेवेत हजर असतील असेही कृष्ण म्हणतो इतके दुर्दम्य प्रलोभन कर्ण अतिशय निर्लेपपणे नाकारतो. तो म्हणतो. "केशवा, ज्या मातेने मला आपल्या उराशी धरले ती माता राधा आणि ज्या पित्याने माझे बोट धरून मला पावले टाकायला शिकवले तो पिता अधिरथ ह्या दोघांचा मुलगा म्हणवणे पुसून टाकून मी आता स्वत:ला कौन्तेय म्हणवून घेऊ हा कुठला धर्म? राज्याचेच काय, त्रैलोक्याचे जरी आमिष दाखवले तरी, दुर्योधनाने मला सूतपुत्रापासून राजा बनवले त्याच्याशी द्रोह करण्याचे पाप मी कसे करू? "

"युद्धाचा अंतिम विजय पांडवांचाच आहे हे मी जाणतो कारण धर्म आणि कृष्णा, साक्षात तू त्यांच्या बाजूस आहेस; पण विजयाच्या लोभाने आणि पराजयाच्या भयाने आज मी तुझे म्हणणे मान्य केले तर त्यात माझा गौरव तो काय राहिला?" एवढे म्हटल्यावर कर्ण पुढे आणखी जे बोलतो त्याने कर्ण सर्वाधिक उदात्त मानवाच्या रूपात आपल्यापुढे येतो. ह्या क्षणापूर्वी, इतकी वर्षे सत्य माहीत असूनही, परिस्थितीच्या कचाट्यात सापडल्यामुळे तो किती दयनीय अवस्थेत 'खलनायक' म्हणवला जात होता ते कळते. कर्ण म्हणतो, "हे अच्युता, मी ज्येष्ठ पांडव आहे ही गोष्ट आपल्या दोघांतच राहू दे. युधिष्ठिराला हे कळले तर तो धर्मराज राज्य स्वीकारणार नाही, राज्य माझ्या चरणी वाहील आणि मजकडे आलेले राज्य मी कृतज्ञतापूर्वक, दुर्योधनालाच अर्पण करेन, कारण आज मी जो काही आहे तो दुर्योधनामुळेच आहे. त्याचा मी कृतज्ञ आहे. परंतु असे होणे योग्य नाही कारण की धर्मात्मा युधिष्ठिर राजा व्हावा अशी माझीही इच्छा आहे." अंत:करण भेदून प्रकट होणारी ही गोष्ट कुणाही समंजस वाचकाला गहिवर आणेल अशीच आहे. कृष्णाचा समेटप्रस्ताव दुर्योधनाने नाकारला आहे आणि कर्णानेही नाकारला आहे; पण ह्या दोन्ही नकारांमध्ये जमीन- अस्मानाचे अंतर आहे हे तर डोळे मिटून कळण्यासारखे आहे. द्यूतसभेतील त्याचे वर्तन सर्वस्वी धुतले जाईल अशी एक गोष्ट कर्ण अखेरीस बोलतो. तो म्हणतो, "जनार्दना, केवळ दुर्योधनाला खूष करण्यासाठी मी वेळीवेळी पांडवांना उद्देशून कुत्सित दुर्वचने बोललो आहे, त्याचा आज मला अपार पश्चात्ताप होत आहे, परंतु युद्ध तर आता अटळच आहे. युद्ध टाळण्याचे प्रयत्न करण्यापेक्षा आता युद्ध करूनच सर्व क्षत्रियांनी स्वर्ग प्राप्त करावा ह्यातच खरा गौरव आहे."

घडू घातलेल्या ह्या अटळ महाकाळापासून आपला पुत्र कर्ण ह्याला वाचवण्यासाठी सहज पितृप्रेमाने भारलेला प्रत्यक्ष भगवान सूर्य कर्णाकडे येऊन म्हणतो, "पुत्रा, जोवर ही कवच-कुंडले तू धारण केली आहेस तोवर मृत्यू तुला स्पर्शही करू शकणार नाही. तुझा शत्रू असलेल्या अर्जुनाचा पिता इंद्र ब्राह्मणाचा वेष घेऊन तुझ्याकडे येईल आणि तुझ्या औदार्याचा गैरफायदा घेईल. तो तुझी कवच-कुंडलेच मागेल आणि अवध्य अशा तुला वध्य करून टाकेल. तू सावध राहा. कवच-कुंडले देऊन टाकू नकोस." कर्ण आपल्या पित्याचे सांगणे ऐकत नाही. जराही विचलित न होता तो म्हणतो, "प्रभू, स्वत: इंद्र जरी ब्राह्मणरूपाने येऊन माझ्याजवळ असलेले काही मागत असेल तर तो त्याला दिल्याविना मी कसा राहीन? ब्राह्मण मला पूजनीय आहे. त्याला न देण्यासारखे माझ्याजवळ काही असणारच नाही." इंद्राने खरोखरच ब्राह्मणवेषात येऊन कर्णाकडे कवच-कुंडले मागितली. क्षणभरही अस्वस्थ न होता हे दोन्ही अलंकार कर्णाने आपल्या देहापासून अलग करून त्याला

देऊन टाकले. ही मागणी म्हणजे स्वत:चा मृत्यूच आहे हे सत्य ठाऊक असूनही तो आपल्या प्रतिज्ञेपासून विचलित झाला नाही. कृष्णाशी झालेल्या संवादात त्याने केवळ पृथ्वीवरील राज्याचाच त्याग केला होता, परंतु इंद्राबरोबरच्या ह्या प्रसंगात त्याने आपल्या जीवनाचाच त्याग केला आहे, हे दोन्ही परम आणि अप्रतिम त्याग महाभारतातील दुसऱ्या कुणाही पात्राकडून आपल्याला कुठेही बघायला मिळत नाहीत.

ह्यानंतर, युद्धाच्या ऐन आदल्या संध्याकाळी माता कुंती स्वत: आपल्या ह्या जन्मताक्षणीच त्यागलेल्या पुत्राकडे येते. कौरवपक्ष सोडून ज्येष्ठ पांडुपुत्र म्हणून पांडवांना येऊन मिळण्यास सांगते. हे युद्ध म्हणजे कुंतीच्या दृष्टीने आपल्या सख्ख्या मुलांमधील जीवनमरणाची झुंज होती. गंगातटाकी सूर्याला अर्घ्य देत असलेल्या कर्णाची पूजा संपण्याची प्रतीक्षा करत ती उभी होती. अर्घ्य देऊन कर्णाने मागे वळून पाहिले आणि साक्षात कुंतीला तेथे पाहून तो आश्चर्यचकित झाला. कुंती त्याची जन्मदात्री आहे हे सत्य तोवर त्याला ठाऊक झालेलेच होते, परंतु आपली जननी अशी दीनवाणी होऊन ह्याजागी प्रतीक्षा करत उभी असेल ह्याची त्याने कल्पनाही केली नव्हती. कुंतीला प्रणाम करून जे पहिलेच वाक्य तो बोलतो त्यावरून कुंतीच्या येण्यामागचे रहस्य त्याला कळून चुकले आहे आणि असा प्रयत्न आता निरर्थक आहे असेच जणू काही तो सुचवत आहे असे वाटते. कर्ण म्हणतो, ''देवी, राधा आणि अधिरथाचा पुत्र मी कर्ण तुला वंदन करतो.'' जन्मदात्या आईला 'देवी' असे संबोधून तो मान तर देतो परंतु 'तू माझी माता नाहीस, मी पुत्र तर राधेचाच आहे' असेही स्पष्टपण दर्शवतो. जननीला तो 'माता' म्हणून संबोधत नाही हे दखल घेण्याजोगे आहे. ह्या शब्दांचा धागा पकडून कुंती त्याला लगेच म्हणते, ''पुत्रा, तू राधेय नाहीस, कौन्तेय आहेस.'' मग आपल्या कौमार्यावस्थेतील त्या घटनेचा उल्लेख करून, ज्येष्ठ बंधू म्हणून पांडवांचे रक्षण करण्यास ती कर्णाला सांगते. उत्तरादाखल कर्ण जे बोलतो त्यातून त्याचा अभिजातपणा तर दिसतोच, त्याबरोबर त्याने जन्मभर उराशी बाळगलेली व्यथाही प्रकट होते. कर्ण म्हणतो, ''राजपुत्री, (ह्यावेळीही माता म्हणत नाही) मी राधेय नसून कौन्तेय आहे ही गोष्ट सांगायचे इतकी वर्षे तुम्हाला सुचले नाही? हे सत्य ह्याआधीच उघड झाले असते तर आयुष्यात आजपर्यंत मी किती तरी गोष्टी मिळवल्या असत्या! (त्याच्या मनात द्रौपदी असेल?) आता आणखी काहीही मिळवण्याची संधीच उरली नाही अशावेळी तुम्ही मला हे सांगत आहात ते आता व्यर्थ आहे. तुम्ही सदैव पाच पुत्रांची आई म्हणवून घेत आलात. मी तुम्हाला वचन देतो, देवी, युद्धात एक तर मी अर्जुनाच्या हातून मारला जाईन किंवा मी अर्जुनाचा वध करीन. दोन्हीपैकी काहीही घडले तरी तुम्ही पाच पुत्रांची माताच असाल; कारण अर्जुनाखेरीज अन्य कुणाही पांडवाला मी मारणार नाही. हे माझे तुम्हाला वचन आहे.''

महायुद्धाच्या सोळाव्या आणि सतराव्या दिवशी कौरवसेनेचा सेनापती असताना कर्णाने आपले हे वचन अचूक पाळले आहे. युधिष्ठिर, नकुल आणि सहदेव तिघांचाही त्याने पराभव केला. युधिष्ठिराला अगदी सहजतेने मारू शकण्यासारखा विजय मिळवूनही त्याने युधिष्ठिराला मारले नाही. कुंतीला दिलेल्या वचनाची आठवण ठेवून त्याने ह्या तिघांना फक्त जीवघेणे चार शब्द सुनावून मूर्च्छित अवस्थेतच सोडून दिले आहे. युधिष्ठिराला मारणे वा कैद करणे भीष्म-द्रोणांना जमले नव्हते ते कर्णाने करून दाखवले असते; पण त्याने ते केले नाही. अर्थात, वैयक्तिक वचनपालनाकरिता, ज्या पक्षाकडून तो लढत होता त्या पक्षाला त्याने विजयापासून वंचित ठेवले असे म्हणावे लागेल. (कौरव पक्षाकडून लढणारे भीष्म, द्रोण, कर्ण हे सगळे सेनानी आपल्या पक्षाच्या विजयाचा बळी देऊनही वैयक्तिक प्रतिज्ञा आणि आपले प्रतिज्ञापालन ह्याबद्दलच जास्त जागरूक राहिले आहेत.) ह्याउलट 'न धरी शस्त्र करी मी' असे म्हणून सुद्धा कृष्णाने वैयक्तिक वचनापेक्षा पक्षाच्या विजयाला प्राधान्य देऊन, भीष्मांच्या उग्र रूपासमोर दोन वेळा, पांडवांच्या बाजूने शस्त्र हाती घेतले आहे. युधिष्ठिराचे असत्यकथनसुद्धा आपल्या प्रतिष्ठेची किंमत देऊन पक्षासाठी केलेले कृत्यच म्हटले जाईल. युद्धात व्यक्ती नव्हे तर पक्ष महत्त्वाचा असतो ह्याचेच जणू काही महाभारतकारांनी समर्थन केले आहे. आपल्या जन्म-दोषामुळे आयुष्यभर धुत्कारल्या गेलेल्या कर्णाचा युद्धाच्या आरंभी आणखी एकदा घोर अपमान झाला आहे. सेनापती भीष्म आपल्या सैन्याची आणि सेनानींची दुर्योधनाला ओळख करून देत होते. कर्णाचा परिचय करून देताना ते म्हणाले, ''हा कर्ण महारथी कसला, अतिरथी किंवा नुसता रथीसुद्धा नाही.'' (हे रथी, अतिरथी, महारथी शब्द म्हणजे एकेका सेनानीच्या क्रमाने वाढत जाणाऱ्या कुवतीच्या, शक्तीच्या आणि कौशल्याच्या महानतेची पावतीच आहेत) ''हा कर्ण घमेंडखोर आणि मूर्ख आहे. फार फार तर ह्याला अर्धरथी म्हणता येईल.'' अशा प्रकारे कौरवांच्या अकरा अक्षौहिणी सैन्यासमोर भीष्मांनी कर्णाचे अवमूल्यन करून टाकले. ह्या अपमानाने कर्ण संतप्त होणे स्वभाविकच आहे. त्याने आवेशात येऊन म्हटले, ''अशा अतिवृद्ध माणसाचे भाषण ऐकणेसुद्धा निरर्थक आहे. युद्ध म्हणजे ह्या म्हाताऱ्या अल्पमती भीष्मांचे कामच नव्हे! तरीसुद्धा तेच सेनापती झाले आहेत. आता जोपर्यंत ते जिवंत आहेत तोपर्यंत मी कौरवांच्या बाजूने लढणारच नाही.'' कर्णाने अशी प्रतिज्ञा केल्यानंतरही भीष्मांनी 'सूतपुत्र' आणि 'कुलांगार' असे म्हणून त्याला तुच्छच लेखले आहे.

भीष्मांच्या वागण्यामुळे शस्त्रत्याग करून बसलेल्या कर्णाला पुन्हा एकदा समजावण्याचा कृष्णाने प्रयत्न केला आहे. पुन्हा एकदा कर्णाची भेट घेऊन कृष्णाने म्हटले, ''कर्णा, भीष्म जिवंत असेपर्यंत जर तू कौरवपक्षाकडून लढणार नसशीलच

तर मग तेवढा काळ पांडवांना येऊन का मिळत नाहीस?'' कर्णाने उत्तर दिले, ''जनार्दना, तसे करण्यात दुर्योधनाचे अहित आहे आणि दुर्योधनाचे अहित होईल असे कोणतेही कृत्य मी कधीच करणार नाही.''

युद्धाच्या दहाव्या दिवशी सेनापती भीष्म पडले. हे दहाही दिवस कर्ण रणभूमीपासून पूर्णतया अलिप्त राहिला आहे. भीष्म पडले त्यारात्री कर्ण शरशय्येवर पडलेल्या पितामहांपाशी गेला. भीष्म अशा तऱ्हेने पडलेले पाहून त्याचे डोळे पाणावले. प्रणाम करू तो म्हणाला, ''पितामह, ज्याला तुम्ही सतत धुत्कारत राहिलात तो मी राधापुत्र कर्ण तुम्हाला वंदन करतो. आजवर मी तुम्हाला कधी काही तोडून बोललो असेन तर त्याबद्दल तुमची क्षमा मागतो.'' पितामहांनी डोळे उघडले. कर्णाला पाहून पितृवात्सल्याने भरलेल्या आवाजात म्हणाले, ''ये कर्णा! आज तू आला नसतास तर ते योग्य ठरले नसते. वत्सा, तू आलाच आहेस तर तुझ्या कल्याणासाठी आशीर्वादांबरोबरच दोन गोष्टी ऐकून घे. तू राधापुत्र नाहीस. कुंतीपुत्र आहेस. शस्त्रास्त्रविद्येत तू अर्जुन आणि कृष्णाच्या तोडीचा आहेस ह्यात शंका नाही. असे असून मी तुझा सतत अपमान करत आलो, त्यामागे तुला दुर्योधनापासून दूर ठेवणे एवढाच हेतू होता. दुर्योधनाचे खरे पाठबळ तर तूच होतास. तुझ्या पाठबळाच्या आधारावर पांडुपुत्र आणि धार्तराष्ट्रांमधील वैराची परिणती महायुद्धात व्हावी हे मला नको होते. तुझा जन्मच धर्मलोपातून झाला आहे. (ह्यात कुंतीच्या कुमारीअवस्थेकडे इशारा आहे) तुझ्यात पुष्कळ उदात्त गुण असूनही द्वेष आणि गर्व ह्या अवगुणांनी तुला व्यापून टाकले ते ह्या धर्मलोपामुळेच! हे वीरा, तू अजूनही आपल्या भावांना जाऊन मिळ आणि हे युद्ध थांबव.''

कृष्णाने सांगितले, कुंतीने सांगितले तेच आता भीष्म सांगत आहेत आणि कर्ण त्यांना तेच उत्तर देत आहे. ''पितामह, आता तर तुम्ही मला युद्ध करण्याचाच आशीर्वाद द्यावा. युद्धाचा शेवट तुम्हाला माहीत आहे तसाच मलाही माहीत आहे, परंतु आता त्या शेवटापर्यंत जाऊन सगळ्या क्षत्रियवीरांनी उत्तम गती मिळवावी हेच बरे.''

अशा रीतीने भीष्मांचे आशीर्वाद घेऊन कर्णाने सेनापती द्रोणांच्या नेतृत्वाखाली, युद्धाच्या अकराव्या दिवशी रणभूमीवर पाऊल ठेवले. द्रोण सेनापती असताना तो पाच दिवस लढला. ह्या पाच दिवसांच्या काळातच द्रोणांनी रचलेल्या चक्रव्यूहात नवशिक्या अभिमन्यूचा सगळ्यांनी मिळून वध करण्याचे अधर्म्य कृत्य करणाऱ्या कौरवसेनानींमध्ये कर्णही होता. हा अधर्म होताच पण महाभारताच्या युद्धातून धर्माच्या नियमांनी कधीच निरोप घेतला होता. धर्माच्या पुष्कळ गप्पा केल्या गेल्या असल्या तरी येनकेन प्रकारेण विजय मिळवण्यासाठी अनेक अधर्मांचे आचरण दोन्ही पक्षांकडून झालेच आहे.

अशाच आणखी एका अधर्माचरणाने पंधराव्या दिवशी द्रोणांचा वध झाला.

सोळाव्या दिवशी सकाळी कौरवसैन्याने महारथी कर्णाच्या अधिपत्याखाली युद्ध पुढे चालवले. कर्ण स्वत:ला नेहमीच अर्जुनाच्या तोडीचा मानत होता. आपला सारथी अर्जुनाच्या सारथ्याइतकाच निपुण असेल तर आपण नक्कीच अर्जुनाचा वध करू शकू अशा एका अनाकलनीय गंडाने त्याला ह्याक्षणी वेढून टाकले आहे. मद्रनरेश अश्वकलेत निपुण होता आणि रथ हाकण्यात पटाईत होता. शल्य हा एक अग्रणी कौरवयोद्धा आहे आणि सारथ्यासारख्या कामाला लावण्यात त्याला स्वत:चे अवमूल्यन झाले आहे असे वाटते ही साधी गोष्ट स्वत:च्या सामर्थ्यावरच्या फाजील विश्वासामुळे किंवा घमेंडीमुळे कर्णाच्या लक्षात येत नाही आणि शल्याने आपला रथ हाकावा अशी तो मागणी करतो. कर्णाला खूश करण्यासाठी दुर्योधनाने शल्याला तशी विनंती केली आणि शल्य रागावला. 'तू अर्जुनाचा सारथी असलेल्या कृष्णाच्या बरोबरीचा आहेस' असे दुर्योधनाने म्हटल्यार त्याचा राग शांत झाला आणि कौरव पक्षाला विजय मिळवून देण्यासाठी तो सारथी व्हायला कबूल झाला. त्याने आपली एक अट घातली "रथ हाकताना मी जे काय म्हणेन त्याचा कर्णाने विरोध करता कामा नये. माझे बोलणे त्याने मुकाट्याने ऐकून घेतले पाहिजे." कर्ण आणि दुर्योधन दोघांनी ही अट मान्य केली. युद्ध सुरू होण्याआधीच युधिष्ठिराने युद्धाच्या ऐन आणीबाणीच्या वेळी कर्णाला हतोत्साह करण्याचे वचन मामा शल्याकडून घेतले होते ते येथे लक्षात घेण्यासारखे आहे. शल्याची अट युधिष्ठिराला दिलेल्या वचनाच्या संदर्भातच असणार आणि कर्ण वा दुर्योधन दोघांनाही ह्यातले काहीच माहीत नसणार.

युद्धाच्या सोळाव्या आणि सतराव्या दिवशी कर्ण आपल्या संपूर्ण सामर्थ्यानिशी लढला आहे. कर्णाने मनात आणले असते तर ह्या दोन दिवसांत युधिष्ठिराचा वध करून तो युद्ध जवळ जवळ संपवून टाकू शकला असता, परंतु कुंती मातेला दिलेले वचन तो जीवनमरणाच्याक्षणीसुद्धा पाळत आहे. दुर्योधनाचे कोणतेही अहित व्हायला आपण निमित्त न व्हावे आणि जन्मभर ज्याचे शत्रुत्व जपले त्या अर्जुनाचा एक तर वध करावा अथवा त्याच्या हातून आपले मरण ओढवून घेऊन ह्या भीषण जीवनसंग्रामाचा अंत करावा एवढेच आता त्याचे जीवनध्येय उरले होते. जीवनमरणाची अंतिम घटिका जवळ आली आहे. त्या ब्राह्मणाचा शाप आणि परशुरामाने दिलेला शाप दोन्ही खरे ठरणारच आहेत ह्याची स्पष्ट जाणीव कर्णाला आहे. ह्या जाणिवेसह तो हे अखेरचे क्षण जगतो आहे. अर्जुनाशी त्याचा अखेरचा संघर्ष सुरू झाला आणि लगेच ते दोन्ही शापही प्रत्यक्षात अवतरले. त्याचा सारथी बनलेल्या शल्यानेही आपले काम चोखपणे बजावले. कर्णाने विचारले, "शल्या, समज ह्या युद्धात मी मारला गेलो तर तू काय करशील?" शल्याने उत्तर दिले, "अर्जुनाचा प्रतिकार करण्याची कर्णा, तुझ्यात क्षमताच नाही. अरे, कुठे अर्जुन आणि कुठे कर्ण! तुझा

वध झाला तरी मी युद्ध सुरूच ठेवीन.'' (महाभारतकार म्हणतात, हाच प्रश्न अर्जुनाने आपल्या सारथी कृष्णाला विचारला होता, ''कृष्णा, कर्णाच्या हातून मी मारला गेलो तर तू काय करशील?'' कृष्णाने उत्तर दिले, ''असे घडणारच नाही. तुझ्यावर मात करण्याची कुणाची कुवतच नाही'') ह्यानंतरही शल्य कर्णाचा तेजोभंग करतच राहिला. अर्जुनाने केलेल्या खांडववनदहनाचा सूड उगवण्यासाठी कर्णाच्या मदतीला रणभूमीवर आलेल्या तक्षकाच्या मदतीचाही कर्णाने स्वीकार केला नाही. तक्षकाच्या मदतीने अर्जुनाचा वध करून विजय मिळविणे त्याच्या वीरतेला रुचत नाही. तो तक्षकाला परत पाठवून देतो. एकीकडे शल्य घालूनपाडून बोलत तेजोभंग करत होता आणि दुसरीकडे पृथ्वीने त्याच्या रथाचे चाक गिळण्यास सुरुवात केली. कर्ण विवश झाला. रथाची चाके सरळ करून घेण्यापुरते पळभर थांबण्याची त्याने कृष्णार्जुनांना विनंती केली. दोघांनी ती धुडकावून लावली. उलट, द्यूतसभेपासून अभिमन्यूवधापर्यंतच्या कर्णाच्या सगळ्या अधर्माचरणांची त्याला अर्जुनाने आठवण करून दिली आणि अगतिक झालेल्या कर्णावर शेवटचा प्रहार करून त्याचा वध करून टाकला.

कर्णाचे जीवन करुण खरेच, पण मृत्यू त्याहूनही करुण आहे. माणसाच्या ठायी असलेल्या वीरतेचा तो पुजारी होता. व्यक्तिमत्त्व आणि सामर्थ्य हेच महत्त्वाचे आहे, कुळ किंवा जन्म नव्हे, हाच सिद्धांत त्याने अप्रत्यक्षपणे साकार केला आणि त्याद्वारे समाजातील उपेक्षितांना त्यांचे उचित स्थान मिळवून देण्यासाठी संघर्ष केला असेही म्हणता येईल. द्रोणांनी हाकलून दिल्यावर एकलव्य शेवटपर्यंत निषाद म्हणूनच जगला; पण वारंवार झालेले तिरस्कार आणि अपमान पचवूनही कर्ण केवळ सूतच बनून राहिला नाही. अंगाधिराज झाला आणि खरे तर महायुद्धाच्या अठरा अक्षौहिणी सेनेत पांडव आणि कौरव, दोन्ही पक्षांतील सर्वांत महत्त्वाचा योद्धा ठरला. मृत्यू अपेक्षित होता, पराजय निश्चित होता तरी तो झगडत राहिला आणि एका अर्थाने त्याने हौतात्म्य ओढवून घेतले.

कृतज्ञता आणि मैत्री ही त्याची सर्वांत मोठी वैशिष्ट्ये होती. ''देश किंवा मित्र ह्यांपैकी एकाशी द्रोह करावाच लागला तर मी एकवेळ देशाशी द्रोह करेन; पण मित्राशी द्रोह करणार नाही'' हे आंग्ल कवी फॉर्स्टरचे विधान कर्णाने एका अर्थी खरे करून दाखवले होते.

■

।। सव्यसाची अर्जुन ।।

एक

श्रीकृष्ण, भीष्म, द्रोणाचार्य, धृतराष्ट्र किंवा दुर्योधन ही महाभारताच्या संपूर्ण कथानकातील दिग्गज पात्रे आहेत असे नि:संकोचपणे म्हणता येईल. कर्ण, शकुनी किंवा द्रौपदी, गांधारी ह्यांनाही त्या दिग्गजांच्या निकटचे स्थान मिळू शकेल, परंतु ह्या कथेत अर्जुनाचे योगदान काय आणि त्याचे स्थानही कोणते, असा प्रश्न निघाला तर अर्जुनाला नक्कीच, पहिल्या नव्हे तर दुसऱ्या वर्गातच जागा द्यावी लागेल. दुसऱ्या ओळीतही कर्ण अथवा द्रौपदी ह्यांच्या तोडीचे अर्जुनाचे योगदान असल्याचा दावा करताना कठीणच जाईल. असे असून सुद्धा, महाभारताच्या लाखभर श्लोकांपैकी पहिल्यावहिल्या श्लोकातच कथेच्या प्रारंभीच महाभारतकारांना आठवण झाली ती श्रीकृष्ण आणि अर्जुन ह्या दोघांची! ही दोन नावे ढोबळपणे, उघड उघड उल्लेखिली नाहीत परंतु परमात्म्याचे 'नरनारायण' स्वरूप मान्य केले तर ह्या प्रथम श्लोकात कृष्णाला 'नारायण' आणि अर्जुनाला 'नर' असे समजून 'नारायणं नमस्कृत्य, नरंचैव नरोत्तमम्' असे म्हटले आहे. म्हणजे अर्जुनाचा दिग्गज पात्रांमध्ये समावेश झाला नसला तरी स्वयं कृष्णाचाच एक अंश म्हणून त्याला स्थान मिळाले आहे. अर्जुन शब्दात मूळ 'ऋजु' शब्द आहे. ऋजु म्हणजे निर्मळ, सरळ, सुंदर असाही आणखी अर्थ होतो. अर्जुन ह्या तिन्ही अर्थांचे सार्थक करतो.

अर्जुन पांडूचा क्षेत्रज पुत्र आहे. देवराज इंद्राच्या अंशासह कुंतीने त्याला जन्म दिला आहे. फाल्गुन महिन्यात, फाल्गुन नक्षत्रात त्याचा जन्म झाल्याने त्याचे 'फाल्गुन' असेही एक नाव आहे. अर्जुनाच्या बाल-किशोरवयात पांडू अरण्यात राहात होता. त्या काळात शुक नावाच्या, तपस्वी बनलेल्या राजाकडून अर्जुनाला धनुर्विद्येचे ज्ञान मिळाले आहे. तरुण वयात हस्तिनापूरला परत आल्यानंतर आचार्य द्रोणांकडून विद्या संपादन करण्याची त्याला संधी मिळाली. शस्त्रास्त्रविद्येत अमाप

प्रावीण्य मिळवल्यामुळे तो द्रोणाचार्यांचा सर्वांत आवडता शिष्य बनला. विशेष क्षमता असलेला आपला एखादा शिष्य कुशल, सर्वश्रेष्ठ आणि अजोड व्हावा अशी प्रत्येक गुरूची आकांक्षा असतेच. द्रोणांचीही होती. म्हणूनच तसा सर्वश्रेष्ठ धर्नुधर बनवण्याचे त्यांनी अर्जुनाला वचन दिले होते. ज्या एकलव्याला आपला शिष्य करून घ्यायला द्रोणांनी एकवेळ नकार दिला होता त्या एकलव्याकडूनच अर्जुनाच्या सर्वश्रेष्ठत्वाला आव्हान मिळण्याची वेळ आली तेव्हा त्याच एकलव्याच्या उजव्या हाताचा अंगठा गुरुदक्षिणा म्हणून मागताना द्रोणांना अजिबात संकोच वाटला नाही. हस्तिनापुरातच आचार्यांनी आयोजलेल्या रंगमंचावर अर्जुनाच्या असामान्य धनुर्विद्याकौशल्याची पहिलीवहिली कसोटी लागली. अर्जुन तीत म्हटले तर यशस्वी झाला, म्हटले तर नाही झाला. अध्ययनकाळात अर्जुनाने साध्य केलेल्या असामान्य कौशल्यामुळेच, मनोमन त्याचा प्रतिस्पर्धी बनलेल्या कर्णाने मंचावरच त्याला आव्हान दिले आणि अर्जुनाने आपले धनुर्विद्येतील कौशल्य ज्या ज्या प्रकारांनी दाखवून दिले ते सर्व प्रकार कर्णाने अर्जुनापेक्षाही सरसपणे करून दाखवले.

अर्जुनाला तर 'प्रथमग्रासे मक्षिकापात' व्हावा तसे झाले. तेवढ्यात कृपाचार्यांसारख्या वडील माणसाने परिस्थितीला वेगळेच वळण दिले. अर्जुनाचे श्रेष्ठत्व अबाधित ठेवण्यासाठी एकदा जसा एकलव्याच्या अंगठ्याचा बळी घेतला तसाच ह्यावेळी कर्णाच्या 'कुजन्मा'चा वापर करून घेतला गेला. विशुद्ध न्यायाचा आणि नीतीचा आग्रह धरायचा असेल तर दोन्ही वेळी अनाचार झाला आहे हे स्वीकारण्यावाचून गत्यंतरच नाही. सरस्वतीच्या मंदिरात असा अमंगलाच्या सावटाचा शिरकाव झाला आहे.

रंगमंचावरच्या आयोजित कसोटीनंतर लगेचच जी खरीखुरी परीक्षा झाली त्यात अर्जुनाने नेत्रदीपक यश मिळविले आहे आणि कर्णासह इतर सर्व अयशस्वी ठरले आहेत. ही परीक्षा म्हणजे द्रोणांनी मागितलेली गुरुदक्षिणा! द्रुपदाला पराभूत करण्यासाठी गेलेले कर्णासहित सर्व धृतराष्ट्रपुत्र उलट द्रुपदाकडूनच पराजित होऊन परतले. अर्जुनाने द्रुपदाला हरवले. त्याला बंदी करून आचार्यांसमोर हजर केले आणि त्यांनी मागितलेली गुरुदक्षिणा दिली. हा पराक्रम म्हणजे अर्जुनाच्या उज्ज्वल भविष्यकाळाची नांदी होती. कर्ण-दुर्योधनाला ती एक प्रकारची चेतावणी होती. भडकणाऱ्या संभाव्य वैराग्नीची, अर्जुनाच्या ह्या विजयक्षणी द्रोणाचार्यांना जणू चाहूल लागली होती. आज एवढीशी वाटणारी ठिणगी भविष्यकाळात महायुद्धाचा दावानल बनल्यावाचून राहणार नाही असा त्यांना संशय आला होता. असे काही घडले तर त्यावेळी आपण पांडुपुत्राच्या बाजूने असण्याऐवजी त्यांच्या विरोधात असण्याची शक्यता द्रोणांच्या लक्षात आली असावी कारण, द्रुपद-विजयानंतर लगेच त्यांनी आपल्या प्रिय शिष्याकडे आणखी एक गुरुदक्षिणा मागितली आहे. आपण शिकवलेल्या विद्येचा कधी आपल्याच विरुद्ध वापर करण्याचा प्रसंग आल्यास एका उत्तम धनुर्धाऱ्याला

साजेसे युद्ध करण्याचे वचन द्रोणांनी अर्जुनाकडे मागितले. अर्जुनाने तसे वचन दिले आणि त्या वचनाच्या बदल्यात आचार्यांनी आपल्या प्रिय शिष्याच्या भात्यात ब्रह्मशिर नावाचे अमोघ अस्त्र खोवले.

अर्जुनाचे सर्वांत अधिक लक्षणीय वैशिष्ट्य म्हणजे तो आजीवन विद्यार्थीच राहिला आहे. विद्या संपादन करण्याची जेव्हा संधी आली तेव्हा त्याने काहीही करून ती विद्या मिळविली आहे. असा ध्यास इतर पांडवांत किंवा धृतराष्ट्रपुत्रांत दिसून येत नाही. परशुरामांकडून एकदा विद्या प्राप्त केल्यानंतर कर्णानेही काही नवीन शिकण्यासाठी प्रयास केले आहेत असे आढळत नाही. अर्जुन मात्र आपल्या दीर्घकाळच्या वनवासातही काही ना काही नवे शिकत राहतो. इंद्रासोबत राहत असतानाच्या काळात 'नपुंसक होण्याचा' शाप माथी आल्यावर त्या नपुंसकत्वाला शोभून दिसावे म्हणून नृत्य-गायन-वादन सुद्धा तो शिकला आहे. ह्या कलांना त्याने शोभा आणली आहे. चित्ररथ गंधर्वाकडून तो चाक्षुषी विद्या शिकला. खांडवदहनापूर्वी अग्नीकडून त्याने गांडीव धनुष्य मिळवले आहे. साक्षात शिवाकडून पाशुपतास्त्र प्राप्त केले. यमाकडून दंडास्त्राची विद्या संपादन केली. वरुणाकडून आणि कुबेराकडून त्याला पाश-अस्त्र आणि अंतर्धान-अस्त्र मिळाली आहेत. अशा रीतीने कोणत्याही बिकट, अवघड परिस्थितीतसुद्धा त्याचा हा विद्या-यज्ञ अविरत सुरूच राहिला आहे. त्यामुळे अर्जुन विद्याक्षेत्री सतत सचेत राहिला आहे. (आजच्या भाषेत म्हणायचे तर अर्जुन आपले ज्ञान 'मॉडर्न टेक्नॉलॉजी'शी जुळवून स्वत:ला सतत 'अपडेट' करून घेत होता. प्रत्येक माणसाच्या दृष्टीने ही गोष्ट अतिशय महत्त्वाची आहे - त्याचे क्षेत्र कोणतेही असो!)

ह्यानंतरच्या काळात वारणावताला असताना किंवा लाक्षागृहानंतरच्या वनवासात अर्जुनाने विशेष महत्त्वाची कामगिरी बजावलेली नाही. साऱ्या आर्यावर्ताने मान्यता द्यावी अशा त्याच्या सर्वथा परिपूर्ण धनुर्विद्येची कसोटी लागली ती द्रौपदीस्वयंवराच्यावेळी, तीही तापसवेषात! द्रुपदाची अट पूर्ण करून त्याने द्रौपदी तर जिंकलीच शिवाय, आपल्या धनुर्विद्येतील नैपुण्याची चुणूक दाखवून, इतर सगळ्या वैफल्यग्रस्त राजांनाही एकट्या हाती (अर्थात भीमासह) पराभूत केले. ह्या विजयामुळे एक साधले. पांडव प्रचंड शक्तीनिशी प्रकट झाले. आता त्यांची उपेक्षा करणे कुणालाच शक्य होणार नव्हते. कालपर्यंत अर्जुनाकडून पराजित होणारा द्रुपद आता अर्जुनाचा निकटतम आप्त झाला, मित्र बनला. येथवर महाभारतात कुठेच न दिसलेला कृष्णही अर्जुनाच्या त्या पराक्रमासोबतच अर्जुनाचा 'सखा-गुरू-मार्गदर्शक' बनला. महाभारतातील पुढच्या घटनांवर व्यापून उरला. अशा प्रकारे, द्रौपदीस्वयंवरात मत्स्यवेध करून अर्जुनाने महाभारताच्या सगळ्या कथानकालाच एक वेगळे वळण दिले असे म्हणता येईल. आतापर्यंत दबून दबून राहणारे, सदैव पडते घेणारे, कळत-नकळत देऊ केलेले दुय्यम स्थान स्वीकारणारे पांडव इथून पुढे आपल्या संपूर्ण सामर्थ्यानिशी

रंगमंचावर दाखल झाले आहेत.

स्वयंवरातल्या अटीनुसार द्रौपदी एकट्या अर्जुनाची पत्नी व्हावी हेच यथार्थ आणि उचित होते. तरीसुद्धा 'आईच्या आदेशा'चा बहाणा करून आणि नंतर 'धर्मा'च्या नावाने अर्जुनाने आपणहून द्रौपदीला पाच पांडवांची 'संयुक्त पत्नी' केली आहे. अर्जुनाने एकट्याने द्रौपदीचा स्वीकार करायला युधिष्ठिराने सुचवले होते; पण 'तुमचे लग्न होत नाही तोपर्यंत माझेही लग्न होणे योग्य नव्हे' असे म्हणून अर्जुनानेच ते नाकारले आहे. अर्जुनाचे हे म्हणणे तर्कबद्ध तर नाहीच आणि घटनाक्रम लक्षात घेता, सत्यपरिस्थितीही वेगळीच आहे. काही महिन्यांपूर्वीच तर भीमाने हिडिंबेशी लग्न केले होते, तेव्हा युधिष्ठिराचे लग्न झालेले नव्हतेच! वडीलभावाच्या नजरेत, द्रौपदीबद्दलची लालसा उमटलेली अर्जुनाला जाणवली असेल आणि पुढे होणारा संघर्ष आरंभीच समूळ निपटून टाकण्यासाठी अर्जुनाने असे म्हटले असण्याची शक्यता आहे. भावाभावांमधील एकोपा अबाधित राखण्यासाठी द्रौपदीवरील एकसंध स्वामित्व सोडून द्यायला अर्जुन तयार झाला ह्याबद्दल त्याची वाखाणणी करावी की त्याच्यावर टीका करावी हा वादाचा मुद्दा होऊ शकतो.

लग्नानंतर खांडवप्रस्थ प्रदेशाचे वेगळे राज्य पांडवांच्या वाट्याला आले. पांडवांनी तेथे इंद्रप्रस्थ नगरी वसवली. युधिष्ठिराने राजसूय यज्ञ मांडला. ह्या यज्ञाच्या निमित्ताने भीमादी भावांप्रमाणेच अर्जुनानेही आर्यावर्तातील अनेक राज्यांना इंद्रप्रस्थाचे आधिपत्य स्वीकारायला लावून दिग्विजय केला. कृष्णासह खांडववनात वनविहाराला जाण्याची घटना ही अर्जुनाच्या जीवनातील ह्याकाळातील सर्वांत महत्त्वाची घटना आहे. ह्या वनविहाराच्यावेळी ब्राह्मणवेषधारी अग्नीने आपल्या अजीर्णाची कथा त्यांना सांगितली आणि खांडववनात राहणाऱ्या प्राण्यांना - विशेषत: सर्प, नाग इत्यादींना- (खांडववनात बहुतांशी सर्प- नागांचीच वस्ती होती) जिवंतपणी अग्नीत जाळून भस्म करण्याची विनंती केली.

ती कथा अशी — ह्याआधी कित्येक वर्षे, यज्ञात अखंड मिळणाऱ्या शुद्ध तुपाच्या आहुतीमुळे अग्नीला अजीर्ण झाले, त्यामुळे तो त्रस्त झाला होता, निस्तेज बनला होता. खांडववनात राहणाऱ्या असंख्य प्राण्यांच्या मेदाने हे अजीर्ण बरे होईल असे त्याला वचन मिळाले होते. खांडववनातील प्राणी भक्षण करण्यासाठी त्याने अनेक वेळा प्रयत्न करूनही त्यात त्याला यश आले नव्हते. खांडववनातल्या तक्षक नागाची इंद्राशी मैत्री असल्याने, अग्नी जेव्हा वन जाळण्यास जाई नेमका तेव्हाच वरुणाच्या मदतीने इंद्र पाऊस पाडत असे. अग्नीचे प्रयत्न वाया जात. आता ह्यावेळी अग्नीने अर्जुनाची मदत मागितली. बदल्यात अर्जुनाने गांडीव धनुष्य आणि अक्षय्य भात्याची मागणी केली. अग्नीने ते दिले. कृष्णाच्या संमतीने आणि मदतीने खांडववनावर अग्न्यस्त्र सोडून अर्जुनाने तेथे भीषण आग लावली. नेहमीप्रमाणे इंद्राने

वरुणाकरवी पाऊस पाडायला सुरुवात केली तेव्हा इंद्र आणि अर्जुन ह्यांचे युद्ध जुंपले. म्हणजे, एका अर्थी पिता-पुत्राचेच युद्ध झाले. इंद्राला हरवून अर्जुनाने खांडववनात भीषण संहार मांडला. शेकडो, हजारो निरपराध प्राण्यांची ह्या आगीत जिवंत आहुती पडली.

हा सर्व कथाभाग आणि त्यातील अर्जुनाची भूमिका खूपच विवाद्य ठरली आहे. 'राष्ट्रशायर' झवेरचंद मेघाणींनी[३] हजारो जिवंत निर्दोष प्राण्यांच्या अर्जुनाने केलेल्या ह्या संहाराला 'घोर पातक' म्हटले आहे. 'अग्नी ब्राह्मणवेषात होता आणि ब्राह्मणाला दिलेले वचन पाळण्यासाठीच अर्जुनाने ह्या निःशस्त्र निरपराधांचा संहार केला' असा दुबळा युक्तिवाद अर्जुनाच्या बचावासाठी केला जातो. ब्राह्मणवेष टाकून अग्नी आपल्या मूळ स्वरूपात प्रगट होऊन गांडीव धनुष्य आणि अक्षय्य भाता देतो त्यामुळे तो 'ब्राह्मण होता' ही सबब टिकत नाही. शिवाय, निर्दोषांच्या हत्येची मागणी करणारा ब्राह्मण असो की कुणी असो त्याची मागणी अर्जुनासारख्याने मान्य करावी हे उचित वाटत नाही. तसेच, अग्नीचे हे अजीर्ण अतिआहारामुळे निर्माण झालेले होते हेही लक्षात घेतले पाहिजे. 'अति सर्वत्र वर्ज्ययेत्' ह्या उक्तीचाच जणू येथे पडसाद उमटला आहे. खांडववन इंद्रप्रस्थाच्या सीमेलगत होते. ह्या दुर्गम वनाचा आश्रय घेऊन कुणी शत्रू गुप्तपणे तेथे राहण्याची शक्यता जमेस धरून कृष्णाच्या सल्ल्याने अर्जुनाने तो प्रदेश ताब्यात घेण्याचा हा प्रयत्न केला असावा हे अधिक तर्कसंगत वाटते. 'राज्याच्या वेशीपाशीच असा दुर्गम प्रदेश असणे हे लष्करीदृष्ट्या ठीक नाही' असा काही दृष्टिकोन ह्या अग्निकांडामागे असला तरीही हजारो निर्दोष जीवांना असे होरपळून मारण्याचा अधिकार शासकांना सहजासहजी मिळत नसतो.

द्यूतसभेमध्ये अर्जुनाच्या समतोलपणाचे आणि संयमाचे उदाहरण बघायला मिळते. युधिष्ठिर सर्वस्व गमावून बसला आहे. द्रौपदीची विटंबना झाली आहे. त्यानंतर जे काय घडले त्याने अस्वस्थ होऊन, संतापलेल्या भीमाने दुर्योधन आणि दुःशासन ह्यांच्या वधाची जाहीर प्रतिज्ञा केली. त्यावेळी भीमाला आवरताना अर्जुन म्हणतो, "जे करायचे आहे ते बोलून दाखवण्यात शहाणपणा नाही. चौदाव्या वर्षी आपण जे करून दाखवू ते सगळ्या विश्वाला दिसणारच आहे." अर्जुनाच्या बोलण्यातला हा संयम बलशाली वीराला साजेसाच आहे.

पांडवांचे इंद्रप्रस्थातील वास्तव नेमके किती वर्षांचे होते ते अचूकपणे सांगता आले नाही तरी सुमारे वीस पंचवीस वर्षे तरी हे शासन चाललेले असावे. ह्यादरम्यान अर्जुनाने एकदा बारा वर्षांचा वनवास भोगला आहे. द्रौपदीशी लग्न करतेवेळी

[३] झवेरचंद मेघाणींनी : सुप्रसिद्ध गुजराती कवी

भावाभावांमध्ये असे ठरले होते की, पाच पांडवांपैकी कोणी एक एक भाऊ आणि द्रौपदी एकांतात असताना दुसऱ्याने तेथे जाऊ नये. एकदा युधिष्ठिर-द्रौपदी जेथे बसले होते त्याच दालनात अर्जुनाची शस्त्रेही होती. एका ब्राह्मणाच्या गायी कुणी तरी पळवून नेत होते म्हणून त्याने अर्जुनाकडे मदतीची याचना केली. अर्जुनापुढे धर्मसंकट उभे राहिले. शस्त्रे मिळण्याची वाट बघत बसावे तर गायी पळवून नेणारा निसटून जाणार. त्याला ताबडतोब पकडण्यासाठी युधिष्ठिराच्या दालनात जाऊन शस्त्रे आणावीत तर भावांमधल्या कराराचा भंग होणार आणि त्यानुसार बारा वर्षांचा वनवास भोगायला सिद्ध व्हावे लागणार! वनवासाचे कष्ट भोगायला अर्जुन तयार झाला. शस्त्रे घेऊन अपहरणकर्त्यांना पराजित करून, त्याने गायी परत आणल्या आणि ठरल्याप्रमाणे वनात जाण्याची तयारी केली. ह्याठिकाणी धर्माचाच आश्रय घेऊन युधिष्ठिर अर्जुनाला रोखतो. तो म्हणतो, ''परंतपा! मोठा भाऊ पित्यासमान असतो त्यामुळे माता-पित्यासमोर धाकटा भाऊ किंवा पुत्रवत् असणारा कुणीही हजर झाला तर त्यात काही अधर्म नाही. त्याउलट, धाकटा भाऊ पत्नीसह एकांतात असला तर मोठ्या भावाला तो पुत्रवत् असल्याने त्याने तेथे जाणे हा अधर्म ठरेल.'' युधिष्ठिराचे हे म्हणणे अर्जुन मान्य करत नाही. तो म्हणतो, ''ज्यावेळी हे ठरले होते त्यावेळी असा काही खुलासा केलेला नव्हता त्यामुळे आता अशा एखाद्या तर्काचा आधार घेऊन वनवास टाळणे हाच मोठा अधर्म आहे'' असा धर्मभावनेशी सुसंगत असणारा अर्थ लावूनच अर्जुनाने वनवास स्वीकारला आहे. युधिष्ठिर धर्माचा सोयीस्कर अर्थ लावू पाहतो, परंतु अर्जुन मात्र धर्माच्या लक्ष्यार्थाला धरून राहतो हे लक्षणीय आहे.

त्या करारानुसार, केवळ वनवासच नव्हे तर ब्रह्मचर्यपालन हीसुद्धा एक अट पाळायची होती. वनवासाला जाण्याबद्दल अर्जुन आग्रही आहे, त्याप्रमाणे वागलाही आहे परंतु त्या अटीच्या उत्तरार्धाबद्दल तो तेवढा आग्रही नाही. वनवासाच्या आरंभीच हरद्वाराला गंगातटी नागकन्या उलूपी त्याच्यावर मोहित होऊन कामवश होते. गंगेच्या प्रवाहात स्नान करत असलेल्या अर्जुनाला ही जलकन्या आपल्या पितृगृही ओढून घेऊन जाते आणि कामतृप्तीसाठी लग्नाचा प्रस्ताव मांडते. ह्यात प्रेमभावना अथवा समर्पणाची भावना कुठेच नाही. केवळ कामतृप्ती हाच मुख्य सूर आहे. तरीही उलूपीने अर्जुनाबरोबरचे अल्पकाळचे वैवाहिक जीवन शेवटच्या श्वासापर्यंत एका आदर्श पत्नीप्रमाणे टिकवले आहे ही सुखद आश्चर्याची गोष्ट आहे. ही जलपरी अर्जुनाच्या मनात भरली आहे परंतु आपण ब्रह्मचर्यपालनाच्या वचनाने बांधले गेलो आहोत असे तो सांगतो. त्यावेळी उलूपी 'हे ब्रह्मचर्यपालन द्रौपदीच्या संदर्भात आहे' असा अत्यंत सोयीस्कर अर्थ लावते. प्रतिज्ञेच्या मुळाशी द्रौपदी होती त्यामुळे प्रतिज्ञाही द्रौपदीपुरतीच सीमित राहिली तरी ते 'धर्म्य' आहे असे ती म्हणते आणि असा अनुकूल धर्म अर्जुनालाही आवडण्यासारखाच होता. आपल्या वागण्यात

खोटेपणा दिसू नये, प्रतिज्ञापालन केले असेही म्हणात यावे आणि तरी आपला उद्देशही सफल व्हावा असा काही तरी मार्ग काढायला त्यानेच उलूपीला सांगितले आहे. वनवासाच्या सुरुवातीला युधिष्ठिराने काढलेला सोयीस्कर अर्थ नाकारून आपल्या धर्माचे पालन करण्याचा आणि वचनाला चिकटून राहण्याचा आग्रह धरणारा अर्जुन कामभावनेला मात्र शरण जाऊन आपल्या प्रतिज्ञेला मुरड घालायला तयार होतो. त्याने उलूपीशी लग्न केले. हे वैवाहिक जीवन केवळ एका रात्रीपुरतेच टिकले आहे. अधिक काळ तेथे न राहता अर्जुन फक्त एक रात्रभरच का राहिला, हा प्रश्न अनुत्तरितच आहे. ह्या एका रात्रीच्या सहवासाचा परिणाम म्हणजेच पुत्र इरावांन! ह्या इरावानालाच कुरुक्षेत्रावरील महायुद्धात पांडवांकडून लढताना वीरगती प्राप्त झाली. (एक छोटासा विचार मनात चमकून जातो. इरावानाच्या मरणाची विशेष दखल घेतली गेली नाही. उलट, अभिमन्यूच्या मृत्यूबद्दल अर्जुनासहित सगळ्या पांडवांनी हाहाकार केला आहे! इरावानही पुत्रच आहे, परंतु आयुष्यभर तो पित्याच्या घरी राहत नव्हता त्याचा तर हा परिणाम नव्हे?)

दोन

'द्रौपदीचा सहवास निषिद्ध मानला म्हणजे ब्रह्मचर्याची अट पाळल्यातच जमा आहे' हा उलूपीने काढलेला अर्थ अर्जुनाच्या पथ्यावरच पडला. हा अर्थ त्याच्या मनाजोगता होता ह्याचा पुरावा त्याने हरद्वार सोडून मणिपूरला पोहोचताच दिला आहे. मणिपूरची राजकन्या चित्रांगदा हिला पाहताच अर्जुन कामविव्हल झाला आणि राजकन्येला रीतसर मागणी घालण्यासाठी तो तडक राजमहालात जाऊन पोहोचला. चित्रांगदेच्या पित्याने आपली मुलगी अर्जुनाला द्यायचे कबूल केले खरे, परंतु त्या राजघराण्याची एक विचित्र परंपरा होती. त्या कुळात वंशपरंपरेने फक्त एकच अपत्य जन्माला येत होते. ह्या राजाला एवढी एकच कन्या होती. त्यामुळे चित्रांगदेच्या पोटी जन्माला येणारे अपत्य आपला वारस म्हणून मणिपूरलाच राहील ह्या अटीवर त्याने लग्नाला संमती दिली. अर्जुनाच्या दृष्टीने ही अट सोयीचीच होती. चित्रांगदेवर त्याचे प्रेम बसले होते असे मुळात नव्हतेच! नाही तरी वनवासात तो चित्रांगदेला घेऊन कुठे कुठे फिरला असता? अर्जुनाच्या भ्रमरवृत्तीला ही अट सोयीची वाटली. अट स्वीकारून त्याने लग्न केले. तीन वर्षे तो मणिपूरमध्ये 'घरजावई' बनून राहिला. त्यानंतर पुत्र बभ्रुवाहनाचा जन्म झाल्यावर मणिपूर सोडून तो उरलेला वनवास पूर्ण करण्यासाठी पुढे निघाला.

वनवास म्हणजे खऱ्या अर्थाने अरण्यातच राहणे असा अर्थ अभिप्रेत असला तर अर्जुनाने मणिपुरात राहून वनवासाच्या लक्ष्यार्थाचाही भंग केला असेच म्हटले

पाहिजे —'ब्रह्मचर्या'ला ह्याआधीच मुरड घातली होती. त्यानंतर तीन वर्षांचा भलामोठा काळ मणिपूरच्या राजमहालात राहून 'वनवास' शब्दही निरर्थक करून टाकला. तीन वर्षेपर्यंत जर तो मणिपूरचे राजवैभव भोगत राहिला होता तर मग उरलेली सगळी वर्षेही तेथेच राहू शकला असता. तरीही बभ्रुवाहनाचा जन्म झाल्यावर मात्र त्याने आपला 'वनवास' पुढे सुरू ठेवला. (राम ज्यावेळी चौदा वर्षांच्या वनवासाला निघाले त्यावेळी वाटेत भेटलेल्या निषादराजाने त्यांना हा काळ आपल्या नगरात घालवावा असे सुचवले होते. वनवास म्हणजे केवळ अयोध्येपासून दूर राहणे नसून खरोखरच वनात असा आपल्या पितृआज्ञेचा अर्थ रामाने लावला होता.)

वनवासाच्या शेवटच्या टप्प्यातही अर्जुनाची भ्रमरवृत्ती पुन्हा प्रगट झाली आहे. द्वारकेला येऊन तो कृष्णाला भेटला. रैवतक पर्वतावर सर्व यादव उत्सव साजरा करत होते. त्यावेळी तेथे कृष्णाची बहीण सुभद्रा हिला पाहून पुन्हा एकदा तो कामवश झाला. त्याच्या डोळ्यांतील कामभावनेचे स्फुल्लिंग कृष्णाने हेरले. ह्याआधी वनवासातील त्याच्या लग्नांचे वृत्त कृष्णापर्यंत पोहोचले असणारच! येथे प्रश्न असा उद्‌भवतो की कृष्णाची ही सख्खी बहीण अर्जुनाने आधी कधीच पाहिली नव्हती हे कसे? सुभद्रा आत्ता लग्नाच्या वयाची आहे आणि अजून कुमारी आहे ह्याचाच अर्थ असा की कृष्णाच्या आणि सुभद्रेच्या वयात पुष्कळ अंतर असले पाहिजे. अर्जुनाने सुभद्रेबद्दलची आपली भावना व्यक्त केली आणि कृष्णाने त्यास संमती दिली. संमती दिली, पण ती कशासाठी? सुभद्रेला रीतसर मागणी घालण्यासाठी नव्हे! स्वयंवरात कदाचित सुभद्रा अर्जुनाला वरणार नाही ह्या शंकेने, क्षत्रिय परंपरेला अनुसरून तिला सरळ पळवून न्यायचा त्याने अर्जुनाला सल्ला दिला. तशी व्यवस्थाही करून दिली. सुभद्रेचे लग्न अर्जुनाशी व्हावे अशी कृष्णाची इच्छा असण्यामागे कारण काय असावे? एक शक्यता अशी दिसते की अर्जुन कृष्णाचा सखा आहे. ते स्वत:ची भ्रमरवृत्ती अशीच जोपासत राहिला असता तर त्याच्याकडून ज्या जीवितकार्याची अपेक्षा होती ते सिद्ध झाले नसते. ह्या वृत्तीला आळा घालणे आवश्यक होते. अर्जुनाचे सुभद्रेशी लग्न झाले तर त्याच्यावर कृष्णाचा वचक राहिला असता. प्रत्यक्ष कृष्णाच्या बहिणीची अवगणना करूना पुढील काळातही असेच वागत राहणे त्याला शक्य झाले नसते. अशा प्रकारे, अर्जुनावर अंकुश ठेवण्यासाठी कृष्णाने आपल्या बहिणीचे निमित्त केले असेल तर ते योग्य नसेलही, परंतु तर्कशुद्ध वाटते. खरोखरच, सुभद्रेशी लग्न केल्यानेतर अर्जुनाने अन्य कोणत्याही स्त्रीचा विचार केला नाही. उलट, पुढे दोन वेळा अशी संधी चालून आली असता त्याने मोठ्या आदराने ती नाकारली आहे. द्यूतात पराजित, झाल्यावर पांडव वनवासात गेले. ह्याकाळात एकदा अर्जुन शस्त्रे प्राप्त करून घेण्यासाठी इंद्राकडे गेला. इंद्राने उर्वशीला त्याचे मनोरंजन करण्यासाठी नेमले. नृत्यानंतर उर्वशीने शारीरिक संबंधाची इच्छा व्यक्त

केली त्यावेळी अर्जुनाने मोठ्या आदराने म्हटले. ''तुम्ही पूर्वी आमचे पूर्वज पुरुरव्याची पत्नी होतात. त्या नात्याने तुम्ही माझ्या मातेसमान आहात. हे माते! मी तुला वंदन करतो!'' ह्या वंदनाच्या बदल्यात उर्वशीच्या नाकारलेल्या, उपेक्षिलेल्या अपमानित स्त्रीत्वाने अर्जुनाला शापच दिला, ''हे अर्जुना, कामवश तरुण स्त्रीने मागणी केली असताही तू ती मागणी नाकारून नपुंसकासारखे वर्तन केले आहेस तर आता तुला नपुंसक म्हणून जगावे लागेल!'' हा शाप एका वर्षापुरताच मर्यादित होता. अर्जुनाने हा शाप स्वीकारला आणि नपुंसक बनून राहावे लागेल त्यावेळी उपयोगी पडाव्या म्हणून नृत्यगायनादी कला प्राप्त करून घेतल्या. वनवासानंतरच्या अज्ञातवासाच्या काळात विराटनगरीत बृहन्नला बनून राहताना ऊर्वशीचा हा शाप आणि नृत्यगायनकला दोन्हीही अर्जुनाला आशीर्वादरूपच ठरले.

दुसरा प्रसंग विराटनगरीतील अज्ञातवासादरम्यानच घडला आहे. बृहन्नला म्हणजे प्रत्यक्ष सव्यसाची अर्जुनच आहे हे समजल्यावर विराटनरेश इतका प्रसन्न झाला की, त्याने आपली कन्या उत्तरा हिचे पाणिग्रहण करण्याची अर्जुनाला विनंती केली. अर्जुन वर्षभराच्या ह्या काळात ह्या राजकन्येचा गुरू बनून तिला गायन-वादन-नर्तन शिकवत होता. त्यामुळे, 'शिष्या ही मुलीसारखी असते' असे म्हणून अर्जुनाने लग्नाचा प्रस्ताव नाकारला. अर्थात, 'कृष्णाची बहीण म्हणजे माझीही बहीण' असा तर्क त्याला सुभद्रेच्यावेळी सुचला नव्हता; पण उत्तरेच्यावेळी ते ज्ञान त्याला झाले आहे. येथे कृष्णाच्या त्या दूरदृष्टीचा प्रत्यय येतो.

महायुद्धाच्या आदल्या संध्याकाळी श्रीमद्‌भगवद्‌गीतेचा अतिपरिचित प्रसंग घडतो. ह्याआधी युद्धाची तयारी सुरू असताना एकीकडे नि:शस्त्र कृष्ण आणि दुसरीकडे कृष्णाची सर्व सेना असा पर्याय असताना क्षणाचाही विलंब न लावता अर्जुनाने आपल्या पक्षासाठी नि:शस्त्र कृष्णाची निवड केली आहे. त्यात त्याचे कृष्णप्रेम आणि दूरदृष्टी दोन्ही दिसून येतात. कृष्णप्रेमाखेरीज त्याची कृष्णावरील अपार श्रद्धाही त्यातून प्रकट होते. युद्धाच्या आरंभी 'युद्ध निरर्थक आहे, मला लढायचेच नाही, महासंहारानंतर मिळणारा विजय मला नकोच' असा जो भाव अर्जुनाने व्यक्त केला त्यामागे भ्याडपणाही नाही आणि भीतीही नाही. त्यात वैराग्य नाही की ज्ञान नाही. त्यागही नाही आणि आप्तजनांबद्दलचे प्रेमही नाही. तो तर अर्जुनाच्या स्वभावाविरुद्धचा, त्याच्या प्रकृतीच्या विरुद्धचा मोह आहे. हा मोह मानवसुलभ आहे पण अर्जुनाला तो स्वभावदत्त नाही. महाभारतात केव्हा केव्हा असा मोह युधिष्ठिर, दुर्योधन इत्यादींनाही झाला आहे; परंतु त्यांच्या मोहाचे विषादाच्या पुढे जाऊन ऊर्ध्वीकरण झालेले नाही. येथे अर्जुनाचा विषाद मात्र ऊर्ध्वीकरण पावून गीतेचा योग बनून गेला आहे. कारण त्याला श्रीकृष्णाचा संस्पर्श झाला आहे. कृष्णाबद्दलची अर्जुनाची अपार श्रद्धा किती सार्थ आहे ह्याचाच साक्षात्कार युद्धाच्या

आरंभीच होतो. असाच साक्षात्कार दुसऱ्यांदा युद्धाच्या अखेरीसही होतो. शत्रूंच्या तेजस्वी बाणांनी खरे तर आधीच जळून खाक झालेला रथ कृष्णाने स्वत: मागे राहून आपल्याआधी अर्जुनाला रथातून उतरायला लावून मगच प्रत्यक्षात जळू दिला. रोजच्यासारखा त्या दिवशी कृष्ण आधी उतरला असता तर अर्जुन रथाबरोबर जळूनच गेला असता.

तसे पाहता महायुद्धातील पांडवांच्या विजयाचे श्रेय अर्जुनाच्याच वाट्याला यायला हवे. भीष्म, कर्ण, जयद्रथासारख्या योद्ध्यांचा वध प्रत्यक्ष किवा अप्रत्यक्षपणे अर्जुनाने केला आहे. ह्यांचे वध झाले नसते तर पांडवांना विजयाचा विचारही करता आला नसता. त्याचवेळी हेही मान्य केले पाहिजे की अर्जुनाने एकही पराक्रम, ज्याला शुद्धनीती किंवा धर्म म्हणता येईल अशा तऱ्हेने केलेला नाही. ह्या सर्वांना मारताना त्याने एक तर धर्म पाळला नाही किंवा धर्म ह्या शब्दाचा वेगळा अर्थ तरी काढला आहे. विशेष म्हणजे हे सगळे त्याने कृष्णाच्या सांगण्यावरूनच केले आहे. युद्ध सुरू होण्याआधी कौरवपक्षाकडून अधर्माचे किंवा अनीतीचे आचरण झाले आहे. परंतु युद्धाच्या अठरा दिवसांदरम्यान कौरवांकडून 'अधर्म' म्हणावा अशी अभिमन्युवधाची एकमात्र घटना घडली आहे. ह्याउलट, बहुतांश कौरव योद्ध्यांवर पांडवांनी मिळवलेल्या विजयाकडे नुसती एक नजर टाकली तरी तो अधर्माचरण वाटल्यावाचून राहत नाही. अर्थात हे अधर्माचरण कळून घ्यायचे असेल तर कृष्णही 'कळला' पाहिजे. कृष्णाचे व्यक्तिमत्त्व समजून घेतले पाहिजे. ते एकदा लक्षात आले तर ह्या अधर्माचरणाच्या मुळापर्यंत पोचता येण्यासारखे आहे. अर्जुनाच्या अंत:करणात दडपून ठेवलेल्या एकूण एक अपूर्ण, अतृप्त इच्छा-आकांक्षा एकाचवेळी उसळी मारून बाहेर याव्यात असा एक प्रसंग युद्धाच्या ह्या अठरा दिवसांत घडला आहे. कर्णपर्वातील ही घटना आहे. कर्णाच्या हातून युधिष्ठिर जखमी झाला एवढेच नव्हे तर पराजित होऊन तो आपल्या शिबिरात परतला. हा पराजय अगदी असह्य होता. युधिष्ठिर कर्णाहाती मारलाच जायचा, पण कर्णाने त्याची टर उडवून त्याला सोडून दिले. जखमांपेक्षाही ह्या उपहासाने विद्ध झालेला युधिष्ठिर शिबिरात निघून गेला. रणक्षेत्रावर युधिष्ठिर कुठेच दिसत नाही हे पाहून अर्जुनाला अतिशय चिंता वाटली आणि तो युधिष्ठिराच्या शिबिरात आला. शारीरिक आणि मानसिक वेदनांनी व्यथित झालेल्या युधिष्ठिराने 'कर्णाचा वध झाला की नाही' असे विचारले. कर्ण अजूनही जिवंतच आहे हे कळल्यावर त्याच्या मनाचा तोल गेला. 'धिक्कार असो तुझा आणि तुझ्या धनुष्याचा' असे म्हणून त्याने अर्जुनाची आणि गांडीव धनुष्याची निर्भर्त्सना केली. त्यावेळी कृष्ण तेथे हजर होता. युधिष्ठिर म्हणाला, ''अर्जुना, तुझ्याकडून मी विजयाची अपेक्षा ठेवली होती आणि तू मात्र मला विनाशाखेरीज काही दिले नाहीस. ह्यापेक्षा मातेच्या गर्भातच तुझा नाश होता तर बरे होते! तू मोठ्या मोठ्या वल्गना करतोस; पण

तुझ्याहातून घडत तर काहीच नाही. तुझे हे गांडीव धनुष्य एखाद्या चांगल्या योद्ध्याला देऊन तरी टाक!'' एवढे झाल्यावर अर्जुन संतप्त झाला 'जर कुणी माझ्या गांडीवाचा अपमान करेल तर मी त्याचा वध करेन' अशी त्याने मनोमन प्रतिज्ञा केलेली होती. खरे तर ही प्रतिज्ञा, — तीही मनातल्या मनात — बालिश वाटावी अशीच आहे तरीसुद्धा ती प्रतिज्ञा पाळण्यासाठी अर्जुन युधिष्ठिराचा वध करायला निघतो. ह्यावेळी, प्रतिज्ञेचे पालनही व्हावे आणि युधिष्ठिराचा वधही न व्हावा असा एक मार्ग कृष्ण सुचवतो की वडील माणसाला 'अरे - तुरे' करून त्याचा अपमान करणे हे वध करण्यासारखेच आहे! कृष्णाचे हे म्हणणे ऐकून, अर्जुन युधिष्ठिराला जे कठोर अपशब्द ऐकवतो ते म्हणजे मोठ्या भावाबद्दलच्या आजवर त्याच्या मनात कोंडून राहिलेल्या नाराजीच्या सगळ्या भावनाच 'प्रतिज्ञा-पालनाच्या' बहाण्याने व्यक्त झाल्या आहेत. तो म्हणतो, ''अरे जुगाऱ्या, जुगार खेळून आम्हांला दुःख देण्यावाचून आजपर्यंत तू दुसरे केलेच काय? तू केवळ द्रौपदीच्या शय्येवर बसून पोकळ बाता मारल्या आहेस. युद्धात तू काय पराक्रम केलास? भीमाने माझा अपमान केला असता तर एकवेळ ते वाजवी ठरले असते कारण भीम युद्धात शत्रूशी लढतो तरी! तू तर पळून आलास आणि दडून बसलास शिबिरात. नशीबही ज्याला साथ देत नाही असा फक्त कमनशिबी जुगारी आहेस तू!''

युधिष्ठिराच्या द्यूतप्रेमाबद्दलचा अर्जुनाच्या मनात दाटलेला सगळा राग ह्यातून उघड झाला आहे. युधिष्ठिराच्या ह्या द्यूताच्या आवडीमुळेच पांडवांना सदैव दुःख भोगावे लागले हे सत्य त्याने येथे बोलून टाकले आहे. द्रौपदीवर युधिष्ठिराचा काडीमात्र हक्क नसताना त्याने हा अधिकार अनुचितरीत्या प्राप्त करून घेतला आहे हा अर्जुनाच्या अंतर्मनातला किंतू काळा कातळ भेदून कोसळणाऱ्या प्रपातासारखा उफाळून बाहेर आला आहे. अर्जुनाने दीर्घकाळ सहन केलेल्या, मनातल्या मनात जिरवून टाकायचा प्रयत्न केलेल्या गोष्टींचे अशा मानसशास्त्रीय पद्धतीने येथे चित्रण झाले आहे. एवढे झाल्यावर वडील भावाचा 'असा' वध केल्याचे प्रायश्चित्त म्हणून अर्जुन आत्महत्या करायला निघाला त्यावेळी पुन्हा एकदा कृष्णाने धर्माचरणाची नवी दिशा आखून दिली आहे— 'आत्मश्लाघा म्हणजे आत्महत्याच! तू आपली स्वतःची जाहीरपणे स्तुती करून मोठ्या भावाच्या वधाच्या पातकातून मुक्त हो!' ह्यावर अर्जुनाने केलेली आत्मप्रशंसा म्हणजे सुद्धा एक प्रकारचा 'मानसशास्त्रीय उपचार'च आहे. त्याच्या मनात जो काय अहंभाव आहे तो त्याने व्यक्त केला - ''एक पिनाकपाणि शंकर सोडून इतर कुणीही माझ्या तोडीचा धनुर्धर नाही. राजसूय यज्ञाच्यावेळी मी दिग्विजय केला होता'' इत्यादी इत्यादी.

ह्यात उलटसुलट मनोव्यापारांचा खेळ आहे. युद्धिष्ठिराची तोल हरवलेली, क्लेशदायी व्यथा आहे, तर अर्जुनाच्या अंतरंगाचे दर्शन आहे. कृष्णाची कुशाग्रता

आहे आणि अर्जुनाची बढाईखोर बडबड. अर्जुन हे पात्र समजून घेण्याच्या दृष्टीने ही घटना महत्त्वाची आहे.

युद्धात विजय मिळवल्यावर महाराज युधिष्ठिराला पुन्हा अपराधीपणाची, विरक्तीची भावना व्यापून टाकते. ह्या महासंहाराला आपणच कारणीभूत आहोत ह्या जाणिवेने व्यथित होऊन, युधिष्ठिर संन्यास घेऊन वनवासाला जाण्याचा मनोदय व्यक्त करतो त्यावेळी मात्र एखाद्या कर्मवीराला शोभेशा रीतीने अर्जुन आपल्या वडील भावाची समजूत घालतो. राज्यधुरा खंबीरपणे सांभाळून आणि जे काय घडले त्यातील वेचक, श्रेष्ठ गोष्टींचे अनुसरण करून, क्षत्रियधर्म, राज्यधर्म तसेच गृहस्थधर्माचे पालन केले पाहिजे ही गोष्ट अर्जुन युधिष्ठिराच्या गळी उतरवतो. पुत्रहीन झालेल्या धृतराष्ट्राला काही कमी पडू नये ह्यासाठी युधिष्ठिराइतकाच अर्जुनही झटत आहे. भीम जेव्हा कधी धृतराष्ट्राला टोमणे मारतो तेव्हा अर्जुन भीमालाही आवरण्याचा प्रयत्न करतो. मृतात्म्यांच्या शांतीसाठी यज्ञ, दानधर्म करण्यासाठी धृतराष्ट्राने मागितलेले धन देण्यास भीम नकार देतो तेव्हा अर्जुन भीमाची समजूत घालतो.

युधिष्ठिराच्या राज्यारोहणानंतर हस्तिनापुरात अश्वमेध यज्ञ झाला. त्यासाठी दिग्विजयास गेला असता अर्जुन आणि मणिपूरला त्याला चित्रांगदेपासून झालेला पुत्र बभ्रुवाहन ह्यांच्यात युद्ध झाले. महायुद्धात विजयी झालेला अर्जुन आपल्याच पुत्राच्या हातून पराजित झाला आहे; इतकेच नव्हे तर पुत्राने त्याचा वधही केला आहे. आपला पिता मणिपुरात येणार असल्याचे कळल्यावर बभ्रुवाहन पित्याला वंदन करून त्याचा सत्कार करण्यासाठी नजराणे घेऊन भेटायला येतो; परंतु अर्जुन बभ्रुवाहनाला तथाकथित क्षात्रधर्माच्या नावाने असे काही धुडकावून लावतो की अर्जुन ह्या पात्राच्या व्यवहारक्षमतेची शंका यावी! आपल्या पुत्राने अश्वमेधाच्या दिग्विजयाचा असा निमूटपणे स्वीकार करून क्षात्रधर्मालाच लज्जित केले आहे असे म्हणून तो बभ्रुवाहनाला आपल्याशी युद्ध करायला प्रवृत्त करतो. बभ्रुवाहनाने पित्याची इच्छा पूर्ण केली. ह्या युद्धात त्याने अर्जुनाचा वध केला अशी कथा आहे. वध तर केला, मग पितृहत्येच्या पातकातून मुक्त होण्यासाठी आमरण अन्नत्याग करण्याचा निश्चयही केला. त्यावेळी त्याची सावत्रआई नागकन्या उलूपी हिने संजीवनी मण्याच्या उपायाने अर्जुनाला पुन्हा जिवंत केले. पुन्हा जिवंत होण्याची घटना बाजूला ठेवली आणि अर्जुन हरला होता एवढी गोष्ट मान्य केली तर युद्ध करण्यासाठी हा क्षात्रधर्माचा मुद्दा अर्जुनाच्या पात्राशी सुसंगत वाटत नाही. बभ्रुवाहन त्याचा पुत्रच होता. पुत्राने आपल्या पित्याचे आधिपत्य मान्य करण्यात क्षात्रधर्माला लाज आणण्याचा प्रश्न येतोच कुठे? ह्यानंतर मात्र बभ्रुवाहन, चित्रांगदा आणि उलूपी तिघेही अश्वमेध यज्ञात हजर होतात.

बभ्रुवाहनाने केलेला पराजय हे जणू भविष्यकाळात घडणाऱ्या घटनांचा पूर्वसंकेत असावा. असा आणखी एक घोर पराजय कृष्णाच्या स्वर्गारोहणानंतर घडला आहे.

अर्जुन द्वारकेहून यादवांचे परिवार घेऊन येत असताना वाटेत आभीर जातीच्या लुटारूंनी त्यांच्यावर हल्ला केला. त्या हल्ल्याचा प्रतिकार करण्यात अर्जुन त्याच्या गांडीव धनुष्यासकट, निष्फळ ठरला. आभीरांनी अर्जुनाचा पराभव केला; त्याच्या डोळ्यांदेखत यादवांच्या स्त्रिया आणि धन लुटून नेले. एखाद्या असहाय बघ्यासारखे अर्जुन हे सर्व बघत राहिला. तो आपली सगळी धनुर्विद्या जणू विसरूनच गेला! जीवितकार्य पूर्ण झाल्याचाच हा संकेत असेल काय?

ह्या संकेताचे मर्म ध्यानात न येण्याइतके पांडव अजाण नव्हते. पाचही भाऊ द्रौपदीसह स्वर्गारोहणासाठी हिमालयात जायला निघाले. चालता चालता अर्जुन पडला. हिमालयाच्या शिखरांमध्येच त्याचा देह विरून गेला तेव्हा धर्मराज युधिष्ठिर म्हणतो, ''आपण एका दिवसातच कौरवांना पराजित करून टाकू असे अर्जुन म्हणाला होता पण तसे करू शकला नाही. अशा असत्य बोलण्यामुळे त्याचे पतन झाले आहे.'' युधिष्ठिराने पुढे केलेले हे कारण अत्यंत अप्रस्तुत आणि तर्कहीन वाटते. समजा अर्जुनाने असे काही म्हटले असले तरी ते शब्दश: न घेता त्यामागचा भावच लक्षात घेतला पाहिजे. एवढी साधी गोष्ट युधिष्ठिराच्या लक्षात आली नाही असेच म्हटले पाहिजे.

भारतीय युद्धाचा विजेता म्हणून फक्त एकालाच यशाचा धनी करायचे असेल तर अर्जुनालाच अग्रक्रम द्यावा लागेल. कृष्णाच्या व्यक्तिरेखेच्या जास्तीत जास्त निकट जाऊ शकणाऱ्या पात्रांमध्येही अर्जुनाचे स्थान सर्वांत पुढे आहे. विपक्षातील प्रतिस्पर्धी कर्णाबद्दल त्याला रोष आहे; पण त्यात कुठेही द्वेष नाही. त्याच्या विकासावर विपरीत परिणाम करेल अशी कोणतीच त्रुटी त्याच्या वर्तनातून दिसून येत नाही. भीमाची भोजनप्रियता, युधिष्ठिराचे द्यूतप्रेम, दुर्योधनाचा अहंकार ह्या नकारात्मक गोष्टी आहेत. अर्जुनाच्या बाबतीत नकारात्मक म्हणावे असे काही सापडत नाही. ह्यातच अर्जुन ह्या पात्राचे सातत्य आणि वैशिष्ट्य दोन्ही आहे.

■

।। आचार्यपुत्र अश्वत्थामा ।।

एका दृष्टीने पाहता, महाभारताच्या समग्र कथानकाच्या मुळाशी तत्कालीन समाजात रूढ असलेली आर्थिक विषमता हे सुद्धा एक महत्त्वाचे कारण आहे असे म्हणता येईल. प्रथमदर्शनी अनोखे वाटावे असे हे विधान आहे, परंतु अश्वत्थामा ह्या पात्राचा विचार करायला घेतल्याबरोबर हा विचार मनात आल्यावाचून राहत नाही. द्रोणांचा पुत्र आणि कृपाचार्यांचा हा भाचा जन्मताक्षणी इंद्राच्या उच्चैःश्रवा घोड्यासारखा खिंकाळला म्हणून त्याचे नाव अश्वत्थामा असे पडले. अश्वत्थाम्याच्या बाळपणी त्याचे पिता द्रोण अजून हस्तिनापूरच्या राजकुमारांचे आचार्य बनले नव्हते. ते तेव्हा निखळ ब्राह्मण होते, विद्वान होते, शस्त्रास्त्र जाणणारे होते; पण निर्धन होते. त्यांचे दारिद्र्य इतके पराकोटीचे होते की लहानग्या अश्वत्थाम्याला घोटभर दूधही मिळू शकत नव्हते. शेजारच्या कुणाला तरी दूध पिताना पाहून अश्वत्थाम्याने आपल्या आईकडे - कृपीकडे - दूध मागितले. दरिद्री द्रोणांच्या घरात दूध नव्हतेच. मुलाला साधे दूधही देता येऊ नये ह्या विचाराने दुःखीकष्टी झालेल्या, अश्रू गाळणाऱ्या कृपीने पिठात पाणी मिसळून ते दूध म्हणून मुलाला पाजून त्याला तात्पुरते शांत तर केले; पण नंतर ह्या दारुण अवस्थेबद्दल तिने पतीपाशी खूप शोक केला. हे आक्रंदन म्हणजे एका अर्थी आर्थिक विषमतेवरचा दोषारोप होता. पत्नीच्या ह्या आक्रोशामुळे द्रोण अतिशय अस्वस्थ झाले त्यांच्यातला विशुद्ध ब्राह्मण लोप पावला आणि त्यांच्यात एका याचकाने जन्म घेतला. विद्यार्थिदशेतील आपला मित्र द्रुपद ह्याच्याकडे जाऊन त्यांनी एक गाय मागितली आणि ह्या छोट्याशा मागणीतून सुडाची परंपरा उदयाला आली. द्रुपदाने अपमान केल्यामुळे पेटून उठलेल्या द्रोणांनी अध्ययन-अध्यापनाचे ब्राह्मणकर्म सोडून, आज आपण ज्याला 'खाजगी शिकवणी' म्हणू असा व्यवसाय पत्करला. गुरुदक्षिणा म्हणून आपल्या सूडाची पूर्तता करण्याची विलक्षण मागणी त्यांनी केली. हे ब्राह्मणधर्माच्या सर्वस्वी विपरीत होते. अर्जुनाच्या हातून द्रुपदाचा पराभव झाला आणि त्या पराभवाचा उलट बदला घेण्यासाठी द्रुपदाने यज्ञवेदीतून धृष्टद्युम्न आणि द्रौपदी प्राप्त करून घेतली. सूडपरंपरा पुढे वाढत गेली.

जो समाज अश्वत्थाम्याला - एका लहान ब्राह्मणपुत्राला - द्यायला घोटभर दुधाचीही सोय करू शकत नाही, तो समाज हळूहळू क्रमाक्रमाने, कळत-नकळत, स्वत:ला संहाराच्या आणि अध:पतनाच्या दिशेने ढकलत असतो असे जणू महाभारतकारांना ह्यातून सुचवायचे आहे.

हस्तिनापूरच्या राजकुमारांसोबतच अश्वत्थाम्याचे विद्याध्ययन पिता द्रोणाकडेच झाले. द्रोणांनी धनुर्विद्येचे काही पाठ अश्वत्थाम्याला एकट्यालाच गुपचुप शिकवले; पण ब्रह्मशिर विद्या त्यांनी आपला प्रिय शिष्य अर्जुन ह्यालाच दिली. विद्यार्थी असतापासूनच अश्वत्थामा स्वत:ला अर्जुनाच्या बरोबरीचा मानत होता त्यामुळे ही बह्मशिर-विद्या आपल्यालाही मिळावी असा त्याने पित्याजवळ हट्ट धरला. द्रोणांवर पुत्रमोहाचा पगडा होताच त्यामुळे त्यांनी आपल्या मुलाचा हट्ट पुरवला; परंतु 'तू नेहमी सन्मार्गावरच राहशील ह्याचा भरंवसा नाही पुत्रा! तेव्हा लक्षात ठेव, ह्या विद्येचा वाटेल तेथे विनियोग करू नकोस' असे बजावायला ते विसरले नाहीत. द्रोणांचे आपल्या मुलाबद्दलचे हे निरीक्षण काटेकोर आणि यथातथ्य आहे. त्यात वस्तुनिष्ठते-बरोबरच एक व्यथाही भरली आहे. सत्पुरुषांचा मार्ग अश्वत्थाम्याने अनुसरला नाही. तो केवळ सन्मार्गावर राहू शकला नाही. ह्याचे दाखले त्याने आपल्या उत्तरायुष्यात दिले आहेत. ज्या ब्रह्मशिर-विद्येचा वापर जवळ-जवळ वर्ज्यच होता त्या विद्येचा, युद्धाच्या एकोणिसाव्या दिवशी पांडवांचा नाश करण्यासाठी त्याने प्रयोग केला आणि अखेरीस त्यामुळेच उत्तरेच्या गर्भातील बाळाचा विनाश झाला.

अश्वत्थामा कौरवपक्षात असला तरी वेळप्रसंग पडल्यास, दुर्योधन आणि कर्ण दोघांनाही कटू सत्य सुनावून द्यायला कमी करत नाही. विराट पर्वातील गोग्रहण प्रसंगी तो म्हणतो, ''दुर्योधना, द्यूताच्या फाशांनी मिळवलेला विजय म्हणजे क्षत्रियोचित विजय नव्हे. गांडीव धनुष्याची प्रत्यंचा ओढली जाईल तेव्हा त्यातून सुटतील ते बाण, द्यूताचे फासे नाही.'' ऐन महायुद्धाच्यावेळी सुद्धा कर्णाला तो परखडपणे सुनावतो, ''कर्णा, अजूनपर्यंत तू वीराला शोभेसा विजय मिळवून दाखवला नाहीस.'' मग दुर्योधनाकडे वळून तो म्हणतो, ''राजा, शकुनीला पुढे करून तू द्यूत तर जिंकलेस, आता युद्धात स्वत: एकट्याने विजय मिळव'' अश्वत्थाम्याचे बोलणे हे त्याच्या व्यावहारिक शहाणपणाचे द्योतक आहे. कर्णाच्या मृत्यूनंतर तर 'आता युद्ध थांबवून पांडवांशी समेट करण्यातच शहाणपणा आहे' असेही तो दुर्योधनाला सांगतो. भीष्म, द्रोण, कर्ण ह्यांसारखे महारथी पडल्यानंतर आता पांडवांशी लढत राहण्यात औचित्य नाही असे तो म्हणतो.

......आणि तरीही, स्वत:ची महत्त्वाकांक्षा पूर्ण करताना मात्र अश्वत्थामा सारासार विवेक हरवून बसतो ह्याचेही उदाहरण सापडते. अश्वत्थामा महत्त्वाकांक्षी आहे. स्वत:ला तो आर्यावर्तातील श्रेष्ठ योद्धा मानतो. फक्त श्रीकृष्ण आपल्या श्रेष्ठत्वाच्या आड येतो

असा त्याचा समज आहे. धनुर्विद्या किंवा अन्य शस्त्रास्त्रात आपण स्वत: कृष्णाप्रमाणेच अजोड आहोत, परंतु कृष्णाकडे सुदर्शन चक्र आहे. हे चक्र हीच कृष्णाची परमशक्ती आहे. अशी शक्ती आपल्याकडे नाही. केवळ त्या एका उणिवेमुळेच आपण कृष्णापेक्षा उणे ठरतो अशा त्याच्या ठाम समजुतीमुळे एकदा त्याने कृष्णाकडे सुदर्शन चक्र मागण्याचे धारिष्ट्यही केले होते. कृष्णाचा पाहुणा म्हणून एकदा द्वारकेत गेला असता त्याने कृष्णाजवळ हे चक्र मागितले. कृष्णाने दिलेही! सुदर्शन चक्र मिळवण्यासाठी अधीर, उतावळा झालेला अश्वत्थामा ते चक्र उचलूही शकला नाही. त्याचा निष्फळ प्रयास पाहून कृष्णाने विचारले, ''हे चक्र तू का मागितलेस? आजवर माझा थोरला भाऊ बलराम, माझा पुत्र प्रद्युम्न किंवा माझा सखा अर्जुन ह्यांपैकी कुणीही कधीच अशी मागणी केली नाही. तुलाच हे का हवे आहे?'' अश्वत्थाम्याने उत्तर दिले, ''कृष्णा, ह्या चक्राच्या साहाय्याने तुझाच पराजय करायची माझी इच्छा होती.'' असा हा अश्वत्थामा केवळ महत्त्वाकांक्षीच नाही, आपली महत्त्वाकांक्षा पूर्ण करण्यासाठी काय वाटेल ते करायलाही तो मागेपुढे पाहत नाही.

युद्ध संपले, भीमाने युद्धनियम मोडून दुर्योधनाच्या मांडीवर प्रहार करून त्याचा वध केला त्यामुळे अश्वत्थामा अतिशय संतापला आहेच आणि व्यथितही झाला आहे. धृष्टद्युम्न आणि पांडवांनी मिळून ज्या पद्धतीने द्रोणांचा वध केला त्यामुळे नाहीतरी अश्वत्थामा त्यांचा सूड घेण्याच्या ईर्षेने पेटलेलाच होता. आपल्या पित्याचे केस धरून त्याचा शिरच्छेद करणाऱ्या पांडवसेनापती धृष्टद्युम्नाचा वध करण्याची प्रतिज्ञा त्याने केली होती. दुर्योधनाचा वध झाला त्या रात्री कौरवांच्या पक्षातील फक्त तीनच योद्धे वाचले होते. अशावेळी अश्वत्थामा सेनापती झाला. अत्यंत हताश अवस्थेत असताना त्याच्या मनात पांडवांच्या सुडाचे विचार घोळत होते. त्याचवेळी एका वृक्षावर एक घुबड झोपेत असलेल्या कावळ्यांना मारून टाकताना त्याला दिसले. त्यावरून त्यालाही कल्पना सुचली आणि धृष्टद्युम्न वगैरे ऐन झोपेत असतानाच त्यांच्या शिबिरात शिरून त्यांना मारण्याचा अश्वत्थाम्याने निश्चय केला. कौरवसेनेतील उरलेले कृपाचार्य आणि कृतवर्मा दोघेही त्याला असे अधर्माचरण करण्यापासून परावृत्त करण्याचा प्रयत्न करतात. त्यावेळी अश्वत्थामा म्हणतो, ''हे अधर्माचरण आहे हे मला मान्य आहे; पण पांडवांनी भीष्म, द्रोण, कर्ण, दुर्योधन ह्यातल्या एकाला तरी धर्माप्रमाणे मारले आहे का? पांडवांनी जर अधर्माचे आचरण केले आहे तर मी सुद्धा अधर्मानेच त्यांचा सूड का घेऊ नये? केवळ धर्मानेच युद्ध करायचे म्हटले तर मी पांडवांना जिंकू शकणार नाही आणि आता तर युद्धात विजय मिळवणे हाच धर्म झाला आहे.'' ह्या तर्कशुद्ध युक्तिवादाने कृपाचार्य आणि कृतवर्मा दोघेही निरुत्तर झाले. त्यानंतर मध्यरात्री पांडव सेनानी विजयाच्या धुंदीत आपापल्या शिबिरात निद्राधीन असताना अश्वत्थामा लपतछपत, धृष्टद्युम्नाच्या शिबिरात शिरला.

झोपलेल्या धृष्टद्युम्नाचा त्याने लाथाबुक्क्यांनी तुडवून, गळा दाबून वध केला. जागा झाल्यावर धृष्टद्युम्नाने 'शस्त्राचा आघात करून मला वीरोचित मरण दे', अशी विनंती केली होती. 'तुझे मरण वीरोचित असणारच नाही; कारण तू त्या योग्यच नाहीस' असे हिणवून अश्वत्थाम्याने ती विनंती धुडकावून लावली. धृष्टद्युम्नाबरोबर द्रौपदीच्या पाच पुत्रांचीही त्याने हत्या केली.

ह्या हत्यांचा बदला घेण्यासाठी धावून आलेल्या भीमावर अश्वत्थाम्याने ब्रह्मास्त्राचा प्रयोग केला. ब्रह्मास्त्राचा उपयोग अशा रीतीने करणे वर्ज्य असून द्रोणांनी त्याचा उपयोग न करण्याचे अश्वत्थाम्याला बजावले होते. द्रोणांच्या मनीची शंका सार्थ ठरली. अश्वत्थाम्याने सत्पुरुषांचा मार्ग सोडला. अश्वत्थाम्याच्या ब्रह्मास्त्राच्या प्रतिकारार्थ अर्जुनानेही ब्रह्मास्त्र सोडले. महर्षी व्यासांनी हा महासंहार थांबवण्यासाठी दोन्ही योद्ध्यांना आपापले महाविनाशकारी अस्त्र मागे फिरवून शांत करायला सांगितले. अर्जुनाने व्यासांची आज्ञा मानून ब्रह्मास्त्र मागे खेचले, परंतु अश्वत्थामा तसे करू शकला नाही. विनाशाच्या उद्देशाने सोडलेले ब्रह्मास्त्र संहार केल्याशिवाय थांबू शकत नाही; पण जी शक्ती एखाद्या मूल्यासाठी प्रतिकारक म्हणून वापरली गेली असेल ती अस्तिवाचक होऊ शकते. अश्वत्थाम्याचा उद्देश संहार हा होता तर अर्जुनाचा उद्देश प्रतिकार होता. अश्वत्थाम्याचा प्रयोग नास्तिवाचक होता तर अर्जुनाचा अस्तिवाचक! अर्जुन ब्रह्मास्त्र शांत करू शकला. अश्वत्थाम्याला ते शक्य झाले नाही. पांडवांच्या विनाशासाठी योजलेले हे अमोघ शस्त्र शेवटी उत्तरेच्या गर्भातील बाळाचा नाश करूनच शांत झाले.

एवढे होऊनही अर्जुनाने अश्वत्थाम्याचा वध केला नाही. अश्वत्थाम्याच्या मस्तकावर एक अमोल असा मणी होता. व्यासांच्या सांगण्यावरून अर्जुनाने तो मणी काढून घेतला. मण्याविना अश्वत्थामा निस्तेज झाला. मस्तकातल्या छेदाबरोबरच त्याचा देहही दुर्गंधीने भरून गेला. तीन हजार वर्षे पृथ्वीवर निरर्थक भटकत राहण्याचा कृष्णाने त्याला शाप दिला. अश्वत्थामा अजूनही शाप भोगतोच आहे म्हणतात!

अश्वत्थाम्याने केलेल्या दुष्कृत्याच्या उत्तरादाखल त्याचा वधच होणे योग्य होते तरीसुद्धा 'तो आचार्यपुत्र आहे' असे म्हणून त्याला जिवंत ठेवण्यामागे कृष्णाचा काय हेतू असावा? स्वत: आचार्य जर वध्य ठरले तर मग हा क्रूर, घातकी आचार्यपुत्र अवध्य कसा? भावी पिढ्यांना क्रूरकर्मा आणि अधर्मी व्यक्तीचे उदाहरण दाखवून देता यावे एवढ्याचसाठी कृष्णाने त्याला जिवंत ठेवले असेल का? हा पीडित, दुर्गंधमय, निस्तेज, अकारण भटकणारा अश्वत्थामा भावी पिढ्यांनी अवश्य पाहावा आणि दुष्कृत्ये करताना जरा बिचकावे! मृत्यू ही कुकर्मांची शिक्षा नाही. मृत्यूने तर सुटकाच होणार! असह्य होणारे जीवन जगत राहणे ही मृत्यूपेक्षाही भयानक शिक्षा आहे. अश्वत्थाम्याला अशी शिक्षा देऊन कृष्णाला हेच सुचवायचे आहे. ती तीन

हजार वर्षे संपली की नाही ते आपल्याला अजून माहीत नाही. अश्वत्थाम्याचे जीवन, विशेषत: त्याचा शेवट, त्याच्याबद्दल सहानुभूती वाटावा असा नाही, परंतु त्याचे आयुष्य जसे जसे घडत गेले त्याच्याशी त्याच्या जीवनाच्या अंताची तुलना केली तर त्यात क्रूरता असली तरी तो स्वाभाविकच आहे असेच दिसून येईल. युद्धात कोण क्रूर नसतो? कोणत्याही युद्धाचा पहिला घाव बसतो तो धर्मावरच! कुरुक्षेत्रावरही धर्म असाच पहिल्या घावापासून छिन्नविच्छिन्न होत गेला आहे. पित्याच्या वधाचा बदला घेण्याची प्रतिज्ञा अश्वत्थाम्याने केली होती. भीमाने दुर्योधनाची मांडी फोडून आपल्या प्रतिज्ञेचे पालन केले असेल तर मग अश्वत्थाम्यानेही निद्राधीन पांडव सेनापतीची हत्या करून आपल्या प्रतिज्ञेचे पालन केले असे निश्चितच म्हणता येईल.

..... पण शेवटी दुष्कृत्य ते दुष्कृत्यच आणि अधर्म तो अधर्मच. तो भीमाने केलेला असो की अश्वत्थाम्याने! आणि तरी सुद्धा अशा वागण्यामागचा हेतू लक्षात घेतला तर मात्र भीमाचे स्वर्गारोहण धर्म्य वाटते आणि अश्वत्थाम्याचे जिवंत प्रेतासारखे निरर्थक भटकत राहावे लागणेही तितकेच धर्म्य वाटते!

■

।। सुबलपुत्र शकुनी ।।

हस्तिनापूरच्या वायव्येला असलेला डोंगराळ प्रदेश म्हणजे गांधार असा उल्लेख महाभारतात आहे. आजच्या काळातला पेशावर, मुलतान, काबूल, कंदाहारचा भाग म्हणजे गांधार असावा. ह्या गांधार प्रदेशाचा राजा सुबल ह्याचा पुत्र शकुनी. महाभारतात शकुनीचे एक निश्चित स्थान आहे तसेच त्याच्याबद्दल पक्के गैरसमजही आहेत. महाभारतातील शकुनीचे हे पात्र काही अनुत्तरित प्रश्नही निर्माण करणारे आहे.

राजपुत्र धृतराष्ट्रासाठी पितामह भीष्मांनी योग्य अशा वधूचे संशोधन करायला सुरुवात केली तेव्हा सुबलराजाची कन्या गांधारी त्यांच्या नजरेत भरली. शंभर पुत्रांची माता होण्याचे वरदान गांधारीला तिच्या कुंवारपणीच महर्षी व्यासांकडून लाभले होते. भीष्मांनी तिची निवड करण्यामागे कारणही हेच होते. अपत्यहीन महाराणीमुळे राज्यसिंहासनापुढे किती समस्या उभ्या ठाकतात त्याचा भीष्मांना अनुभव होता; त्यामुळे येणाऱ्या नववधूच्या पुत्रप्राप्तीची खात्री ते लग्नाआधीच करून घेत होते. धृतराष्ट्र आंधळा असल्याची बातमी संपूर्ण आर्यावर्तात कुणापासूनच लपलेली नव्हती. गांधार नरेशाला ते माहीत आहे तरीसुद्धा ह्या अंध राजकुमारासाठी आपल्या मुलीला आलेली मागणी तो मान्य करतो. इतका उघड उघड विजोड वर त्याने का स्वीकारला असा प्रश्न मनात येतो. एक शक्यता अशी की, भीष्मांशी म्हणजेच हस्तिनापुराशी बेबनाव ओढवून घ्यायची सुबलाची इच्छा नसावी आणि कुवत त्याहूनही नसावी! दुसरे म्हणजे सिंधुसारख्या नद्या आणि काराकोरमसारख्या पर्वतांमुळे आर्यावर्तातील मुख्य भूभागापासून गांधार नेहमीच अलग पडलेला प्रदेश आहे. ह्या राज्याचा आर्यावर्तातल्या अग्रणी हस्तिनापूरशी संबंध जडला तर त्याद्वारे आर्यावर्तात हातपाय पसरण्याची संधी मिळेल असा काही तरी साम्राज्यवादी हिशोब करून सुबलाने ही मागणी मान्य केली असेल. अर्थात ह्या सगळ्या केवळ शक्यताच आहेत. महाभारतात तसा काही स्पष्ट उल्लेख सापडत नाही. शिवाय, हस्तिनापूरशी नाते जोडल्यानंतरही सुबल राजाने आर्यावर्ताच्या राजकारणात कुठे काही ढवळाढवळ

केली आहे असा एकही प्रसंग आढळत नाही.

राजकुमारी गांधारीचे लग्न लावून देण्यासाठी सुबल राजाने राजपुत्र शकुनीला हस्तिनापूरला पाठवले होते. एक धृतराष्ट्र सोडला तर कोणत्याही राजपुत्राच्या लग्नासाठी वधूच्या पित्याने हस्तिनापूरला काही व्यवस्था केलेली नाही. अंबिकेचे आणि अंबालिकेचे विचित्रवीर्याशी लग्न झाले ते त्यांना अपहरण करून आणल्या नंतर. त्यामुळे त्या लग्नाचे आयोजन हस्तिनापुरात झाले ती वेगळी गोष्ट! त्याखेरीज कोणत्याच राजकुमाराचे लग्न धृतराष्ट्रासारखे हस्तिनापुरात झालेले नाही. गांधारीच्याच वेळी अशी खास व्यवस्था का केली ते कळत नाही. आपला भावी पती अंध आहे हे कळताच गांधारीने डोळ्यांवर पट्टी बांधून घेतली होती. असे स्वेच्छेने अंधत्व स्वीकारलेल्या आपल्या बहिणीला घेऊन शकुनी हस्तिनापूरला आला आणि लग्नसोहळा आटोपल्यावर गांधारला परत गेला असा उल्लेख आहे.

ह्यानंतर कित्येक वर्षे शकुनी महाभारतातल्या घटनांमध्ये कुठेच दिसून येत नाही. विद्याध्ययनाच्या काळात भीमाला मारून टाकण्यासाठी दुर्योधनाने अनेक कारस्थाने रचली त्यात शकुनी कुठे लेशमात्रही नाही. शेवटी वारणावताला लाक्षागृह बांधून त्यात पांडवांना जाळून टाकण्याचे कारस्थान रचले गेले; पण तेही दुर्योधनानेच रचले आहे. त्यात नावालाही कुठे शकुनी नाही. महाभारताच्या दाक्षिणात्य पाठभेदाप्रमाणे, द्रौपदीस्वयंवरात शकुनी पहिल्यांदा दुर्योधन आणि कर्णासोबत गेला आहे. दुर्योधनाचा आणि कर्णाचा तेजोभंग होत असलेला त्याने येथेच पाहिला. अर्जुन आणि पांडव विजयी होताना पाहिले तेव्हा त्याने पहिल्यांदा तोंड उघडले आहे. द्रुपदाचे साहाय्य लाभल्याने पांडव अधिक सामर्थ्यवान होतील आणि यादवही त्यांच्या पाठीशी उभे राहिले तर मग ते अपराजितच ठरतील अशी दूरदृष्टी दाखवून द्रौपदी-स्वयंवराच्यावेळीच पांडवांचा पराभव केला पाहिजे असे त्याने सुचवले आहे. येथे शकुनीचा सावध धूर्तपणा आणि दूरगामी जाण ह्यांचे दर्शन घडते. पांडुपुत्र आणि धृतराष्ट्रपुत्र दोघांचे हितसंबंध जेथे गुंतले असतील तेथे शकुनीने अर्थातच धृतराष्ट्र-पुत्रांना प्राधान्य द्यावे हे समजण्यासारखे आहे.

शकुनीच्या माथ्यावर जे खापर फुटले आहे ते द्यूतसभेतील त्याच्या कृत्यांमुळे! द्यूताचा विचार सर्वप्रथम त्याने केला हे कबूल केले पाहिजे. पांडवांच्या राजसूय यज्ञाला तो हजर होता. यज्ञ पार पडल्यानंतर पांडवांची सत्ता आणि वैभव पाहून असूयेने पेटलेला दुर्योधन अतिशय बेचैन झाला तेव्हाही शकुनी तेथे हजर होता. असे पांडवांपेक्षा कनिष्ठ दर्जाचे होऊन जगण्यापेक्षा मृत्यू पत्करलेला बरा असे वाटून दुर्योधन हस्तिनापूरला गेल्यावर अन्नत्याग करण्याची भाषा बोलू लागला त्यावेळी शकुनीने त्याला रोखले आहे. पांडवांकडे आहे तसेच राज्य, सत्ता, सामर्थ्य, समृद्धी सगळे काही दुर्योधनाकडे आहे, तेव्हा पांडवांना त्यांच्या नशिबात लिहिलेले सुख

भोगू द्यावे आणि दुर्योधनाने त्याचा द्वेष न करता हस्तिनापूरचे राज्य भोगावे अशी दुर्योधनाची त्याने समजूत घातली आहे. अशी समजावणी दुर्योधन कशी मान्य करणार? दुर्योधनाने आत्महत्येची धमकी दिल्यावर मात्र भाच्याच्या प्रेमाखातर, पांडवांची संपत्ती हिसकावून घेण्याचा मार्ग त्याने सुचवला आहे. ह्या क्षणी पांडवांशी युद्ध करणे शक्य नव्हते. एकतर अशा युद्धाला भीष्म, द्रोण, धृतराष्ट्र इत्यादींनी संमती दिली नसती आणि राजसूय यज्ञाच्या निमित्ताने पांडवांचे सामर्थ्य आणि प्रतिष्ठा पाहता त्यांना युद्धात पराजित करणे अशक्यच होते. अशा परिस्थितीत आपल्या भाच्याच्या हितासाठी, द्यूत खेळावे हाच एकमेव प्रस्ताव शकुनीला सुचवता येण्यासारखा होता. शकुनी द्यूतात प्रवीण होता आणि युधिष्ठराला द्यूताची आवड होती, किंबहुना तो स्वत:ला द्यूतात अत्यंत निपुण मानत होता ह्याची शकुनीला खात्री होती. 'द्यूताचे निमंत्रण क्षत्रियाने नाकारायचे नसते' असली युधिष्ठिराची वेडगळ समजूत होती हेही शकुनीला पक्के ठाऊक असले पाहिजे. अशा प्रकारे उघडपणे अगदी योग्य, न्यायपूर्ण आणि धर्मप्रेरित वाटावे असा तऱ्हेने दुर्योधनाची महत्त्वाकांक्षा पूर्ण होऊ शकत असेल तर त्यात वावगे ते काय आहे?

शकुनीचे आडाखे अचूक ठरले. द्यूतवेडा युधिष्ठिर फाशांचा खेळ खेळायला एकदा नव्हे तर दोनदा तयार झाला. दुर्योधनाच्या वतीने शकुनी फासे टाकेल अशी विचित्र अटही युधिष्ठिराने स्वेच्छेने स्वीकारली. शकुनीला नेहमी 'कपटी' म्हटले जाते; पण प्रत्यक्ष द्यूत खेळतेवेळी त्याने कुठेही कपटाचे आचरण केलेले दिसत नाही. फासे फेकण्यात तो पटाईत आहे आणि प्रत्येक डाव तो कौशल्याने जिंकत गेला आहे. ह्या विजयामागचा त्याचा हेतू शुद्ध नाही. पांडवांचे अहित करण्याची त्याची इच्छा आहे हे मान्य, पण मुख्यत्वे, दुर्योधनाचे हितच त्याच्या मनात आहे. द्यूतसभेचे आयोजन करण्याची जबाबदारी त्याचीच आणि ह्या सगळ्या योजनेसाठी मोठ्या चाणाक्षपणे धृतराष्ट्राचा ढालीसारखा उपयोग करून घेण्याची कल्पकताही त्याचीच! परंतु, ह्यामुळे त्याला 'कपटी' कसे म्हणता येईल? त्याला अतिकुशाग्रबुद्धी मुत्सद्दी म्हटले पाहिजे आणि अंशमात्रही वाईटपणा, दुष्टपणा नसलेला मुत्सद्दी कोण असणार?

दुर्योधनाचे हित जपण्यासाठी, पांडवांचा शत्रू म्हणून स्वीकारलेली भूमिका त्याने शेवटपर्यंत निष्ठापूर्वक निभावून नेली आहे. द्यूतसभेनंतर, घोषयात्रा असो की विराट-नगरीतील गोहरणाचा प्रसंग असो, हरएक पद्धतीचे आणि वेगवेगळ्या प्रकारचे विचार करून शकुनी सदैव दुर्योधनाच्या बाजूनेच उभा राहिला आहे. महायुद्धाचे वारे वाहू लागल्यापासून आणि महायुद्धातही प्रारंभापासून शेवटापर्यंत, धृतराष्ट्रापासून अश्वत्थाम्यासहित सर्वांनी दुर्योधनाला युद्ध मागे घेण्याचा सल्ला ह्या ना त्या प्रसंगी दिला आहे. अपवाद फक्त शकुनीचा (आणि कर्णाचा)! तो शेवटपर्यंत युद्धाच्या

निर्णयाला भक्कमपणे चिकटून राहिला आहे. युद्धात सहदेवाच्या हातून तो मारला गेला आहे. द्रुपद आणि कृष्ण ह्या दोघांचा पाठिंबा मिळाला तर पांडव अजेय ठरतील हा त्याचा होरा अचूक ठरला आहे. पांडवांच्या सामर्थ्याची त्याला पूर्ण कल्पना आहे, परंतु एकदा निश्चय केल्यानंतर तो मागे हटत नाही. ह्याला मूर्खपणा म्हणता येईल किंवा अहंकारही म्हणता येईल. सुरुवातीला त्याने जी दूरदृष्टी दाखवली होती ती पाहता खरे तर त्याने दुर्योधनाला युद्धाच्या निर्णयापासून परावृत्त करणे अधिक उचित ठरले असते. अर्थात त्याचे म्हणणे दुर्योधनाने त्या घडीला ऐकले नसते तो भाग निराळा! भीष्म, द्रोण किंवा गांधारीला जे जमले नाही ते आपल्या म्हणण्याने होणार नाही हे शकुनीला चांगले माहीत असणार! त्यामुळे, दुर्योधनाच्या नजरेतील आपले वरचे स्थान टिकवण्यासाठी त्याने मौन स्वीकारले असण्याची शक्यता आहे.

शिष्टाईसाठी हस्तिनापूरला आलेल्या कृष्णाला कैद करण्याच्या दुर्योधनाच्या कारस्थानात शकुनीने त्याला साथ दिली हे अगदी वाईटात वाईट कृत्य होते. त्यात दूरदृष्टी नव्हतीच. होता तो केवळ मूर्खपणा. शकुनी असल्या मूर्खपणाला पाठिंबा देतो हे विचित्र वाटते. हे कृत्य म्हणजे तर कुरुसभेच्या ह्या 'आत्महत्ये'त सहभागी होणे. कर्णाचा स्वत:च्या सामर्थ्यावर वाजवीपेक्षा जास्तच विश्वास होता त्यामुळे त्याने ह्या कारस्थानाला दुजोरा द्यावा हे समजण्यासारखे होते; पण शकुनी मुत्सद्दी आहे. काही अंशी धूर्तही आहे. धूर्त माणसात आपला 'अहं' पणा टाकून देण्याची कुवत असते! शकुनीने कृष्णाला कैद करण्याचे समर्थन केले त्याला 'विनाशकाले विपरीत बुद्धी' असेच म्हणावे लागेल. युद्धभूमीवरील शकुनी वीर आहे, पराक्रमी आहे पण त्याचे विशेष असे काही योगदान नाही. काही वेळा त्याने विजय मिळवला आहे तर अनेक वेळा तो पराजितही झाला आहे.

गांधार राज्याच्या ह्या युवराजाने आपले संपूर्ण उत्तरायुष्य हस्तिनापूरच्या राज्याच्या कटकटीत लक्ष घालण्यातच घालवले आहे. त्याची मुले आणि भाऊ महायुद्धात लढून मरण पावले आहेत. प्रश्न फक्त एकच आहे, पिता सुबलराजाच्या मृत्यूनंतर शकुनी आपले गांधारचे राज्य सांभाळायला परत जाण्याऐवजी आपल्या आयुष्याचा उरलेला काळ हस्तिनापुरातच कंठायचे का ठरवतो? गांधारच्या राज्यावर त्याचा हक्क होता तसाच ते राज्य सांभाळणे हे त्याचे कर्तव्य होते. गांधारचा स्वतंत्र राजा म्हणून त्याला हस्तिनापुरातच नव्हे तर समग्र आर्यावर्तात विशेष स्थान लाभले असते. त्याऐवजी हस्तिनापुरात एखाद्या आश्रितासारखे कायमचे राहायचे त्याने का ठरवले असेल? ह्या प्रश्नाचे समाधानकारक उत्तर मिळत नाही. (फार पूर्वी गीताप्रेस प्रकाशनाच्या 'कल्याण' मासिकात एक लेख प्रकाशित झाला होता. त्यात असा निष्कर्ष काढला होता की, भीष्म आणि धृतराष्ट्राने आपल्या बहिणीवर केलेल्या अन्यायामुळे शकुनीच्या मनात सतत सूडाग्नी धुमसत होता. गांधारीला स्वत: लादून

घेतलेले अंधत्व विनाकारण भोगावे लागले त्याला भीष्म आणि पर्यायाने कुरुकुल जबाबदार होते. ह्या कुरुकुलाचा येनकेन प्रकारेण नाश करण्यासाठी फार लांबवरची योजना शकुनीने आखली होती. ती योजना प्रत्यक्षात आणण्यासाठीच त्याने हस्तिनापुरात आश्रित म्हणून राहणेही स्वीकारले असावे. युद्ध करून ही मसलत पार पाडायची त्याच्यात ताकद नव्हती. अशावेळी दुर्योधनाची महत्त्वाकांक्षा, त्याचा मत्सर आणि त्याचा अहंकार ह्या सगळ्या गोष्टींमुळे शकुनीला आपल्या उद्देशपूर्तीसाठी सुवर्णसंधी चालून आल्यासारखे वाटले असेल आणि आपला हेतू साध्य करून घेण्यासाठी हस्तिनापुरातच राहून त्याने कौरव-पांडवांमधील अंतर्गत भांडणांना खतपाणी घातले असेल!)

तर ते असो!

हे असे असण्याची केवळ शक्यता आहे. निश्चित असा सारांश काढणे कठीण आहे. महाभारत हा एक गूढ ग्रंथ आहे. ह्यात फक्त 'तुण्डे तुण्डे मतिर्भिन्ना' एवढेच नाही. हर एका 'मति' पाशी अनेक तुण्डे गुंतून पडतात! महाभारताची महानता ह्यातच आहे. लहानात लहान पात्राकडेही काही तरी मर्म आहे. एक संदेश आहे. गूढार्थ आहे. ते 'काहीतरी' कळून समजून घेण्यासाठी, काहीतरी हाती लागण्याच्या आकांक्षेने सुज्ञ, रसज्ञ, विचारी रसिक, साऱ्यांनाच घडीभर त्याच्यापाशी थांबले पाहिजे.

■

।। पांचालराज द्रुपद ।।

नेमका कोणता प्रदेश म्हणजे पांचाल, ह्याबद्दल सध्या तरी केवळ अनुमानच करता येते. सौराष्ट्रातल्या सुरेन्द्रनगर जिल्ह्यापासून कान्यकुब्ज म्हणजे सध्याच्या कानपूरपर्यंतच्या वेगवेगळ्या भागांनी हा दावा केला आहे. महाभारतात नक्की असे दिशासूचन मिळतेच असे नाही; पण साधारणत: जे संकेत मिळतात ते लक्षात घेता पांचाल प्रदेश इंद्रप्रस्थ किंवा हस्तिनापूरहून फारसा दूर नसावा. आजच्या उत्तरप्रदेशाचा उत्तरेकडील भाग, हरियाणा किंवा पंजाबच्यामध्ये कुठे तरी हे राज्य असले पाहिजे.

ह्या पांचाल देशाचा राजा पृषत ह्याचा पुत्र द्रुपद महर्षी अग्निवेशांकडे विद्याध्ययन करत होता. भारद्वाज ऋषींचा पुत्र द्रोण त्यावेळी त्याचा सहाध्यायी होता. ह्या अध्ययनाच्या काळात द्रुपदाला द्रोणाबद्दल पुष्कळ आपुलकी आणि स्नेह असावा असे वाटते. ह्याच काळात केव्हातरी त्याने द्रोणाला म्हटले होते की, 'लवकरच मी जेव्हा पांचालचा राजा होईन तेव्हा ते राजवैभव तुलाही भोगायला मिळेल.' द्रुपदाचे हे बोलणे मनापासून आहे असे मानून द्रोणाने जेव्हा विद्यार्थिदशेतल्या ह्या मैत्रीला उजाळा द्यायचा प्रयत्न केला तेव्हा मात्र द्रुपदाने ही 'मैत्री' ठोकरून लावली. आपण स्वत: राजा आहोत आणि द्रोण एक साधा दरिद्री ब्राह्मण आहे ह्याचा उल्लेख करून 'मैत्री नेहमी तुल्यबलांमध्येच असते' असा त्याने द्रोणांचा अपमानही केला. द्रुपदामध्ये झालेल्या ह्या परिवर्तनातूनच त्याच्या व्यक्तिमत्त्वावर प्रकाश पडतो. मैत्रीची इतर दोन-तीन उदाहरणे महाभारतातच आहेत. कृष्ण-सुदामा मैत्री, कर्ण-दुर्योधन मैत्री ही परिचित उदाहरणे आहेत. ह्या सर्वांच्या तुलनेत द्रुपदाने द्रोणाशी केलेल्या वर्तनात शालीनतेचा पूर्णतया अभाव आहे. स्वयंवराच्यावेळी द्रौपदी कर्णाला उद्देशून 'मी सूतपुत्राला वरणार नाही', असे म्हणते. राजसूय यज्ञाच्या प्रसंगी जमिनीला पाणी आणि पाण्याला जमीन समजून गोंधळलेल्या दुर्योधनाला 'आंधळ्याचे पुत्रही आंधळेच असणार' असा टोमणा मारते. द्रौपदीने अशी असंस्कृत वाक्ये उच्चारली असतील की नाही, ह्याबद्दल जाणकारात दुमत आहे. सुसंस्कृत घरंदाजपणाला न शोभेसे शब्द द्रौपदीने म्हटले होते असे मानणारे विद्वान, द्रुपदाच्या वरील शब्दांचा आधार घेतात.

त्यांच्या मते, वडीलच असे अशोभनीय वर्तन करत असतील तर मुलीमध्येही कधीकाळी असंस्कृतपणा डोकावला तर त्यात काय आश्चर्य!

द्रुपदाने झिडकारलेल्या द्रोणांनी आपल्या अपमानाचा सूड उगवला. हस्तिनापूरचे राजकुमार - विशेषत: कर्णासह कौरव - द्रोणांची गुरुदक्षिणा चुकती करण्यासाठी द्रुपदावर चालून गेले. द्रुपदाने मोठ्या शौर्याने लढून ह्या सर्वांचा पराभव करून त्यांना पिटाळून लावले. म्हणजे द्रुपद पराक्रमी वीर तर होताच. तरीसुद्धा अर्जुनापुढे मात्र त्याचा निभाव लागला नाही. अर्जुनाने द्रुपदाला बंदी बनवून द्रोणांपुढे हजर केले. द्रुपदाच्या जिंकून घेतलेल्या राज्याचे द्रोणांनी दोन भाग केले आणि एक भाग स्वत:कडे ठेवून दुसरा द्रुपदाला परत करताना म्हटले, "द्रुपदा, आता मी तुझ्या तोलामोलाचा झालो बघ. आता तरी तुला माझी मैत्री स्वीकारण्याजोगी वाटते का?" खाली मान घालून हा अपमान सहन करण्याखेरीज द्रुपदापुढे दुसरा पर्यायच नव्हता.

द्रुपदाचा अपमान करून द्रोणांनी द्रुपदाने केलेल्या अपमानाचा बदला घेतला एवढ्यावर ह्या 'अपमान-अध्याया'ची द्रुपदाकडून इतिश्री होणे शक्यच नव्हते. ह्या अपमानांची सुरुवात द्रुपदानेच केली होती. द्रोणांनी तर फक्त त्याचे उत्तर दिले होते. तेव्हा, या सगळ्या प्रकरणावर द्रुपदाने पडदा टाकला असता तर ते बरे दिसले असते. द्रोणांचे वाढते सामर्थ्य पाहता त्यांना हरवून आपल्या पराभवाचा वचपा काढण्याचे सामर्थ्य आता द्रुपदाकडे नव्हते. द्रोणांचा वध करू शकेल असा समर्थ पुत्र प्राप्त करण्याच्या उद्देशाने त्याने पुत्रेष्टी यज्ञ केला. ह्या आधी त्याला चार पुत्र आणि एक मुलगी - शिखंडी - ही अपत्ये होतीच. पुत्रेष्टी यज्ञासाठी द्रुपद महर्षी उपयाजांशी संपर्क साधतो. महर्षी असा यज्ञ करायला उत्सुक नसतात. निपुत्रिक असल्यामुळे पुत्रप्राप्तीसाठी यज्ञ करण्याचा द्रुपदाचा हेतू नसून द्रोणवधासारखा वैर साधण्याचा हेतू त्यामागे आहे आणि त्याच्या सिद्धीसाठी एक साधन म्हणून द्रुपदाला पुत्र हवा आहे. अशा कार्यासाठी महर्षी उपायाज आपली विद्या खर्ची घालू इच्छित नाहीत. द्रुपद त्यांना लक्षावधी गायी आणि इतर धन देण्याची लालूच दाखवतो. ह्यातही द्रुपदाच्या स्वार्थी, हिशोबी आणि बटबटीत वागण्याचेच प्रतिबिंब पडते. उपयाजांच्या नकाराने लज्जित होण्याऐवजी "तर मग हे काम करेल असा दुसरा कोण आहे?" असा प्रश्न खुद्द उपायाजांनाच विचारताना त्याला संकोच वाटत नाही. उपायाज त्याला आपला भाऊ याज ह्याच्याकडे पाठवतात. याज आपल्या कार्यामध्ये 'विचारशुद्धीची' फारशी तमा बाळगत नाहीत हे कळल्यावर द्रुपद त्यांच्याकडे जातो आणि याज त्याचा संकल्प पूर्ण करतो अर्थात, आजकालच्या कोणत्याही केवळ कर्मकांडी ब्राह्मणासारखे, पुरेपूर धन वसूल केल्यानंतरच ते हे कार्य तडीस नेतात.

यज्ञाच्या शेवटी यज्ञदेवाने द्रुपदाला इच्छित पुत्र तर दिलाच पण यज्ञात त्याने केव्हाच मुलगी मागितली नसतानाही, पुत्राबरोबरच एक मुलगीही दिली. 'ही मुलगी

कशासाठी?' ह्या प्रश्नाला महाभारतात उत्तर नाही. धृष्टद्युम्न आणि द्रौपदी म्हणजे कृष्णा, हे दोघे भाऊबहीण यज्ञातून उत्पन्न झाले. ह्या दोघांचाही कुरुवंशाच्या संहारात फार मोठा आणि महत्त्वाचा वाटा आहे. द्रौपदीमुळेच द्यूतसभेत भीमाच्या प्रतिज्ञेचा प्रसंग घडला आणि शेवटी भीमाने शंभर कौरवांचा वध केला. अर्जुनाने पितामह भीष्मांना नि:शस्त्र करून पराजित केले. त्यातही द्रुपद कन्या शिखंडीचा वाटा होता असे म्हटलेच पाहिजे. धृष्टद्युम्नाने द्रोणांचा वध केला. अशा रीतीने ह्या वधपरंपरेत द्रुपद कुटुंब आघाडीवरच होते!

द्रोणांचा वध करण्यासाठीच प्राप्त केलेल्या धृष्टद्युम्नाला द्रुपदाने विद्याध्ययनासाठी द्रोणांच्याच हाती सोपवले आहे, हे आश्चर्यकारक आहे. द्रौपदीच्या विद्याभ्यासासाठी त्याने खास व्यवस्था केली आहे. महाभारतकालीन स्त्री-शिक्षणाचे हे उत्तम उदाहरण आहे. धृष्टद्युम्नाला आपला शिष्य करून घेऊन त्याला उत्कृष्ट धनुर्धर करण्याचा प्रस्ताव स्वत: द्रोणांनीच द्रुपदापुढे मांडला आहे आणि द्रुपदानेही तो ताबडतोब स्वीकारला आहे. म्हणजेच द्रोण आणि द्रुपद हे दोघे शत्रू आणि ह्या शत्रुत्वाचे फलस्वरूप असा धृष्टद्युम्न ही तीनही पात्रे एक अनाकलनीय प्रश्न निर्माण करतात. द्रोण स्वत:च्या वधाची पूर्वतयारी करतात आणि द्रुपद अंशमात्रही अविश्वास न दाखवता आपले जीवित-स्वप्नच द्रोणांच्या हाती सोपवून देतो.

पांडव लाक्षागृहातून निसटून गुप्तपणे राहत होते. त्याचवेळी द्रौपदीसाठी योग्य वर म्हणून द्रुपदाला अर्जुनाचीच आठवण होत होती. येथे अगदी सहजच प्रश्न पडतो की, ज्या अर्जुनाने त्याला बंदिवान करून लज्जास्पद स्थितीत द्रोणांपुढे हजर केले त्यालाच आपला जावई करण्याची इच्छा द्रुपदाला का व्हावी? अर्जुन तर त्याचा शत्रू! तरी, लाक्षागृहात पांडव जळून मेले हे ऐकून त्याला दु:ख झाले आहे. द्रौपदीसाठी मनात योजून ठेवलेल्या वराच्या - अर्जुनाच्या - मृत्यूने त्याला दु:ख होते! जरा खोलात विचार केला तर द्रुपद एक कुशल राजकारणी आहे असे ह्या ठिकाणी जाणवते. किती झाले तरी द्रोण हस्तिनापुराच्या आश्रयाला आहे म्हणजेच, हस्तिनापूरचा आश्रित आहे. द्रोणाच्या स्वभावाची द्रुपदाला पुरेपूर ओळख असावी. शिष्य म्हणून द्रोणाला अर्जुन कितीही प्रिय असला आणि पांडव धर्माने वागणारेच असले तरीही हस्तिनापूरचा आश्रय सोडून द्रोण पांडवांचा पक्ष कधीच घेणार नाही हेही द्रुपद ओळखून असणार. कौरव-पांडवांमधील संघर्ष विकोपाला गेला होता आणि भावी युद्धाची चाहूल लागली होती अशा परिस्थितीत जर द्रोणाच्या वधाची योजना करायची असेल तर पांडव, विशेषत: अर्जुन आपल्या पक्षात असावा हा द्रुपदाचा शुद्ध राजकारणी व्यूह होता असे वाटल्यावाचून राहत नाही. अर्जुन त्याचा जावई झाला तर पुढे द्रोणांविरुद्ध युद्धात धृष्टद्युम्नाच्या जोडीला अर्जुनासारखा समर्थ योद्धाही उभा ठाकेल हा मोठाच लाभ होता. पण लाक्षागृहात अर्जुन मरण पावला

असेल तर ह्यातले काहीच होणार नाही! पांडव लाक्षागृहातून निसटले आहेत, मृत्यू पावले नाहीत हे द्रुपदाला त्यांच्या पुरोहिताकडून समजले. आता गुप्तपणे राहत असलेल्या अर्जुनाला शोधून काढण्याचा एक मार्ग म्हणून द्रौपदी-स्वयंवराची आणि मत्स्यवेधाची योजना द्रुपदाने आखली असावी. द्रुपदाचा अंदाज खरा ठरला. त्याची योजना सफल झाली. त्याची इच्छा होती तसेच घडले. तापसवेषधारी अर्जुनाने मत्स्यवेध केला आणि द्रौपदीचे पाणिग्रहण केले.

पांडवांनी इंद्रप्रस्थ वसवले त्यानंतर द्यूत झाले, द्यूतात सर्वस्व गमावून पांडव वनवासी झाले. ह्या सगळ्या काळात द्रुपद कुठेच दिसत नाही. तेरावे अज्ञातवासाचे वर्ष पूर्ण करून पांडव प्रकट झाले. उपप्लव्याला राहू लागले आणि अभिमन्यूचे उत्तरेशी लग्न झाले तेव्हा द्रुपद तेथे येतो आणि 'कौरवांशी युद्ध करावे की समेट?' असे विचारले असता युद्धाच्या बाजूने आपले मत देतो. सगळे पांडव, आणि कृष्णसुद्धा, एका क्षणी कसेही करून युद्ध टाळावे ह्यासाठी तयार होतात; पण द्रुपद केव्हाच असा युद्धाच्या विरोधात दिसत नाही. युद्धासाठीची त्याची ही उत्सुकता म्हणजे फार वर्षांपासून त्याच्या मनात घर करून बसलेल्या द्रोणवधाच्या योजनेचाच भाग आहे असे वाटते. खुंटा हलवून बळकट करावा तसा, ह्या योजनेचा आणखी एक भाग म्हणजे समेटाचा पहिला उघड प्रयत्न करण्याचा देखावा म्हणून द्रुपद पांडवपक्षातर्फे आपल्या राजपुरोहिताकरवी संदेश पाठवतो हे सुद्धा पूर्वनियोजितच असावे असा संशय येतो. अर्थात, अपेक्षेप्रमाणे समेटाऐवजी युद्धाचा निरोप घेऊनच राजपुरोहित परत येतो.

राजपुरोहिताने हस्तिनापुराहून संदेश आणण्याआधीच 'आर्यावर्तातल्या सगळ्या राजांना युद्धासाठी आपल्या पक्षात सामील होण्याचे आधीपासूनच निमंत्रण पाठवून द्यावे' असा प्रस्ताव द्रुपद कृष्ण आणि पांडवांपुढे मांडतो. ह्या प्रस्तावात त्याची युद्धाची तीव्र इच्छा तर दिसतेच शिवाय दूरदृष्टी दिसून येते. रणक्षेत्राचे आमंत्रण आल्यास ते स्वीकारण्याची प्रथा त्याकाळच्या राजांमध्ये प्रचलित होती. असे आमंत्रण स्वीकारण्यात शौर्य तर असेच, त्याबरोबर त्यात सौजन्यही दिसून येत असे. दुर्योधनाने युद्धासाठी असे आमंत्रण पाठवून इतर राजांना आपल्याकडे ओढून घेण्याआधी आपला पक्ष सबळ करण्यासाठी पाऊल उचलण्याची द्रुपदाची ही दूरदृष्टी त्याच्या राजनीतीची ओळख करून देते.

महायुद्धात एखाद्या वीरासारखाच द्रुपदाचा संचार झाला आहे. द्रोणवधाचे आपले जीवित-कार्य पूर्ण करून धृष्टद्युम्नाने पित्याला तृप्त करण्याचा क्षण येईपर्यंत आयुष्य पुरले नाही हे द्रुपदाचे दुर्भाग्य! आयुष्यभर ज्याला शत्रू मानले त्या द्रोणाच्या हातूनच त्याला मरण येते. आयुष्यभर उराशी बाळगलेले स्वप्न पूर्ण झाले; परंतु स्वप्नपूर्तीचे समाधान त्याला उपभोगायला मिळाले नाही. द्रुपदाचे हे स्वप्न कदाचित

द्रोणाला माहीत असावे! आपला वध हे विधिलिखितच आहे, ते थांबवता येणे शक्य नाही परंतु त्या विधिलिखिताचा आनंद आपल्या जन्मभराच्या वैऱ्याला मिळू नये एवढ्यासाठी द्रोणांनी आधीच द्रुपदाचा वध करून टाकला.

द्रुपदाचे व्यक्तिमत्त्व बहुरंगी आहे. त्यात एकीकडे अभिजाततेची उणीव उठून दिसते तर दुसरीकडे दूरवरचा विचार करू शकणाऱ्या प्रखर राजनीतिज्ञाची प्रज्ञा प्रकट होते. आपण आखलेल्या योजनेच्या साफल्यासाठी संयम राखण्याची अमाप शक्ती त्याच्या अंगी आहे ह्याचाही प्रत्यय येतो.

■

।। पूर्ण पुरुषोत्तम श्रीकृष्ण ।।

एक

'श्रीकृष्ण' ह्या एका शब्दातल्या तीनही अक्षरांत सरळ रेषांच्या बरोबरीने वळणेही खूप आहेत. त्यामुळे दिसायला सुद्धा हा शब्द खूपच गुंतागुंतीचा असल्यासारखा वाटतो. ह्या नावाशी जोडल्या गेलेल्या सगळ्या गोष्टींना हे विधान लागू पडण्यासारखे आहे. श्रीकृष्ण ह्या नावाकडून किंवा त्याने केलेल्या कामांकडून भूमितीतल्या सरळ रेघेसारखी अपेक्षा करणाऱ्याच्या पदरी निराशा पडण्याची शक्यताच अधिक! पाश्चात्त्य अभ्यासक ही 'भूमिती' बाजूला ठेवल्याविना कृष्णाला 'शोधण्याचा' किंवा समजून घेण्याचा प्रयत्न करतात तेव्हा त्यांची निरीक्षणे एका अर्थाने बेडौल, विद्रुप दिसतात. कृष्णाची रासलीला असो की द्वारकेच्या अंत:पुरात सोळा सहस्र स्त्रियांचे राहणे असो, द्रोण-कर्ण-दुर्योधनाच्या वधाचा प्रसंग असो की जयद्रथ-वधाची बाब असो... ह्या सर्व घटनांमधून अभिव्यक्त होणाऱ्या कृष्णाकडे निव्वळ साध्या डोळ्यांनीच पाहिले आणि घडलेल्या घटनांचा केवळ ढोबळपणानेच विचार केला तर अपेक्षित आखीव धोपटमार्गी सरळसोटपणा सापडणार नाही. किती एक पाश्चिमात्त्य अनभिज्ञांनी आणि त्यांच्या नादाने आपल्याही काही तथाकथित बुद्धिवाद्यांनी अशा 'चष्म्या'तूनच कृष्णाकडे पाहिले आहे; परिणामी त्यांच्या गैरसमजातून काही वेळा गुंतेही निर्माण झाले आहेत. कथेकरी-पुराणिक-आख्यानकार या सर्वांनीही कृष्णाचे यथार्थ दर्शन करण्याऐवजी अनेक वेळा त्याला लोकरंजन करणारा किंवा चमत्कार करणारा कुणी तरी दैवी पुरुष अशा स्वरूपात लोकांपुढे सादर केला आहे. आपल्या उदरनिर्वाहाचे एक साधन म्हणून जणू काही त्यांनी कृष्णाचा वापर केला आहे.

कृष्ण शब्दाचा मूळ संस्कृत कृष् धातूशी संबंध आहे. कृष् म्हणजे खेचणे, ओढणे. कृष् वरूनच कृषी म्हणजे शेती हा शब्द बनला आहे. शेतकरी शेत नांगरतो, नांगर ओढतो, ही कार्ये ह्यात अभिप्रेत आहेत. येथे खेचणे म्हणजे जो सगळ्या

घटना ओढून घेतो, सगळी सारतत्त्वे ग्रहण करतो आणि नंतर ती वहन करून नेतो तो कृष्ण, असा एक अर्थ होतो. कृष्ण शब्दाचा संबंध 'कर्षण'शी जोडता येईल. कर्षण म्हणजे आकर्षणचे मूळ रूप. जो आकर्षक आहे व तो कृष्ण असाही अर्थ निघू शकेल. कृष्ण म्हणजे श्यामवर्ण हा अगदी परिचित आणि ढोबळ अर्थ आहे. कृष्ण श्यामवर्ण होता असा स्पष्ट उल्लेख महाभारतात आणि भागवतात आहे.

महाभारताचे कथानक जवळजवळ निम्म्यापर्यंत पोचल्यानंतर कृष्ण ह्या पात्राचा प्रवेश झाला आहे. द्रौपदी-स्वयंवराच्यावेळी पांचालनगरीतील सभामंडपात जमलेल्या राजांचा द्रौपदीला परिचय करून देताना कृष्ण-बलराम इत्यादींचा धृष्टद्युम्न उल्लेख करतो. त्यावेळी कृष्णासोबत प्रद्युम्न आणि सांब हे त्याचे दोन पुत्रही आहेत. शिवाय प्रद्युम्नाचा पुत्र अनिरुद्धही मंडपात हजर आहे असेही धृष्टद्युम्न म्हणतो. म्हणजेच कृष्ण आपल्या मुला-नातवंडांसह आला आहे. नातवंडांसह आलेल्या कृष्णाचे वय पन्नास वर्षांपेक्षा कमी कसे म्हणता येईल? कृष्णाचे वय त्यावेळी पन्नास ते साठच्या दरम्यान असणार अनिरुद्धही अगदी बालवयाचा तर नसणार — किशोर किंवा युवक असणार! म्हणजेच, महाभारतात कृष्णाचे प्रथमदर्शन होते तेव्हा त्याने आयुष्याचा निम्मा अधिक काळ पार केला आहे. कृष्णाच्या आयुष्याच्या पूर्वार्धाशी महाभारताचा काही संबंध नाही. तो कालखंड भागवताचा विषय आहे. तरीसुद्धा, महाभारताच्या काही आवृत्तींमध्ये, राजसूय यज्ञाच्यावेळी भीष्म कृष्णाच्या अग्रपूजेचा आग्रह धरतात त्यावेळी कृष्णाच्या पूर्वायुष्याचे सविस्तर वर्णन करतात. ह्यात त्याचे गोकुळातील बालपण, मथुरेतील कंसवध, द्वारका वसवणे अशा गोष्टींचा उल्लेख आहे. मात्र अधिकृत महाभारतात त्या गाळल्या आहेत. बहुतेक करून कृष्णाचे सर्वांगाने दर्शन घडवण्याच्या उत्साहात कुणी तरी ते सगळे कथानक भीष्मांच्या तोंडी घातले असावे. येथे आपण कृष्णवंदना करत आहोत ती महाभारतातल्या कृष्णाची असल्याने द्रौपदी स्वयंवरापासून सुरू होणारे कृष्णदर्शनच येथे अभिप्रेत आहे.

अपार विचक्षण दृष्टी आणि धर्माला अनुसरण्याचा आग्रह ही कृष्णाच्या व्यक्तिमत्त्वाची दोन ठळक वैशिष्ट्ये प्रथमदर्शनीच आपल्या नजरेत भरतात. सभामंडपात बसलेले पांडव तापसवेषात आहेत. कृष्ण किंवा बलराम कुणीच त्यांना ह्या आधी कधीच पाहिलेले नाही. लाक्षागृहात पांडव जळून गेले हे सगळ्यांना माहीत आहे आणि तरीही ब्राह्मणांमध्ये बसलेल्या पांडवांना कृष्ण अतिशय चाणाक्षपणे ओळखतो. बलरामाला तो म्हणतो, "संकर्षणा, धनुर्धारी ब्राह्मण म्हणजे अर्जुनच असला पाहिजे आणि तो पलीकडचा बलिष्ठ पुरुष भीमाखेरीज दुसरा कुणी असू शकत नाही." अर्जुनाने लक्ष्यवेध केल्यानंतर सगळे राजे क्रुद्ध होऊन लढाईची भाषा बोलू लागले तेव्हा कृष्णाने 'धर्मत:' शब्द वापरला आहे. "द्रौपदीची प्राप्ती धर्मत: झाली आहे. स्वयंवराची घोषणा कुणाही कुलवान, रूपवान आणि बलवान पुरुषासाठी होती. ही

तीनही लक्षणे अर्जुनात आहेत त्यामुळे सर्व काही धर्मत: घडले आहे, आता ते नाकारता येणार नाही'' असे तो म्हणतो. कथानकाच्या प्रवाहात शिरता शिरताच चाणाक्षपणा आणि धर्मभावना ह्या दोन पैलूंसह कृष्ण सर्वत्र भरून उरतो. ह्यानंतरच्या समग्र कथानकात जेथे जेथे कृष्ण हजर आहे तेथे तेथे ह्या दोन शक्तीनिशी तो सर्वोपरी ठरला आहे आणि भीष्म-व्यासांसकट सगळ्यांनी त्याला तसा स्वीकारला आहे. कुंती कृष्णाची सख्खी आत्या. ह्या आपल्या सख्खा आतेभावंडांना इतक्या मोठ्या वयापर्यंत कृष्ण कधी भेटलाच नव्हता हे नवलच आहे! (भागवतात मात्र, कृष्ण आणि पांडव ह्याआधी अधूनमधून भेटले असल्याचे उल्लेख आहेत.) स्वयंवरानंतर, कुंभाराच्या घरात राहत असलेल्या पांडवांकडे जाऊन कृष्ण युधिष्ठिराला वंदन करून स्वत:ची ओळख करून देतो हे सुद्धा फारच आश्चर्यकारक वाटते. ह्याचा काही खात्रीशीर खुलासा कुठे सापडत नाही. कृष्ण आणि द्रौपदी एकमेकांना येथे पहिल्यांदाच पाहतात. त्यांच्यात काहीही संभाषण होत नाही.

कृष्ण-द्रौपदीच्या सख्याचा उल्लेख होतो तेव्हाही असेच आश्चर्य वाटते.हे दोघे एकमेकांना भेटले, बोलले, दोघांत मनमोकळे संभाषण झाले असे फारसे घडलेले नाही. फार फार तर दोन-चार वेळा असे झाले असेल-नसेल. भक्तीचे किंवा स्नेहाचे, प्रेमाचे अतूट नाते निर्माण होण्यासाठी वारंवार, प्रत्यक्ष गाठीभेटी-संभाषण व्हावेच लागते असे नाही, हेच जणू कृष्ण-द्रौपदीच्या नात्यातून सुचवले आहे. अशा नात्यात प्रत्यक्ष भेटीची मनाई नाही आणि सक्तीही नाही. स्नेहाचे हे सर्वोत्तम शिखर आहे!

कृष्णाचे दुसरे दर्शन इंद्रप्रस्थात राजसूय-यज्ञाच्या पूर्वतयारीच्या वेळी होते. युधिष्ठिराने राजसूय यज्ञ करावा हे कृष्णानेच सुचवले आहे. हस्तिनापूर राज्याला संपूर्ण आर्यावर्ताने सत्ताकेंद्र म्हणून स्वीकारले होते. इंद्रप्रस्थ तर अगदीच नवखे होते. 'पांडव समर्थ असले तरी इंद्रप्रस्थ हे मुख्य सत्ताकेंद्र ठरले नाही, आर्यावर्ताने त्याला मान्यता दिली नाही तर ते सामर्थ्य काय कामाचे!' कृष्णाने हा विचार मांडला आणि युधिष्ठिराने राजसूय यज्ञ करून आर्यावर्तातील सर्व राजांना अप्रत्यक्षपणे आपली राजसत्ता मान्य करायला भाग पाडावे असे सुचवले. ह्या कामात सर्वांत मोठा अडथळा होता जरासंधाचा! जरासंध ईशान्येकडील राज्यांत सर्वांत प्रबळ होता. कृष्णालाही जरासंधानेच मथुरेतून पश्चिमेला द्वारकेकडे हटवले होते. जरासंधाच्या भयाने आपण कसे मथुरा सोडून द्वारकेकडे निघून गेलो ते सर्व कृष्ण स्वत: युधिष्ठिराला सांगतो. (सभा. १४/६७) आर्यावर्तात चालत आलेली गणराज्यांची परंपरा नष्ट करून ह्याच जरासंधाने शहाऐंशी राजांचा पराभव करून, त्यांची राज्ये खालसा केली होती. त्या सर्व शहाऐंशी राजांना आपल्या कारागृहात डांबले होते. हा घोर अधर्म होता. चक्रवर्ती होण्यासाठी एखाद्या सम्राटाने इतर राज्यांना हरवावे हा शास्त्रधर्म, परंतु पराजित राजांना तुरुंगात डांबून ठेवणे हे धर्मानुसार उचित नव्हेच!

एखादा राजा युद्धात मृत्यू पावला तर त्याच्या पराजयानंतर त्याच्या पुत्राकडून आपले सार्वभौमत्व मान्य करवून ते राज्य त्याला परत दिले पाहिजे अशी त्याकाळची पद्धत होती. जरासंधाने हा संकेत धुडकावून लावला होता. आजच्या भाषेत म्हणायचे तर तो 'साम्राज्यवादी' होता. ह्या जरासंधाचा नाश करून आर्यावर्तात 'धर्म' पुनर्स्थापित व्हावा, प्रसारित व्हावा ह्यासाठी कृष्णाने राजसूय-यज्ञ करण्याची प्रेरणा दिली होती. यज्ञाच्या निमित्ताने भीमाच्या हातून जरासंधाचा वध करवल्यानंतर कृष्णाने जरासंधाचे राज्य त्याच्या मुलाला परत दिले आणि त्या शहाऐंशी राजांची सुटका करून त्यांची राज्ये ही त्यांच्या सुपूर्द केली . जरासंधाचा वध करण्यासाठी कृष्णाने अनुचित वाटावे असे वर्तन केले हे उघडच आहे. जरासंधाला उघड आव्हान देण्याऐवजी कृष्ण, भीम आणि अर्जुन ब्राह्मणवेषात त्याच्याकडे गेले. त्याला वचनात गुंतवून त्यांनी युद्ध करायला लावले. ह्या एकूण घटनेमागचा मूलभूत हेतू लक्षात घेतला की कृष्णाची 'धर्मभावना' किती असामान्य होती त्याचीच झलक मिळते.

राजसूय यज्ञाच्यावेळी सर्व अतिथींपैकी सर्वप्रथम अर्घ्य कृष्णाला द्यावे असे भीष्म युधिष्ठिराला सांगतात. निव्वळ वैयक्तिक मत्सरापोटी शिशुपाल त्याला विरोध करतो. जरासंधाने तत्कालीन आर्यावर्तात जे साम्राज्यवादी विचारसरणीचे धोरण अंगीकारले होते त्याच्या मुळाशी जरासंधाला सामील झालेल्यांमध्ये कंस आणि विदर्भनरेश रुक्मी ह्यांच्याबरोबर शिशुपालही आहे. यादव, कुरू अथवा मद्र इत्यादी राज्यांपेक्षा ह्या राज्यांची विस्तारनीती वेगळी होती. इतर राज्ये गणतंत्र राज्ये नसतील कदाचित; परंतु तेथील शासन विवक्षित मर्यादेत प्रजाकीय शासन होते. जरासंधादी राजांचे तसे नव्हते. अग्रपूजेसाठी कृष्णाची निवड त्या राजांचे पुढारीपण घेणाऱ्या शिशुपालाला सहन होणार नव्हती. कृष्णाने करवलेल्या जरासंधवधाचे शिशुपालाला निमित्त मिळाले होते. कंसवधामुळे जरासंधाने कृष्णाशी वैर धरले होते. अग्रपूजेसाठी कृष्ण कसा अयोग्य आहे, त्याची शिशुपाल लांबलचक आणि काही ठिकाणी तर्कशुद्ध वाटणारी यादीच देतो. हे सगळे दोषारोप कृष्ण ऐकून घेतो आणि सुदर्शन चक्राने शिशुपालाचा वध करून त्यांचे प्रत्युत्तर देतो. ह्या निमित्ताने कृष्णाच्या दोन बाजू समोर येतात. अग्रपूजेसाठी कृष्णच सर्वांत योग्य आहे असे भीष्म म्हणतात तर त्याच अग्रपूजेसाठी कृष्ण सर्वस्वी अयोग्य आहे हे शिशुपाल अगदी आवेशाने मांडतो. एकाचवेळी इतकी टोकाची दोन मते मांडली गेली आहेत हे लक्षात घेण्याजोगे आहे.

इंद्रप्रस्थाची स्थापना आणि राजसूय यज्ञ ह्यानंतरची मोठी घटना खांडववन जाळण्याची आहे. खांडववन हा घनदाट अरण्याने भरलेला प्रदेश आहे. तेथे नाग जातीच्या लोकांची वस्ती होती, हे नाग म्हणजे ज्याला आपण साप म्हणतो ते, असे मानणे बुद्धीला पटण्यासारखे नाही. नाग आणि साप हे दोन स्पष्टपणे वेगवेगळे शब्दप्रयोग आहेत. नाग हे विशिष्ट प्रकारचे लोक असण्याची दाट शक्यता आहे.

आजही ईशान्य भारतात नाग लोक आहेत. 'उलूपी' ह्या 'नागां' पैकीच होती आणि तिने अर्जुनाशी लग्न केले होते. हे सर्व लक्षात घेता खांडववनात नाग म्हणजे सापांनी भरलेले जंगल होते असा अर्थ काढणे योग्य वाटत नाही. ही अरण्ये इंद्रप्रस्थाच्या आसपास पसरलेली होती. नगराच्या सुरक्षिततेच्या दृष्टीने हे धोकादायक होते, एखादा शत्रू जंगलातून लपतछपत नगरापाशी येईपर्यंत शत्रूची चाहूल लागली नसती किंवा एखाद्याला हल्ला करून जंगलात पळूनही जाता आले असते. कुशस्थली नावाच्या जागेवर कृष्णाने जेव्हा द्वारका नगरी वसवली तेव्हा सुरक्षिततेच्या दृष्टीने ती जागा नीट पारखून घेतली होती. द्वारकेची रचनाच अशी होती की ती फक्त एका टोकाला जमिनीशी जोडलेली होती. दुसऱ्या बाजूला समुद्रच असल्याने त्याबाजूने शत्रूचे भय नव्हते. भरतीच्यावेळी तर जमिनीकडील बाजूही पाण्याने भरून जात असे. त्यामुळे बाहेरून शत्रू येऊच शकत नसे. द्वारकेप्रमाणेच कृष्णाने इंद्रप्रस्थाच्या संरक्षणाची दुसरी फळी मजबूत करण्याच्या उद्देशाने अर्जुनाकरवी हा वनप्रदेश नेटका करवून घेतला असावा. अर्थात हा एक कयासच आहे, परंतु कृष्णाचा स्वभाव लक्षात घेता त्याचे हे आडाखे उचितच वाटतात. तरीसुद्धा लष्कराचे धोरण म्हणून हे कृत्य एकवेळ समर्थनीय असेल परंतु खांडववन जाळल्यामुळे असंख्य निरपराध नाग लोक आगीत होरपळून मेले ते आजही 'पाप' वाटावे असेच आहे.

.....आणि तरीही ह्या 'अघोरी' कृत्याच्या शेवटी कृष्णाची जी प्रतिमा उठून दिसते ती पुन्हा एकदा, सर्वसामान्यांपेक्षा कितीतरी वेगळी, नजरेत भरण्यासारखीच आहे. अर्जुन आणि कृष्ण दोघांवर प्रसन्न झालेला इंद्र जेव्हा वर मागण्यास सांगतो तेव्हा कृष्ण एकच वर मागतो- 'ह्या पृथापुत्राचे प्रेम मला सदैव लाभो!' हा पृथापुत्र म्हणजेच अर्जुन. जो भक्त आहे, जो अत्यंत प्रिय आहे, त्याचा सद्भाव, त्याचे प्रेम अविरत, सतत मिळत राहावे ह्याहून अधिक दुसरे कोणते वरदान असणार? कृष्ण ज्ञानी आहे, वीर आहे, तपस्वी आहे, अनुपमेय आहे - त्याच्यासारखा तोच आहे - हे सगळे गौण आहे. ह्या सर्वांहूनही अधिक तो सखा आहे.

ह्या नंतरची प्रमुख घटना द्यूतसभेची. द्यूतसभेच्यावेळी कृष्ण द्वारकेत नाही. ह्या घटनेबद्दल त्याला काहीही माहीत नाही. त्याला बातमी कळेपर्यंत पांडव आपले राज्य गमावून वनवासी होऊन चुकले आहेत. कृष्ण पांडवांना वनात भेटतो तेव्हा म्हणतो, ''मी तेथे असतो तर असे घडूच दिले नसते.'' जे झाले ते तर झालेच. कृष्ण ह्यावेळी युधिष्ठिराला आणि विशेषत: शरमेने आणि क्रोधाने मधूनच पेटून उठणाऱ्या द्रौपदीला सांगतो, ''तुम्ही निश्चिंत असा. कौरवांचा नाश होऊन तुम्हाला पुनश्च राजसिंहासन निश्चितच प्राप्त होईल.'' कृष्णाचे हे आश्वासन केवळ उपचारापुरते नाही.

त्यानंतर ठीक तेराव्या वर्षाच्या अखेरीस कृष्ण उपप्लव्यात पांडवांकडे येतो. अज्ञातवास पूर्ण झाला आहे. इंद्रप्रस्थाचे राज्य पांडवांना मिळणे द्यूताच्या अटीप्रमाणे

उचित होते. पांडवांचा दूत म्हणून गेलेला द्रुपदाचा राजपुरोहित आणि उलट संदेश घेऊन आलेला हस्तिनापूरचा दूत संजय, दोघांचेही येणे-जाणे व्यर्थ झाले आणि महायुद्ध अटळ ठरले. आता युद्ध टाळण्याचा शेवटचा प्रयास म्हणून कृष्ण स्वत: दूत बनून जाण्यास तयार होतो. एकीकडे युद्ध टाळण्यासाठी तो कटिबद्ध आहे आणि दुसरीकडे अजूनही क्रोधाने धगधगणाऱ्या द्रौपदीचे तो सांत्वन करतो, ''कृष्णे, इतकी वर्षे तू रडलीस. आता तुझ्या शत्रूच्या स्त्रिया त्यांच्या पतीच्या मृतदेहापाशी विलाप करतील. तू निश्चिंत राहा.'' कृष्णाची ही दुहेरी भूमिका समजून घेतली पाहिजे. कृष्णाला युद्ध नकोच आहे. समेट व्हावा आणि महाविनाश टळावा अशीच त्याची इच्छा आहे; पण द्रौपदीला ते पटवून देता येण्यासारखे नाही. द्रौपदीच्या मनात खदखदणाऱ्या अपमानाचे एव्हाना सुडात रूपांतर झाले आहे. हा सुडाग्नी जणू शत्रूच्या रक्तानेच विझणार आहे. तिची तहान नुसत्या शब्दांनी भागणार नाही आणि तरीसुद्धा द्रौपदीच्या शहाणपणाबद्दल आणि आपल्यावरील तिच्या स्नेहाबद्दल कृष्णाला पूर्ण भरवसा आहे. समेट झालाच तर त्यावेळी ती आपला शब्द मानेल अशी त्याची खात्री आहे.

दूत बनून हस्तिनापुरात गेलेला कृष्ण मुत्सद्दी आहे. म्हणूनच जागरूकही आहे. दुर्योधनाने त्याला भुलविण्यासाठी केलेल्या पाहुणचाराच्या देखाव्याचा फक्त नावापुरता स्वीकार करून तो म्हणतो, ''दुर्योधना, मी दूत म्हणून आलो आहे. तू हे आतिथ्य खऱ्या प्रेमाने केले असतेस तर मी हस्तिनापूरचा अतिथी म्हणून हे भोजन स्वीकारले असते किंवा मग ते स्वीकारण्यावाचून गत्यंतरच नाही अशी परिस्थिती उद्‌भवली असती तर ते मला स्वीकारावे लागले असते. तुझ्या ह्या पाहुणचारात प्रेमही नाही आणि मीही अगतिक नाही. तेव्हा मी विदुराघरीच राहीन.''

शिष्टाईसाठी कृष्ण साम, दाम, दंड, भेद चारही नीतितत्त्वे वापरून पाहतो. सामोपचार व्यर्थ ठरला आणि सुईच्या अग्राइतकीही जमीन द्यायला दुर्योधनाने साफ नकार दिला तेव्हा कृष्णाने महाविनाशाचे भयानक चित्र धृतराष्ट्रापुढे उभे केले. समग्र कुरुकुलाला वाचवण्यासाठी दुर्योधनाला कैद करण्याचा सल्लाही दिला. कुलाचा नाश करणाऱ्या एका कंसाचा वध करून कृष्णाने स्वत:ने जसे संपूर्ण यादवकुळ वाचवले तसे सगळ्या कुरुकुलाच्या नाशाला कारणीभूत होणाऱ्या दुर्योधनाला बंदी करून महायुद्ध निवारण्याच्या दंडनीतीचाही कृष्ण प्रयोग करून पाहतो. एवढे होऊनही दुर्योधन जेव्हा कृष्णालाच बंदी करण्याचा पोरकट प्रयत्न करतो तेव्हा सदैव जागरूक असलेला कृष्ण दुर्योधनाचा तो प्रयत्न निष्फळ तर करतोच; शिवाय आपले विराट स्वरूप किती विनाशक असू शकेल त्याची सगळ्या कुरुसभेला कल्पना आणून देतो.

दोन

कृष्णाने आपल्या स्वत:च्या सामर्थ्याचे महत्तम स्वरूप दोनदा प्रकट केले आहे. पहिल्यांदा कुरुसभेत शिष्टाई निष्फळ ठरत असता, सर्व सभाजनांना त्याने आपल्या सर्वव्यापी तेजाचे प्रचंड दर्शन घडवले आहे. हे दर्शन भयप्रेरित आहे. स्तंभित करणाऱ्या पराकोटीच्या भीतीवर त्याची उभारणी झालेली आहे. दुसरे अर्जुनाला गीता सांगतेवेळी अर्ध्यातूनच कृष्णाने आपले विश्वरूपदर्शन घडवले आहे. हे दर्शन प्रेम, ज्ञान आणि भक्तीने प्रेरित आहे. ह्यात अर्जुनाला ह्या ब्रह्मांडाचा केंद्रबिंदू ओळखण्याची ज्ञानदृष्टी देण्याचा प्रेमपूर्वक केलेला प्रयास आहे. अर्जुनाच्या भक्तीने प्रेरित होऊन कृष्णाने हे केले आहे; पण विश्वरूपदर्शन म्हणजे तरी काय? कुरुसभेतील कृष्णाचे विराट रूप पाहिल्यानंतर दुर्योधनच काय, कुणीही मानव कृष्णाच्या सल्ल्याची अवगणना करण्याचा विचारही करू शकणार नाही. दुर्योधन अहंकारी असला तरी मूर्ख नाही. धर्मशास्त्र किंवा तर्क त्याला माहीत नाहीत असेही नाही. म्हणजेच दुर्योधनाची हट्टी वृत्ती आणि कुरुश्रेष्ठांच्या निस्तेजपणामुळे कोपलेल्या कृष्णाने आपला रोष प्रकट करणारा इशारा ह्याप्रकारे दिला असावा. कृष्णाचे हे रूप रागीटच असणार. क्रोधावेशात आलेला माणूस कितीही सुंदर असला तरी तो भयानक, कुरूप वाटायला लागतो. ह्याप्रसंगी कृष्णाचे रूपही भयावह आहे. कृष्णाचे असे भयंकर रूप म्हणजे त्याच्या चित्तात निर्माण झालेल्या क्रोधाचीच अभिव्यक्ती असणार!

समेटासाठीच्या वाटाघाटी निष्फळ असलेल्या दिसत असतानाही आर्यावर्ताला महासंहारापासून वाचवण्यासाठी कृष्णाने केलेला अंतिम प्रयत्न पुष्कळच विवाद्य ठरला आहे. तरीसुद्धा, मानवकल्याणाच्या हेतूने प्रेरित होऊन, महामानव कुठवर तडजोड करायला तयार होतो त्याचे हे उत्तम उदाहरण आहे. सर्वसामान्य माणसाच्या तडजोड करण्यालाही एक मर्यादा असते. महामानव ही मर्यादा ओलांडून जातो. ती मर्यादा ओलांडणाऱ्याचे स्वत:चे त्यात काहीच हित नसेल, काहीच स्वार्थ नसेल तरच मर्यादेचे असे उल्लंघन शोभून दिसते. कृष्णाने अशीच असाधारण भूमिका ह्याप्रसंगी पार पाडली आहे. वाटाघाटी फसल्यानंतर हस्तिनापूरचा निरोप घेतेवेळी कृष्ण कर्णाला आपल्याबरोबर घेतो. कृष्णाला निरोप द्यायला आलेल्या यजमानांमधून एकट्या कर्णाला तो हस्तिनापूरच्या सीमेबाहेर गेल्यावरही आपल्या सोबत ठेवतो. राजनीतीतल्या साम, दाम, दंड भेदांपैकी भेदनीतीचा अवलंब कृष्णाने येथे केला आहे. कर्ण हीच दुर्योधनाची अपार शक्ती आहे. भीष्मद्रोणांपेक्षाही कर्णाचा दुर्योधनाला अधिक भरवसा वाटतो. भीष्म आणि द्रोण दोघेही कौरवपक्षात असले तरी पांडवांबद्दलचे त्यांचे प्रेमही उघड आहे. त्याउलट कर्णाचे पांडवांबद्दल, विशेषत: अर्जुनाबद्दलचे वैरही तितकेच उघड आहे. म्हणजे ज्याच्यावर डोळे झाकून विश्वास ठेवावा असा

कर्ण हा एकमात्र योद्धा दुर्योधनाकडे आहे. 'ह्या कर्णाला जर दुर्योधनाच्या पक्षातून फोडला तर कदाचित दुर्योधन युद्धाचा विचारच सोडून देईल, कर्णाविना केवळ भीष्मद्रोणांच्या भरवशावर दुर्योधन युद्धच करणार नाही' असा विचारपूर्वक दूरगामी हिशोब मांडून, संभाव्य महासंहारातून सर्वांनाच वाचवण्यासाठी कर्णाने दुर्योधनाचा पक्ष सोडून पांडवांना येऊन मिळावे म्हणून कृष्ण त्याचे मन वळवण्याचा प्रयत्न करतो. अशा प्रयत्नातच कर्ण 'राधेय' नसून 'कौन्तेय' आहे हा रहस्यभेदही कृष्णाने केला आहे. कौन्तेय होण्याचे कर्णाने मान्य केल्यास ज्येष्ठ बंधू ह्या नात्याने राजसिंहासनही युधिष्ठिराऐवजी त्यालाच मिळेल अशी छुपी लालूचही दाखवतो. ह्या प्रसंगात कर्णाचे व्यक्तिमत्त्व नजरेत भरण्याइतकी उंची गाठते. कृष्णाचा प्रस्ताव नाकारताना तो म्हणतो, "कृष्णा, मी असे केले तर 'कर्ण' म्हणून माझे अस्तित्व संपून मी पांडुपुत्रांपैकी एक होऊन जाईन. आजीवन मी 'राधेय' म्हणूनच माझे अस्तित्व जपले आहे. कुंतीने मला कधीच 'कौन्तेय' होऊ दिले नाही. आता जर मी कौन्तेय झालो तर ते पापाचरण ठरेल. माझी प्रिय राधामाता आणि माझा परममित्र दुर्योधन ह्या दोघांशी मी द्रोह केला असेच होईल."

दाखवली तेवढी लालूच कमीच म्हणून की काय, कृष्ण शेवटी कर्णाला द्रौपदीचीही लालूच दाखवतो. कर्ण 'पांडव' झाल्यास द्रौपदी पाचांऐवजी सहा पांडवांची पत्नी होईल आणि सहाव्या भागाने कर्णाची शय्यासोबती होईल असे गणितही पुढे करतो. हे फारच वादग्रस्त कृत्य आहे. द्रौपदीला तिच्या शत्रूचा संहार करण्याचे सांत्वनपर आश्वासन देऊन वाटाघाटींसाठी आलेला कृष्ण ह्या सांत्वनाच्या अगदी विपरीत, खुद्द द्रौपदीलाच पुन्हा एकदा पैजेला लावतो! आधी युधिष्ठिराने द्रौपदीचा डाव मांडला होता, आता दुसऱ्यांदा स्वतः कृष्णानेच असा डाव मांडला आहे!

हा दुसऱ्यावेळेचा डाव मात्र महामानवाचा अलौकिक डाव आहे. द्रौपदीला पणाला लावून युधिष्ठिराला आपले गमावलेले राज्य आणि संपत्ती परत मिळवायची आहे. त्याउलट कृष्णाला ह्या एका बलिदानाने समग्र आर्यावर्ताला महाविनाशापासून वाचवायचे आहे. आपण द्रौपदीला दिलेले वचन खोटे ठरले तर ठरो, पुढच्या काळात कृष्णाला खोटारडा म्हटले गेले तरी हरकत नाही. आपल्या माथ्यावर कलंक घेऊनही हा विनाश थांबवता आला तर तो थांबवणे हेच तर महामानवाचे लक्षण आहे. त्यापासून कृष्णाचा कोणताच वैयक्तिक स्वार्थ साधला जाणार नव्हता. कृष्णाच्या मनात द्रौपदीप्रती अपार प्रेम आहे. त्या प्रेमावरच विश्वासून कृष्ण हा डाव खेळत आहे. आपण द्रौपदीला वचन दिले हे खरे; पण आपण समजूत घातली तर हे अग्निदिव्य स्वीकारून, महासंहार रोखण्याच्या ह्या कार्यात ती नक्कीच साथ देईल ह्या श्रद्धेने कृष्णाने असे केले असेल. युधिष्ठिराच्या त्या डावाशी कृष्णाच्या ह्या डावाची कधीच तुलना होऊ शकणार नाही. मात्र, द्रौपदीच्या विलक्षण प्रारब्धाकडे अनुकंपेची एक हळुवार नजर टाकता येईल, एवढेच!

परमसखी द्रौपदीला येथे कृष्णाने एका अर्थाने पणाला लावले आहे. कृष्णाचे हे वागणे जसे कळायला अवघड जाते तसेच आपली प्रिय भगिनी सुभद्रा हिचे अर्जुनाशी लग्न लावून देतानाचे त्याचे वर्तनही कोड्यात टाकणारे आहे. बारा वर्षांचा वनवास आणि ब्रह्मचर्य ह्या दोन्ही अटी अर्जुनाने पाळायच्या असताना एखाद्या आधुनिक वकिलाच्या युक्तिवादाप्रमाणे ब्रह्मचर्याची अट शिथिल करून ह्या वनवासाच्या काळातच त्याने उलूपीशी आणि चित्रांगदेशी अशी दोन लग्ने केली. त्यानंतर वनवास अजून संपलाही नाही तोच त्याची नजर सुभद्रेवर पडली आणि पुन्हा एकदा त्याला कामभावनेने घेरले. अर्जुनाच्या नजरेतील बदल कृष्णाने चटकन् हेरले. ज्याला पूर्वी कधीच पाहिले नव्हते त्या अर्जुनाची द्रौपदीस्वयंवराच्यावेळी कृष्णाला ओळख पटली होती तर मग आता त्याच्या नजरेतला बदल कृष्णाच्या ध्यानात न आला तरच नवल! अशाच प्रकारे अर्जुन जर येता-जाता कामवश होत राहिला, नव्या-नव्या स्त्रियांशी संबंध ठेवत गेला तर त्याच्या अंगच्या सामर्थ्याला ह्या कामवशतेमुळे खीळ बसेल, त्याचे सामर्थ्य उणावेल, अशी शक्यता कृष्णाच्या लक्षात आली. गीतेच्या विभूतियोगात 'धर्मप्रेरित काम मी आहे' असे म्हणणारा कृष्ण कामभावनेची उपेक्षा करत नाही. तिचा स्वीकार करतो; पण तो काम धर्मप्रेरितच राहावा ह्यासाठी, त्यावर कुठेतरी काहीतरी मर्यादा आखून देण्यासाठी कृष्णाने ही संधी साधली असण्याची शक्यता आहे. प्रत्यक्ष कृष्णाच्या बहिणीशीच लग्न केल्यानंतर दुसरीकडे नजर वळवण्याचेही धाडस अर्जुन करू शकणार नव्हता. कृष्णाच्या स्मरणानेही त्याच्या कामभावनेला आवर बसला असता.

दुसरीही एक शक्यता आहे. सुभद्रेचे जर स्वयंवर मांडले असते तर दोघांच्या वयातील मोठे अंतर लक्षात घेता, सुभद्रा कदाचित अर्जुनाला वरणार नाही असा संदेह अर्जुनाच्या मनात होता. त्यामुळे क्षत्रियपरंपरेनुसार स्वयंवर किंवा अपहरण ह्या दोहोतला दुसरा मार्ग कृष्ण अर्जुनाला सुचवतो. सुभद्रेच्या संमतीनेच हे अपहरण झाले होते ह्या म्हणण्याला काही आधार नाही, कथेकऱ्यांनी आणि दूरदर्शनकारांनी ते प्रचलित करवले आहे. सुभद्राहरणामुळे क्रुद्ध झालेल्या यादवांची कृष्णाने समजूत घालून त्यांना शांत केले आणि अर्जुनाच्या शिथिल होऊ घातलेल्या चारित्र्यावर अशा तऱ्हेने जणू कायमचा पडदा टाकला. ह्यानंतरही दोन वेळा वेगवेगळ्या स्त्रियांशी संबंध येण्याचे प्रसंग अर्जुनापुढे उभे ठाकले आणि दोन्ही वेळा त्याने ते सौजन्यपूर्वक नाकारले. पहिला इंद्राचा पाहुणचार घेत असताना त्याच्या मनोरंजनासाठी हजर झालेल्या ऊर्वशीचा आणि दुसरा अज्ञातवासाचे तेरावे वर्ष संपले असता विराटनगरीत उत्तरेच्या पाणिग्रहणाचा, असे दोन्ही प्रस्ताव त्याने नाकारले आहेत. अर्जुनाच्या ह्या परिवर्तनाला आपण 'कृष्णलीला' म्हणू शकू.

महायुद्धाच्या अठरा दिवसांत कृष्णाची भूमिका अपूर्व म्हणावी, अशीच आहे.

आपण नि:शस्त्र राहणार असल्याची प्रतिज्ञा त्याने युद्धाच्या आरंभीच केली आहे. पांडवांचा पक्ष धर्माचा पक्ष आहे आणि पांडवांचा विजय व्हावा अशीच आपली इच्छा आहे हे त्याने सुरुवातीसच स्पष्ट केले आहे आणि तरीसुद्धा आपल्या सैन्याला आणि इतर यादव-वीरांना त्याने दोन्हीपैकी कोणताही पक्ष निवडण्याचे स्वातंत्र्य दिले आहे. आपले सैन्य त्याने आपणहून दुर्योधनाच्या स्वाधीन केले आहे. भूरिश्रवा आणि सात्यकी दोघे परम मित्र, परंतु भूरिश्रवा नातेवाइकाच्या बाजूने, म्हणून दुर्योधनाकडून लढतो आणि सात्यकी कृष्णप्रेमामुळे पांडवांचा पक्ष घेतो. ज्येष्ठ बंधू बलरामाचा कल दुर्योधनाकडे आहे पण 'कृष्ण पांडवांच्या बाजूने असता आपण कौरवांकडून लढू शकत नाही' असे म्हणून तो युद्धापासून अलिप्त राहतो. नि:शस्त्र राहणार असल्याची कृष्णाची स्वत:ची प्रतिज्ञा आहे. आपण जो पक्ष घेतला तो धर्मपक्ष आहे अशी त्याची खात्री आहे. हा धर्मपक्ष पराजित होणार की काय अशी कठीण परिस्थिती उद्‌भवल्यानंतर मात्र, स्वत:ची प्रतिज्ञा भंग होत असूनसुद्धा आपला पक्ष, पर्यायाने धर्म वाचवण्यासाठी, धर्माचे रक्षण करण्यासाठी हाती शस्त्र घेऊन कृष्ण धावून गेला आहे. येथे कृष्णाची धर्मभावना स्पष्ट होते. व्यक्तीपेक्षा समष्टी श्रेष्ठ आहे. प्रसंगी वैयक्तिक बलिदान देऊनही समष्टी-धर्म वाचवला पाहिजे हीच व्यापक धर्मभावना आहे. दोन प्रकारच्या धर्मपालनाचा संघर्ष निर्माण झाला असता — त्याला आपण व्यावहारिक भाषेत धर्मसंकट म्हणतो — व्यापक धर्मरक्षणासाठी, लहान प्रमाणातील धर्माचा त्याग करणे इष्ट ठरते. व्यापक धर्म तरी कशाला म्हणायचे? ज्या धर्मपालनाने किंवा धर्मरक्षणाने जास्तीत जास्त लोकांचे हित साधले जाणार असेल, त्या धर्माचे पालन करणाऱ्याचा ज्यात लेशमात्रही व्यक्तिगत स्वार्थ नसेल तोच व्यापक धर्म! कृष्णाच्या आयुष्यात अनेक प्रसंगी अशा प्रकारची धर्मभावना प्रकट झाली आहे. कृष्णाच्या आयुष्यातील ही धर्मभावना एकदा ध्यानात आली की त्याच्या जीवनातील वरकरणी विसंगत वाटणाऱ्या अनेक कृतींचा आपोआपच उलगडा होत जातो.

भीष्म, द्रोण आणि कर्ण तसेच दुर्योधन ह्यांच्या वधाचे अवलोकन धर्मभावनेच्या ह्या प्रकाशरेखेतच करण्यासारखे आहे. हे सगळेच्या सगळे कौरववीर योद्धे ह्या तथाकथित धर्मयुद्धात शुद्ध अधर्मानेच मारले गेले आहेत ह्यात मुळीच शंका नाही. युद्ध आरंभ होण्याच्या दिवसापर्यंत धर्माचेच सरंक्षण करत असलेल्या पांडवांनी युद्धाच्या सर्वच्या सर्व अठरा दिवसांच्या काळात कौरवांपेक्षा अनेक पटीने जास्त अधर्माचरण केले आहे आणि ह्या सगळ्या अधर्मांना कृष्णाचा पाठिंबा मिळाला आहे. कृष्णाच्या पाठिंब्याविना ह्यातील एकही कृत्य पांडव करू धजावले नसते ह्यात शंका नाही. कृष्णाचा असा पाठिंबा न लाभता तर पांडवांचा पराजय ठरलेलाच होता. ह्या कौरव योद्ध्यांपैकी एकाचाही पराभव पांडव सेनानी करू शकले नसते आणि अर्थातच दुर्योधन विजयी झाला असता. मग दुर्योधनाचा विजय म्हणजे धर्माचा पराजय असाच अर्थ झाला असता. धर्माचा पराजय कृष्ण कसा काय होऊ देणार?

पुढील कित्येक शतकांच्या इतिहासाला आणि एका अर्थाने समग्र मानवजातीलाच ह्यातून एक विपरीत संकेत मिळाला असता. परमधर्म पुनर्स्थापित होण्यासाठी कुठेतरी काही अधर्माचरण झाले आणि त्याचा दोष, त्याचे अपयश कृष्णाच्या माथी येणार असेल तर खुशाल येवो. अपयशाचा अंगार वाळलेले गवत पेटवू शकतो, हिमशिखर नाही. कृष्ण असे शिखर आहे — गवत नव्हे.

समोर शिखंडीला उभा करून भीष्मांचा, अश्वत्थामा नावाच्या हत्तीला मारून, शस्त्रत्याग करायला भाग पाडून द्रोणांचा आणि भूमीवर उतरून रथाचे चाक काढण्यात गुंतलेल्या नि:शस्त्र कर्णाचा वध कृष्णाने करवून घेतला. येथवर तरी ठीक, परंतु दुर्योधन वध कृष्णाने ज्या पद्धतीने घडवून आणला त्याने बलरामही संतापला. मरणोन्मुख दुर्योधनाने त्यावेळी कृष्णाची जी तीव्र निर्भर्त्सना केली त्याचे कृष्णाला शोभावे असे उत्तर खुद्द कृष्णही देऊ शकला नाही. अशा तऱ्हेने दुर्योधनाचा वध झाला नसता तर आधीच्या अठरा दिवसांचे विजयाचे गणित उलटेपालटे झाले असते. भीष्म-द्रोण-कर्णादी महारथींचा वध करून किनाऱ्याशी आलेले पांडवांचे धर्म-तारू किनाऱ्याशीच खडकाला आपटून बुडून गेले असते. असे न व्हावे म्हणून आणखी एका अधर्माचा कलंक कृष्णाने आपल्या माथी घेतला.

उघड उघड अधर्माचरणाने मिळवलेल्या ह्या विजयाची वार्ता माता गांधारीला देण्याचे दुष्कर कर्मही पांडवांच्या वतीने कृष्णाला करावे लागले आहे. गांधारीला पराजयाची मनोमन कल्पना होती. तो अपेक्षितही होता. तिची खरी व्यथा आहे ती पांडवांच्या अधर्माचरणाची! पांडव अधर्माने वागतील ह्याची ती कल्पनाही करू शकत नाही. तिच्या व्यथेचे, ह्या दु:खाचे उग्र रोषात रूपांतर झाले होते. गांधारीच्या ह्या क्रोधाची झळ लागली असती तर दुर्योधनाच्या वधानंतर मिळवलेल्या विजयाचे सुद्धा एका क्षणात पराजयात परिवर्तन झाले असते. गांधारीच्या रोषात कुठेच अधर्म नव्हता. निव्वळ धर्मच होता. असा क्रोध कृष्णाखेरीज दुसरा कोण झेलू शकणार? ज्या कृष्णाने युद्ध टाळण्यासाठी आत्यंतिक प्रयास केले, ज्या कृष्णाने स्वत:चा कोणताही स्वार्थ किंवा हित साधायचे नसतानाही महायुद्धात असंख्य कलंक आपल्या शिरावर घेतले आणि त्याच कृष्णाने युद्धाच्या अखेरीस आपल्या सर्वनाशाची किंमत देऊनही गांधारीचा रोष हसतमुखाने स्वीकारला. त्याबद्दल व्याकुळता नाही, अस्वस्थता नाही, चिंता नाही, रागही नाही. आहे फक्त स्वीकार. सहज स्वीकार. विजयाचे अत्युच्च शिखर असो की सर्वनाशाची खोल दरी असो एकसारख्याच तटस्थपणे कृष्ण त्याचा स्वीकार करतो. गांधारीचा क्रोध अशा तऱ्हेने शमला नसता तर पांडवांचा सर्वनाश अटळ होता आणि त्यामुळे हस्तिनापूरच्या साम्राज्याची धूळधाण झाली असती. धर्म काय आणि अधर्म काय हे दाखवायलाही काही उरले नसते.

भारतीय युद्धातील कृष्णाच्या एकूणच वागण्यातले सर्वांत अगम्य कोडे अठराव्या दिवसाच्या अखेरीस, रात्रीचे आहे. पांडवांचा विजय आणि कौरवांचा सर्वनाश

झाल्याचे वृत्त धृतराष्ट्र आणि गांधारी ह्यांना सांगून झाल्यावर परतताना कृष्ण एक वाक्य म्हणतो त्यामागचे गूढ उकलत नाही. युद्धाचे आघात, त्याबद्दलचा शोक, त्यावरचे सांत्वन हे सगळे झाल्यावर कृष्ण धृतराष्ट्र-गांधारीला म्हणतो, "आता मी लगेच युद्धक्षेत्री परत जातो. आज रात्री अश्वत्थामा पापकृत्य करणार आहे. मला पांडवांचे रक्षण करायचे आहे." (शल्यपर्व अध्याय ६३) उत्तरादाखल धृतराष्ट्र कृष्णाला सुचवतो, 'त्वरित जा आणि पांडवांना वाचव.' ह्या संभाषणात कोणताच गर्भित अर्थ शोधण्याची गरज नाही. कृष्णाला जणू माहीतच होते की, आज रात्री अश्वत्थामा काही तरी अघोरकर्म करणार आहे आणि ते कृत्य म्हणजे पांडवांचा वधच असणार! आता, कृष्णाने हे कसे काय ओळखले, ह्याबद्दल कोणताही संकेत ह्याआधी कुठेच मिळत नाही. अश्वत्थाम्याच्या मनात ह्या अचाट कृत्याची कल्पनाच अठराव्या दिवसाच्या रात्री आली आहे. कृष्णाने ह्या घटनेचा संकेत दिला तेव्हा तर जेमतेम रात्र होत होती. ह्याच क्षणी अश्वत्थाम्याच्या मनात कदाचित असा काही विचारही आला नसण्याची शक्यता आहे. तर मग कृष्णाला असा पूर्वसंकेत कुठून मिळाला? एखाद्या अगम्य अंत:प्रेरणेने कृष्णाने हे जाणले म्हणावे तर मग अश्वत्थाम्याचे हे अघोरी कृत्य त्याने रोखले का नाही? नेमक्या त्या एका रात्रीपुरतेच पांडवांनी अन्यत्र झोपावे आणि धृष्टद्युम्नासहित द्रौपदीचे पाच पुत्र पांडवांच्या शिबिरात झोपावेत ह्यातून काय अर्थ निघू शकेल?

तीन

निद्राधीन असलेल्या द्रौपदीपुत्रांचा आणि धृष्टद्युम्नाचा अश्वत्थाम्याने वध केला त्यानंतर जे घडले तो कृष्णाच्या आयुष्याचा सर्वाधिक करुण भाग आहे. जननी, भगिनी, कन्या, पत्नी, प्रियतमा... स्त्रीच्या ह्या सर्व रूपांपेक्षाही अधिक अशा प्रिय सखीचे स्थान कृष्णाने जिला दिले त्या द्रौपदीने आपल्या पुत्रांच्या हत्येनंतर कृष्णावर ठपका ठेवताना त्याच्यावर फार मोठा अन्याय केला आहे. वध करून पळून जाणाऱ्या अश्वत्थाम्याचा पाठलाग करायला गेलेल्या भीमाला कृष्ण आवरतो कारण, अश्वत्थाम्याने ब्रह्मास्त्राचा वापर केला तर भीम त्याचा प्रतिकार करू शकणार नाही आणि निश्चितच मृत्युमुखी पडेल हे कृष्णाला माहीत होते. एव्हाना अश्वत्थामा ब्रह्मराक्षस बनला होता. त्याचा प्रतिकार फक्त अर्जुनच करू शकला असता परंतु, भीमाला आवर घालण्यामागचा कृष्णाचा हेतू समजून घेतल्याविनाच द्रौपदी कृष्णाला म्हणते, "अश्वत्थाम्याला पळून जायला तूच मुद्दाम अवधी तर देत नाहीस ना?" हा आरोप करताना द्रौपदीचा तोल सुटला आहे. गांधारीच्या शापासारखाच हा प्रसंग! तरीही, कृष्ण निमूटपणे तो सहन करतो. अश्वत्थाम्याला जिवंत पकडून त्याचा मणी

हिसकावून घेण्यात अर्जुनाला मदत करतो. (भागवतात हा कथाभाग अगदी वेगळा आहे.) श्रीकृष्णाने मनात आणले असते तर तो अश्वत्थाम्याचा वध करू शकला असता पण ह्या उलट, त्याला शाप देऊन त्याने चिरंजीव केले. तेजहीन, कळाहीन, व्यथेने पीडलेल्या ह्या ब्राह्मणाने पृथ्वीवर हजारो वर्षे, मृत्यूच्या प्रतीक्षेत भटकत राहावे ह्याहून अधिक भयंकर शिक्षा ती कोणती? पुढच्या पिढ्यांसमोर, पापाचार आणि अधर्माचरणाचे मूर्तिमंत उदाहरण बनून त्याने हिंडत राहावे ह्यात कृष्णाचा फार मोठा 'काव्यात्म न्याय' आहे. प्रत्यक्ष मृत्यू ही क्षणभराची शिक्षा आहे, मृत्यूची प्रतीक्षा ही मात्र प्रदीर्घ, न संपणारी शिक्षा आहे. कृष्णाच्या आयुष्यातल्या अनेक उघडउघड विसंगतींवर शेकडो वर्षांनंतरच्या पिढीतील कुणी बोट ठेवले तर जणू त्याच्या त्या शंकांचे निराकरण करण्यासाठीच की काय, अशी परीक्षिताच्या पुनर्जन्माच्या प्रसंगाची घटना महर्षी व्यासांनी रेखाटली आहे. अश्वत्थाम्याच्या ब्रह्मास्त्राने भ्रूणावस्थेतील शिशूचा बळी घेतला आणि उत्तरेच्या गर्भात वाढणारा शेवटचा कुरुवंशज प्राणाला मुकला. त्यावेळीच कृष्णाने आपल्या संपूर्ण सामर्थ्याच्या बळावर, ह्या अजून जन्मालाही न आलेल्या बाळाला पुनर्जीवित करण्याचे वचन दिले होते. उत्तरेचे हे मूल मृतावस्थेतच जन्माला आले. त्याला पुनर्जीवन मिळावे म्हणून कृष्णाने महाकाळाची प्रार्थना केली, "हे महाकाळा, मी जर कधीच असत्याचरण केले नसेल, कधी धर्माची कास सोडली नसेल, कधी युद्धात पाठ दाखवली नसेल आणि कंसवधही मी केवळ धर्मपालनाच्या उद्देशानेच केला असेल तर उत्तरेचा हा गर्भ जिवंत होवो!" कृष्णाने आपल्या आयुष्यात पौण्ड्र, भौमासुर, शिशुपाल अशा अनेक राजांचा वध केला होता; पण कंसवध हे त्याच्या शिरावरचे मोठे पातक ठरण्यासारखे होते कारण, कंस त्याचा मामा म्हणजे पितृतुल्य होता. मामाचा वध करणे पितृहत्येच्या पातकासारखेच होते. जणू काही ह्या पातकातून मुक्त होण्यासाठीच कृष्णाने आपले हे कृत्य महाकाळापुढे अग्निपरीक्षेसाठी ठेवले आहे. ह्या अग्निपरीक्षेत कृष्ण यशस्वी होतो. उत्तरेचा मृत पुत्र जिवंत होतो. युद्धकाळात केलेले उघडउघड अधर्म आणि असत्य ह्यातून प्रकटणारे परम तत्त्व कृष्ण येथे साकार करून आपल्यासमोर ठेवतो. धर्मतत्त्व हे कसे 'अणुरेणीव' आहे, किती सूक्ष्म आहे ह्याचाच जणू हा संकेत आहे.

रोजच्या आयुष्यातील व्यवहारचातुर्याचे उत्तम उदाहरण कृष्णाने महायुद्धाच्या सोळाव्या दिवशी दाखवून दिले आहे. कौरवसेनापती कर्णाच्या हातून घायाळ झालेला, अपमानित झालेला युधिष्ठिर शिबिरात परत येतो त्यावेळी रागारागाने अर्जुनाची निर्भर्त्सना करतो. बोलता बोलता तो 'गांडीव धनुष्याचा त्याग कर' असेही म्हणतो. 'गांडीवाचा अपमान करणाऱ्याचा वध करीन' अशी प्रतिज्ञा अर्जुनाने ह्याआधीच करून ठेवली आहे. प्रतिज्ञाबद्ध अर्जुन युधिष्ठिराला मारायला धावतो. हे घडते तर सगळे युद्धच निरर्थक ठरले असते आणि पांडवांच्या ह्या अंतर्गत

कलहामुळे अधर्माचा विजय घडून आला असता. अर्जुनाची प्रतिज्ञाही पाळली जावी आणि युधिष्ठिरही जिवंत राहावा असा एक पर्याय कृष्ण ह्याक्षणी शोधून काढतो. वडील भावाला 'अरे- तुरे' करणे हे त्याचा वध करण्यासारखेच आहे असा धर्माधार घेऊन कृष्ण अर्जुनाला युधिष्ठिराचा अपमान करायला लावतो. म्हणजे तात्त्विकदृष्ट्या वध तर झालाच, पण वडील भावाचा वध म्हणजे पितृहत्याच! आता ह्या पापातून मुक्त होण्यासाठी अर्जुन आत्महत्या करायला निघतो. पुन्हा कृष्ण मदतीला धावून येतो. 'आत्मश्लाघा ही आत्महत्येसमानच आहे' असा धर्मातला एक बारकावा शोधून काढून तो अर्जुनाला स्वत:चीच स्तुती करायला लावतो. अर्जुनाने केलेली स्वत:ची स्तुती आणि त्याआधी केलेली आपल्या थोरल्या भावाची निंदा ह्या निमित्ताने अर्जुनाच्या मनात साचलेल्या, दडपलेल्या भावना ह्यावेळी उसळून वर आल्या आहेत.

कृष्णाला मानवी मनोव्यापारांची उत्तम जाण आहे. त्यानुसार तो आडाखे बांधतो, खेळी खेळतो. दुर्योधनवधाच्यावेळी ह्याचा प्रत्यय येतो. दुर्योधन सरोवरात पाण्याखाली लपला आहे. विजयाच्या उन्मादात युधिष्ठिर काठावरून त्याला आव्हान देत म्हणतो, ''दुर्योधना, पाण्याबाहेर येऊन, तुला हव्या त्या शस्त्राने, तू आमच्यापैकी कुणाही एका भावाशी लढून त्याचा पराभव केलास तरी, जिंकलेले हे राज्य मी तुला देऊन टाकीन.'' युधिष्ठिराच्या ह्या मूर्खपणाचा कृष्णाला अतिशय संताप येतो. परंतु, रागाच्या भरात आणखी काही क्षण जरी त्याने वाया घालवले असते तरी दुर्योधनाने भीम सोडून दुसऱ्या कुणाही पांडवाला गदायुद्धाचे आव्हान दिले असते. तसे झाले असते तर एकच काय, उरलेल्या चारही पांडवांशी एकदम लढून चारांनाही चीत करण्याइतका दुर्योधन समर्थ योद्धा होता. पुन्हा एकदा हातातोंडाशी आलेला विजय पांडवांच्या हातून निसटला असता. आणीबाणीच्या ह्या क्षणी पळभराचाही विलंब न करता कृष्ण दुर्योधनाचा अहंकार डिवचतो. पाण्याखाली दुर्योधनाला ऐकू जाईल इतक्या मोठ्याने तो भीमाला म्हणतो, ''भीमा, आता दुर्योधनाचे काही खरे नाही! आता काही तो तुझ्या हातून वाचत नाही. तुझ्यासमोर लढायला उभा राहायची त्याची ताकदच नाही. तुझ्या एकाच प्रहारासरसा तो मेलाच समज!'' दुर्योधनाचा घमेंडखोर स्वभाव कृष्णाला माहीत होता. अहंकारी, घमेंडखोर व्यक्ती असले आव्हान सहन करू शकत नाही. कृष्णाच्या त्या शब्दांनी डिवचल्या गेलेल्या दुर्योधनाने गदायुद्धासाठी प्रतिस्पर्धी म्हणून भीमाचीच निवड केली आणि व्हायचे तेच झाले. भीमाचा पराजय कृष्णाने विजयात पालटून टाकला.

युद्धानंतरच्या शांतिकालात एकदा अर्जुनाने गीतेच्या उद्‌बोधनाची कृष्णाला पुन्हा एकदा विनंती केली. युद्ध आरंभ होण्याआधी गीता ऐकली असली तरी, तेव्हा मनावर युद्धाचे मोठे दडपण असल्याने, त्यावेळी ऐकलेले सर्व आता विस्मृतीच्या पडद्याआड गेले आहे असे म्हणून, पुन्हा एकवार गीता सांगण्याची तो कृष्णाला विनंती करतो. तेव्हा

आणि आता, कृष्ण आहे तोच आहे परंतु परिस्थिती बदलली आहे. महाकाळ हाच सर्वोपरी असून आपण केवळ निमित्तमात्र आहोत हे स्पष्ट करून कृष्ण म्हणतो, "अर्जुना, त्यावेळी जे सांगितले ते स्मरणात ठेवायला हवे होतेस. आता सगळे जसेच्या तसे मीही सांगू शकणार नाही कारण आता परिस्थिती बदलली आहे." तरीही, जणू केवळ अर्जुनाची उत्कंठा भागवण्यासाठीच सांगावे तसे तो म्हणतो, "असेच काहीसे पूर्वी कधी तरी मी ऐकले होते ते तुला सांगतो" असे म्हणून, दुसऱ्या कुणाची तरी वचने आणि अवतरणे कृष्ण अर्जुनाला ऐकवतो. प्रत्यक्ष महाकाळापुढे स्वत: कृष्णही केवळ निमित्त आहे ह्याची प्रचीती करून देणारा हा प्रसंग आहे. काळाची मर्यादा कृष्णालाही पडणारच. सर्वोपरी जर कुणी असेल तर तो काळ, कृष्ण नव्हे! काळाच्या महानतेचा कृष्णाने केलेला स्वीकारही तेवढाच महान आहे.

ह्यापुढील छत्तीस वर्षे कृष्णाने गांधारीचा शाप प्रत्यक्षात साकार होण्याची प्रतीक्षा करण्यातच घालवली असे वाटण्याइतका ह्या काळात कृष्ण निष्क्रिय राहिला आहे. छत्तीस वर्षांच्या ह्या दीर्घकाळाबद्दल महाभारतात विशेष कोणत्याच घटनेची नोंद नाही कर्तव्यकर्मातून निवृत्त झालेला, परिस्थितीने गांजलेला एखादा वृद्ध, एका कोपऱ्यात बसून आपल्या कुटुंबीयांच्या हालचाली निरखत असतो तशी ह्या काळात कृष्णाची स्थिती झाल्याचे खिन्न करणारे दृश्य नजरेस पडते. कृष्णासारखा सर्वांगीण प्रतिभावान नायक द्वारकेत आहे आणि तरीही त्याच्या डोळ्यांदेखत यादवकुळाची नम्रता, सभ्यता, विनय लयाला जात आहे. समस्त यादव लज्जाहीन बनत आहेत. गर्भवती स्त्रीचा वेष धारण करून कृष्णपुत्र सांबाने आणि इतर यादवांनी कृष्णाच्या डोळ्यांदेखत नारदांसारख्या ऋषींची थट्टा करावी. ही घटना म्हणजे सगळ्या कुळाचा विनाश जवळ आल्याचेच लक्षण आहे. असे नितांत हीन कृत्य द्वारकेतच घडले आहे आणि ते कृष्णाच्याच मुलाने केले आहे. येथे कृष्णाच्या मर्यादेचे उल्लंघन झाले आहे. कृष्णाचा यादवांवरचा अंकुश लयाला गेला आहे. कृष्णाचा अनादर झाला आहे. कृष्णाबद्दलच्या प्रेमादराच्या धाकापोटी अर्जुनानेही सुभद्रेशी विवाह केल्यानंतर कधी कामेच्छेची मर्यादा ओलांडली नाही तो कृष्ण प्रत्यक्ष हजर असताना त्याच्या डोळ्यांदेखत खुद्द पुत्र सांबानेच असे निर्लज्ज, असभ्य वर्तन केले आहे. त्याही पुढे जाऊन हे मद्यप्रिय यादव मद्यपी म्हणवण्याइतक्या थराला जाऊन यथेच्छ विहार करू लागले आहेत आणि स्वत: बलरामही त्यात सर्वांत पुढे आहे!

आणखी एक घटना नोंद घेण्याजोगी आहे. ही घटना ह्या काळातच घडली असावी असे खात्रीपूर्वक म्हणता येणार नाही परंतु ती घटना ह्या दरम्यानच घडली असण्याची दाट शक्यता आहे. एकदा नारद कृष्णाला भेटले. ह्यावेळी नारद आणि कृष्ण ह्यांच्यात झालेल्या संवादात, कृष्णाचा आत्यंतिक विषादाचा सूर आहे. कृष्ण म्हणतो, "मी आयुष्यभरात जे काही मिळवले त्यातले काहीच माझ्या एकट्यासाठी ठेवले नाही.

माझ्या आप्तजनांनाच सर्व देऊन टाकले आहे. तरीसुद्धा हेच माझे आप्तजन मला टोमणे मारतात, दोष देतात. ते माझ्यावर नाराज आहेत. असंतुष्ट आहेत. असे का व्हावे?'' कृष्णासारख्या महामानवालाही आयुष्याच्या संध्याकाळी, त्याच्याच स्वजनांनी दिलेली अशी पीडा, अशी व्यथा भोगावी लागणे ही केवढी दु:खद गोष्ट आहे! कुरुक्षेत्रावर, अर्जुनाच्या मनातही विषाद उत्पन्न झाला होता. त्या विषादाला कृष्णाचा स्पर्श लाभल्याने विषादाचे 'योगा'त रूपांतर होऊ शकले. हा साक्षात कृष्णाच्या मनीचा विषाद आहे. त्याचे योगात परिवर्तन कोण करणार? कृष्णाच्या अंत:करणात भरून उरलेल्या ह्या विषादाने कुणाचेही डोळे पाणावल्याविना राहणार नाहीत. आपल्या अंतरातील हे गुह्य नारदांपुढे उघड करण्याआधी कृष्णाने किती मनस्ताप एकट्यानेच सोसला असेल, किती दु:खे आतल्या आत सहन केली असतील ह्याची कल्पना करणेही कठीण आहे. इतकी सगळी वर्षे कृष्ण ही व्यथा उरात घेऊनच जगला आणि तरीही त्या वेदनेची एवढीशी खूणही त्याने कुठे उमटू दिली नाही. कृष्णाचे कृष्णत्व ते हेच!

मद्यपानाच्या आहारी गेलेल्या, मद्यपी यादवांना त्यापासून वाचविण्याच्या एकमात्र ध्येयाने, सर्वांशी विचार-विनिमय करून, कृष्णाने द्वारकेत दारूबंदी करण्याचे ठरवले. कृष्णासमोर सर्वांनी दारूबंदीचा प्रस्ताव मान्य केला परंतु हा स्वीकार मनापासून नव्हताच; दाखवण्यापुरता होता. चोरूनमारून सगळेच भरपूर दारू पीत होते. कितीही लपवले तरी ते कृष्णाला कळल्याविना कसे राहणार? ह्या असल्या मद्यपीपणामुळे यादवांचा उरलासुरला विवेकही सुटणार, मर्यादा लोप पावणार ह्याची कृष्णाला पूर्ण कल्पना आली होती. ह्या सर्वांमुळे व्यथित झालेल्या कृष्णाने सर्व यादवांना द्वारकेबाहेर तीर्थक्षेत्री विहार करायला जायचे सुचवले. दारूबंदी द्वारकेत आहे, द्वारकेबाहेर गेल्यावर मनसोक्त मद्यपान करायला मिळेल ह्या कल्पनेने जणू सुखावून यादवांनी हा प्रस्ताव उचलून धरला आणि यात्रेला जाताना पुरेसे मद्य घेऊन जाण्याचीही चोख व्यवस्था केली. कृष्णाला हेही कळल्याविना कसे राहील? नाही तरी गांधारीचा शाप प्रत्यक्षात साकार होण्याची वेळ येऊन ठेपलीच होती. छत्तीस वर्षांचा कालावधी संपत आला होता. भविष्याची चाहूल लागावी तसे, कृष्णाला 'उंदराने डंख मारल्याचे' स्वप्न पडले होते. तीर्थाटनाला निघण्यापूर्वी कृष्ण उद्धवाला म्हणतो, ''उद्धवा, मला उंदराने डंख मारल्याचे स्वप्नात दिसले आहे.'' ज्या कृष्णाच्या शरीरावर संपूर्ण आर्यावर्तातल्या एकाही युद्धात एक ओरखडा सुद्धा उठला नाही त्या कृष्णाला आता स्वप्नात उंदरासारख्या क्षुद्र प्राण्याने डंख मारण्याचे धारिष्ट्य करावे ही 'काळाची क्रूर थट्टा'च म्हणायची!

शेवटी सोमनाथाच्या समुद्रतीरी, प्रभासक्षेत्री, मद्यधुंद अवस्थेतील यादव, कोणतेही विशिष्ट कारण नसताना, आपापसांतच लढून झगडून, जनावरांसारखे एकमेकांना तुडवून ओरबाडून, मरण पावले. कृष्णाच्या डोळ्यांदेखत ही अभूतपूर्व घटना

घडली. भारतीय युद्धातल्या अठरा अक्षौहिणी सैन्याचा विनाश होत असताना शांत राहिलेला कृष्ण, आपल्या प्रियजनांना, आप्तजनांना असे कुत्र्या-मांजरासारखे अधोगतीला जाताना पाहून किती व्यथित झाला असेल ते त्याच्या एका छोट्याशा कृतीतून दिसून येते. यादव असे उन्मत्त होऊन एकमेकांत लढत असताना कृष्ण एकीकडे कुठेतरी दूरवर बसल्या बसल्या आपल्या ह्या मतिभ्रष्ट आप्तांकडे पाहत राहिला आणि आसपासच्या गवतातून मूठभर गवत उपटून त्याने ते गवतच त्या यादवांवर फेकले. आपला संताप वांझोटा असल्याची जाणीव झालेला एखादा निराश, हताश, वैफल्यग्रस्त माणूस जे करेल, जसा वागेल तसेच कृष्णाचे हे वर्तन आहे.

.... त्यानंतरचा, कृष्णाचा स्वत:चा शेवट तर त्याहूनही अधिक दु:खकारक आहे. ज्या देहावर कोणत्याही शस्त्रा-अस्त्राचा काहीही परिणाम झाला नव्हता तो कृष्णाचा देह, कुठला तरी प्राणी समजून सोडलेल्या एका आदिवासी, रानटी निषादाच्या साध्या क्षुल्लक बाणाचा बळी झाला! महाकाळाने जणू समग्र मानवजातीलाच धडा दिला आहे — माणूस कितीही महान असू दे, देवतुल्य असू दे की महामानव असू दे, शेवटी त्याला काळाच्याच आधीन व्हायचे आहे आणि तेही काळाने ठरवलेल्याच पद्धतीने! त्याला कुठेही दया, माया, बुद्धी, शक्ती कसलाच मापदंड लागू नाही! कृष्णाला मारणारा तो निषाद पुढे कित्येक दिवस - सारथी दारूक अर्जुनाला हस्तिनापुराहून घेऊन येईपर्यंत - कृष्णाच्या त्या अंतिम संस्काराच्या प्रतीक्षेतील निश्चेष्ट देहाचा सांभाळ करत बसला होता ही सुद्धा 'काळाची क्रूर थट्टा'च म्हणायची!

कृष्णाचे जीवन म्हणजे कारुण्याची कहाणी आहे. तुरुंगात जन्मला, जन्मत: मातापित्याच्या प्रेमाला मुकला. जन्मदात्रीच्या स्तनपानालाही वंचित झाला आणि सतत मृत्युच्या भयकारी छायेतच वाढला. पुढे मथुरेला गेला तोही जणू मृत्युचा मुकाबला करायलायच! मथुरा त्याने मुक्त केली; पण यादवांची उपेक्षा वाट्याला आल्याने त्याने स्वतंत्र द्वारका वसवली. द्वारकानगरी नव्याने वसवली; पण स्वत: राजा झाला नाही. आपले संपूर्ण जीवन ज्याने विश्वाला आपलेसे करण्यात घालवले त्याचा शेवट मात्र अतिशय दु:खद झाला!

कृष्ण खरोखरच होऊन गेला की नाही, हा प्रश्नच निरर्थक आहे. जर कृष्ण झालाच नसेल तर ज्याने कृष्णाच्या ह्या व्यक्तित्वाची कल्पना केली त्याची ती कल्पना कृष्णाहूनही महान म्हणावी लागेल. कृष्णाच्या परमपावन, मंगलमय व्यक्तित्वाला आणि त्याहूनही अधिक, अशा व्यक्तित्वाला आपल्यासमोर दर्शनार्थ साकार करणाऱ्या महामनीषी व्यासांना वंदन करून, श्रीकृष्णाच्या चरणी एक अश्रुपुष्प वाहून, धन्य होऊया!

■■■